रांगोळीचे ठिपके

रांगोळीचे ठिपके

वासंती गाडगीळ

पॉप्युलर प्रकाशन, मुंबई

रांगोळीचे ठिपके
(म - ११२६)
पॉप्युलर प्रकाशन
ISBN 978-81-7185-982-5

RANGOLICHE THIPAKE
(Marathi : Autobiography)
Vasanti Gadgil

पहिली आवृत्ती : २००७ / १९२८
दुसरी आवृत्ती : २००९ / १९३०

प्रकाशक
रामदास भटकळ
पॉप्युलर प्रकाशन प्रा. लि.
३०१, महालक्ष्मी चेंबर्स
२२, भुलाभाई देसाई रोड
मुंबई ४०००२६

अक्षरजुळणी
दिशा क्रिएटिव्हज
१०१ - ए / १३, नायगारा
एव्हरशाइन सिटी, वसई (पूर्व)
जि. ठाणे ४०१२०५

मुद्रक
कलाकृती
गिरगांव, मुंबई ४०० ००४

माझ्या तेरांस
आणखी कोणाला ?

रांगोळी काढण्यापूर्वी

दहा-बारा वर्षांपूर्वी आम्ही दोघं, विजय कुवळेकर आणि डॉ. गो. मा. पवार असे कोकणात चार-पाच दिवस गेलो होतो. दररोज भरपूर गप्पा व्हायच्या. त्या ओघातच मी माझे काही अनुभव सांगितले. तेव्हा त्या दोघांनीही मला आत्मचरित्र लिहायचा आग्रह केला. मी त्यांची सूचना उडवून लावली.

नंतरही माझ्या काही मुलाखतींत हा मुद्दा हटकून यायचा. मी प्रत्येकवेळी ठामपणे नकार देत राहिले.

दीडेक वर्षापूर्वी पॉप्युलर प्रकाशनच्या अस्मिता न् मेधा या गाडगीळांना भेटायला आल्या होत्या. गाडगीळ फिरायला गेले होते. तेव्हा टाईमपास म्हणून बोलताना मी त्यांना माझे काही अनुभव सांगितले. तेव्हा अस्मिता म्हणाली, ''तुम्ही आत्मचरित्र लिहा.'' तेव्हाही मी नकारच दिला. अस्मिता मला मधूनमधून आठवण करीत होतीच.

एकदा श्री. पु. भागवतांकडे गेलो असता परत हा विषय निघाला. तेव्हा मी विचार करू लागले.

खरंच करायचा का प्रयत्न ? मला कळेना. काय लिहायचं आणि काय लिहायचं नाही, हे ठरवणं खूप कठीण होतं. मागच्या काही गोष्टी मी प्रयत्नपूर्वक विस्मरणात टाकल्या होत्या, या लेखनाच्या निमित्तानं त्या पुन्हा आठवताना मनाला फार यातना झाल्या असत्या. यातून मार्ग म्हणून मी काही प्रसंगच लिहायचे असं ठरवलं. तसे काही प्रसंग लिहून श्री. पु. ना दाखवले. त्याला 'गोधडी' हे नाव द्यावं, असं मला वाटत होतं. ते प्रसंग कालानुक्रमाने न लिहिता जसे आठवतील तसे लिहावे असं मी ठरवलं. वाटलं, की वाचकांच्या कल्पनाशक्तीला वाव द्यावा. पण श्री.पु.ना हे पसंत नव्हतं. ते म्हणाले, ''आठवेल तसे कालानुक्रमेच लिहा.''

तिसरा एक मार्ग मला सुचला की, तृतीय पुरुषी लिहावं. पण शेवटी जसं आठवेल तसं कालानुक्रमेच लिहायचा प्रयत्न केला. वीस-पंचवीस दिवसांत भराभर लिहून

काढलं. गाडगीळांना ते आवडलं. मला कळेना की, ते खरं सांगताहेत की वरवरचं बोलताहेत.

पण श्री. पु. म्हणाले, "गंगाधर कोणाचाही मुलाहिजा ठेवणार नाही. तेव्हा तुम्ही ते बेलाशक प्रसिद्ध करा."

पॉप्युलरच्या अस्मिताने माझे शुद्धलेखन वगैरे सुधारण्यात खूप परिश्रम घेतले. कविता महाजन ही एक प्रस्थापित लेखिका. माझ्या पुस्तकाच्या अक्षरजुळणीचं काम करून पुस्तकाचं स्वरूप अधिक बांधेसूद करण्यासाठीही तिची मदत मोलाची ठरली. सुप्रसिद्ध चित्रकार बाळ ठाकूर यांनी गाडगीळांच्या अनेक पुस्तकांची मुखपृष्ठं केली. माझ्या पुस्तकालाही त्यांचंच मुखपृष्ठ लाभावं याचा जास्त आनंद वाटतो.

माझ्या या लेखनाच्या प्रयत्नात प्रत्यक्ष व अप्रत्यक्ष मला प्रोत्साहन देणाऱ्या सर्वांची मी आभारी आहे.

माझी तीन मुलं, त्यांचे जोडीदार, माझी सहा नातवंडं आणि गाडगीळ हे माझ्या अंतरंगाचे सोबती.

गाडगीळांसोबत एकूणसाठ वर्षे मी संसार केला. त्यात अनेक चढउतार आले, भरपूर वादविवाद झाले. गाडगीळांसारख्या प्रखर व्यक्तिमत्त्वाची झळ मला लागली नसणं शक्यच नव्हतं. पण आमचं परस्परांवरील प्रेम टिकून राहिलं.

आमची तिन्ही मुलं स्वतंत्र बाण्याची निघाली. वयाच्या एकविसाव्या वर्षीच ती परदेशी गेली. तिन्ही मुलं आपापल्या संसारात सुखी आहेत.

एका बाईच्या आयुष्यात याहून सुख ते कोणतं ?

५-५-२००७ वासंती गाडगीळ

अभंग, साहित्य सहवास
वांद्रे (पूर्व) मुंबई ४०००५१

१.

शिरोडा ! दक्षिण कोकणातलं एक लहानसं खेडं. पंचक्रोशीत लहान लहान गावं. मध्यभागी बाजारपेठ. या बाजारपेठेतून चारी बाजूला चार रस्ते फुटतात. एक जातो आरवलीला. दुसरा जातो आजगावला. तिसरा जातो रेडीला व चौथा रस्ता शिरोड्याचा. गोव्याची हद्द इथून जवळच आहे. हे शिरोडा हे माझं गाव. हे गाव तीन गोष्टींसाठी सर्वांना माहीत आहे. देशाच्या नकाशावर ते १ ९ ३ ० सालच्या सत्याग्रहासाठी पहिल्यानं पुढं आलं, नंतर वि. स. खांडेकरांमुळे ते सर्व महाराष्ट्राला माहीत झालं आणि नंतर रेडीला मँगनीझ खाणींमुळे देशाला माहीत झालं.

बाजारपेठेतून पुढं गेल्यावर माऊलीचं देऊळ लागतं. हे खूप मोठं व प्रशस्त आहे. मोठी दीपमाळही आहे. देवळाच्या समोर नौबतखाना आहे. तिथं दुपारी बारा वाजता नौबत वाजते, त्यामुळे मध्यान्ह झाली हे गावाला कळतं. सकाळी सनई चौघड्यानं गाव जागं होतं. पुन्हा संध्याकाळी नौबत होते व दिवस मावळल्याचं सर्वांना समजतं. इथं घड्याळाची तेव्हा फारशी गरज लागत नसे. माऊलीच्या नौबतीवरून सर्वसाधारण वेळ सर्वांना समजत असे.

माऊलीचं देऊळ खूप मोठं आहे. भजन-कीर्तन करायला खूप मोठा सभामंडप आहे. त्यातून वर गेलं की देवदर्शन करून क्षणभर टेकायला चारी बाजूंनी सिमेंटची बाकं आहेत. आतमध्ये देवाची पालखी, तरंगे ठेवायची जागा आहे व नंतर गर्भागार आहे. माऊलीची मूर्ती मोठी शांत व प्रसन्न आहे. नंदादीप सदैव तेवत असतात. देवळाच्या बाजूला सेवेकऱ्यांसाठी घरं आहेत. देवळाची झाडलोट, दिवाबत्ती करायला गुरव तिथं राहतात. माऊलीच्या पालखीपुढे नाचगाणं करणाऱ्या देवदासीही तिथं राहतात. माऊलीच्या देवळावरून जाताना प्रत्येकजण थांबून बाहेरून तरी नमस्कार केल्याशिवाय पुढं जात नाही.

माऊलीच्या देवळावरून मिठागराकडे जाणारी एक पाणंद आहे. त्या पाणंदीतून

पुढं गेल्यावर उजव्या बाजूला एक फाटा फुटतो. काही पायऱ्या चढल्यावर थोडं पुढं गेलं की एक तीन-चार फूट खोल खळं लागतं. त्यात एका बाजूला सुरेख तुळशीवृंदावन आहे. खळं चारी बाजूंनी बांधून काढलं आहे. उजव्या बाजूला जुनं मोठं घर आहे. हे सामायिक होतं. आमच्या घराण्याच्या दोन शाखा तिथं राहत होत्या.

पण आमच्या घराण्याचं हे काही मूळ घर नव्हे. मूळ घर होतं बांधवाड्याला उंचवट्यावर. हे मूळ पुरुषाचं घर. पण ते घर सोडून आजोबांचे वडील शिरोड्याला मोठ्या जागेत आले. तिथं त्यांनी ते जुनं घर बांधलं. जुन्या घराच्या भिंती भक्कम होत्या. त्या इतक्या रुंद होत्या की दोन हातांत भिंत मावत नसे. शिवाय त्यात मधून मधून बंदुकांसाठी भोकं होती. गोव्यात राण्यांचं बंड झालं तेव्हा कोणी हल्ला करू नये म्हणून ती पाडलेली होती.

दर्शनी एक मोठी ओटी होती व त्यामागे दोन मोठाली माजघरं होती. त्यांची उंची पंधरावीस फूट तरी होती. ओटीला दोन बाजूला दोन खोल्या होत्या. एक होतं देवघर व दुसरी होती कुंड्याची खोली. देवघरात अनेक देव चौरंगांवर मांडलेले होते व त्यांची पूजा करायला दररोज भटजी येत असत. कुंड्याच्या खोलीत गुराची पेंड व कोंडा असे. तसंच फावडी, कुदळी, घमेली तिथं ठेवलेली असत.

पहिल्या माजघराच्या एका बाजूला एक खोली होती. ते पूर्वीचं देवघर होतं व दुसऱ्या बाजूला बाळंतिणीची खोली होती. ही बाळंतिणीची खोली पूर्वी कधी फारशी रिकामी नसे. कोणी ना कोणी बाळंतीण त्यात असेच. तिला दोन दारं होती व एक बारीकशी खिडकी होती. ही खोली फार अंधारी होती. बाळ-बाळंतिणीला वारा लागू नये म्हणून. मागच्या माजघराला दोन बाजूनं दोन स्वयंपाकघरं होती. दोन शाखांसाठी व तीन खोल्या होत्या. दोन आमच्याकडे व एक खोली व स्वयंपाकघर दुसऱ्या शाखेकडे. मागच्या माजघरात तर काळोखच असायचा. वर एक माडी होती. तिथं एक मोठी ओसरी होती. त्याच्यामागे पुन्हा दोन खोल्या. माडीवर जायला दोन्ही माजघरांतून जिने होते. हे घर बांधावरून शिरोड्यास आल्यावर १८९९ साली बांधलेलं घर.

हे घर होतं गणेश सीताराम शेणई खटखटे व शिवराम विठ्ठल शेणई खटखटे या दोन चुलत भावांचं. त्या दोघांनाही प्रत्येकी चार चार मुलगे होते. पुढं गणेश सीताराम ऊर्फ गणबा यांना ते घर पुरेसं वाटलं नाही; म्हणून त्यांच्या बाजूच्या स्वयंपाकघराला लागून ते पुढं वाढवलं व चौपाटीचं घर केलं. मधे मोकळी जागा ठेवून चारी बाजूंनी गज लावले. स्कायलाईन म्हणा ना. त्याच्या बाजूने आठ-दहा फूट ओवऱ्या ठेवून पाच खोल्या बांधल्या. मोकळ्या चौपाटीमुळे घरात उजेड व हवा येत होती. प्रत्येक मुलाला स्वतंत्र खोली व पाचवी गणबाकाकांची. प्रत्येक खोलीत शिसवी छपरी पलंग होते. चौपाटीच्या बाजूला एक लांबलचक हॉल होता. त्याला लॉज म्हणत असत. शिरोडा हे गोव्याच्या जवळ असल्याने पोर्तुगीज शब्द फार असत. लॉज म्हणजे हॉल.

हा हॉल हंड्या-झुंबरांनी सजवलेला होता. त्याच्या भिंतींवर अनेक खुंट्या होत्या व त्या प्रत्येकीवर रविवर्म्यांची चित्रं टांगलेली होती. गंगावतरण, विश्वामित्र-मेनका व नल-दमयंती वगैरे सुंदर चित्रं होती. बसायला मोठा चोफाळा होता व खिडक्यांवरही बसायला जागा होती. मोठं गोल संगमरवरी टेबल होतं. भोवताली खुर्च्या होत्या. एक मोठी आरामखुर्ची होती. त्याला दोन्ही बाजूंनी पाय ठेवायला फळ्या होत्या. आरामशीर पाय ठेवून झोपता येत असे. काचेचा सुंदर दिवा टेबलावर असायचा व त्याला आत लांबट चिमणी होती. ऐंशी-नव्वद वर्षांपूर्वी कोकणात त्या खेड्यात असं घर तेव्हा नव्हतं.

पुढं एक छानसा मांगर बांधलेला. त्यालाही दोन ओसऱ्या व खोल्या होत्या. गज लावून त्या बंद केल्या होत्या.

गणबाकाकांनी आपल्या वाढत्या कुटुंबाची सोय नवी चौपाटी बांधून केली. तशी सोय शिवराम काकांनीही आपल्या मुलांसाठी केली. एक मुलगा जुन्या घरी होता व समोर एक छान घर बांधून दोन मुलांची सोय केली व चौथ्याला मांगर बांधून दिला. हे सर्व मधल्या खळ्याच्या समोरच्या बाजूला बांधलं.

आजोबांच्या मांगराच्या मागे एक घुमटी होती. ती एक जिवंत समाधी होती. गणबाकाकांच्या आना नावाच्या आजोबांची ती समाधी होती असं म्हणतात. आना फार धार्मिक होते. त्यांना विरक्ती आली. बाजूला एका दुसऱ्या लहान मांगरात ते राहात असत. देवदेव करीत व स्वत: रांधून खात. नंतर त्यांना जग नश्वर वाटू लागलं व त्यांनी जिवंत समाधी घ्यायचा निर्णय घेतला. एक घुमटी बांधली व आत छोटी खोली केली. तिला पायऱ्या होत्या. त्या आतल्या खोलीत ते जप करीत बसले. त्यांनी शास्त्रोक्त पद्धतीनं जिवंत समाधी घेतली. खोलीवर दगड लावून ती बंद केली. एका बाजूला असलेली ती काळोखी समाधी मला भीतीदायक वाटे. दररोज संध्याकाळी तिथं दिवा लावावा लागे. माझ्यावर पाळी आली तर आत जायला भीती वाटे व पायरीवर दिवा ठेवून तिथून काढता पाय कधी घेईन असं व्हायचं.

खटखटे यांच्या घरात तीच तीच नावं आमच्या पिढीपर्यंत होती. गणेश सीताराम, सीताराम गणेश, रघुनाथ गणेश अशीच नावे होती. आना, काका, दाजी, तात्या अशी टोपणनावंही पुन्हापुन्हा येत असत.

आजोबांना गणबाकाका म्हणत. त्यांनी खूप जमीनजुमला घेतला. गावंच्या गावं त्यांच्या ताब्यात होती. काही ठिकाणी डोंगर फोडून सपाट करून माड, आंबा, पोफळी वगैरे बागायती केली होती. काही ठिकाणी भाताची शेती होती. माझे वडील तात्या व आना — माझा चुलतभाऊ हे वसुलीला जात असत. बरोबर दोन-चार गडी, स्वयंपाकी असे. पायली कुडव (दोन पायल्यांचे माप), गोणपाटं, दीड दोन महिन्यांचा शिधा बरोबर

असे. महिन्या-दीड महिन्यानं वसुली करून बैलगाड्यांतून गोणीच्या गोणी धान्य आणीत. रोख पैसे कमीच असत. गोण्यांच्या थप्प्या दुकानात ठेवलेल्या असत.

गणबाकाका अत्यंत रसिक होते. अनेक नव्या गोष्टी करण्यात त्यांचा पुढाकार असे. त्यांच्या चोख व्यवहारामुळे त्यांना नव्या नव्या उपक्रमांचे खजिनदार करीत. गावात रजिस्टर्ड वाचनालय सुरू करण्यात त्यांचा हात होता. ह्या वाचनालयाला आता शंभर वर्षं होतील. गावात इंग्रजी शाळा सुरू करण्यातही त्यांचा पुढाकार होता. ह्या ट्युटोरिअल इंग्लिश स्कूलचे ते संस्थापक होते. बाजारपेठेत त्यांची मोठी पेढी होती. त्यावर त्यांनी माडी बांधली होती. त्यात उत्तम इंग्लिश क्रोकरी, हंड्या, झुंबरं, टेबल, खुर्च्या होत्या. पलंगही होता आणि हॅट स्टँडही होता. तेव्हा लोक फेटे बांधायचे. पण ही सर्व सोय काजूचा व्यापार करणाऱ्या अमेरिकन बाईसाठी असावी.

माझी आजी राधाबाई अतिशय सुंदर असावी. इरकली गर्भरेशमी साड्या व दागदागिने घालून ती नटलेली असे. आजीला सर्वजण 'बा' म्हणायचे. शिरोड्यासारख्या कोकणात 'बा' हे टोपणनाव मी कधी ऐकलं नव्हतं. पूर्वीही नाही व नंतरही नाही. बा आजोबांची फार लाडकी होती. घरी नोकरचाकर, आचारी-पाणके ठेवून त्यांनी बाला सुखात ठेवली होती. स्वयंपाकाला बाई होती. तिला बाईच म्हणायचे. विहिरीचं पाणी भरायला पाणक्या होता. गुराढोरांचं बघायला 'जयरो' नावाचा गडी होता. बहुधा त्याचं नाव जयराम असावं. तो रात्रंदिवस कामात असायचा. दोन वेळा भरपूर जेवायचा. एका वेळेला शेर-दीडशेराचा भात सहज उठवायचा. पानात ढीगभर भाताची खोल पेळ करून त्यात माशांची आमटी घालून तो जेवायचा.

सुमारे नव्वद वर्षांपूर्वी गणबाकाका बाला घेऊन दुकानात जायचे. पुढं आम्ही कधी दुकानात जायचो नाही. पण बा लोडाला टेकून दुकानात बसत असे. ती तिथं काय करायची ते माहीत नाही.

बाला घेऊन गणबाकाकांनी त्या काळी काशीयात्रा केली होती. पाच-पंचवीस माणसं, नोकर-चाकर, आचारी, पाणके असा मोठा लवाजमा घेऊन ते तीर्थयात्रेला गेले होते. महिना-दीड महिन्यांनी गंगाजळाच्या अनेक लोट्या ते घेऊन आले. त्या देवघरात अनेक वर्षं होत्या. कुणी मृत्युपंथाला आला की त्या कामी यायच्या.

यात्रा संपवून ते मुंबईला आले. मुंबईत आजगावकरांच्या पेढीशी त्यांचा ठोक व्यापाराचा व्यवसाय होता. त्यामुळे त्यांनी त्यांची बडदास्त ठेवली होती. गावातला एक सोनार मित्र त्यांच्याबरोबर यात्रेला गेला होता. शेवटी तो म्हणाला, 'माझा महिना-दोन महिन्यांचा धंदा बुडाला.' ही तक्रार अजबच होती. पण गणबाकाकांनी त्याला जव्हेरी बाजारात नेऊन ओंजळभर दागिने घेऊन दिले. ही तक्रार मोठी अजब होती आणि तिच्याबद्दलची प्रतिक्रिया त्यापेक्षा अजब होती.

काशीयात्रेहून आल्यावर गणबाकाकांनी शिरोड्याला मोठं गंगापूजन करून म्हावणं (गावजेवण) घातलं. यथासांग दानधर्म केला. माझ्या माहितीप्रमाणे बाला घेऊन त्यांनी आणखी छोटी-मोठी बरीच तीर्थं केली होती.

गणबाकाका मोठे उद्योजक होते. त्यांनी पणजीला भागीत पेढी घातली होती व काजूचा व्यापार केला होता. पण पहिल्या महायुद्धाने त्यांना फार मोठा फटका बसला. पण ते डगमगले नाहीत. सर्वांचे पैसे त्यांनी देऊन टाकले व आपल्या मुलाला — दाजीला तिथं ठेवलं. भागी तोडली.

त्यांचा व्यापार घाटावर बेळगाव-कोल्हापूरलाही होता. मुंबईला तर ठोक खरेदी होत असे. रंगूनचा तांदूळ येत असे. खूपसा माल ते ठोकीत घेत व लहान व्यापाऱ्यांना व आजूबाजूच्या गावांत पाठवत असत. पावसाळा तोंडावर आल्यानंतर त्यांना पुढील चार महिन्यांची बेगमी करावी लागे. जिकडे तिकडे गोण्यांच्या थापी लागलेल्या असत.

नारळाच्या व सुपाऱ्यांच्या अनेक बागा असत. त्यांचे दर दोन-तीन महिन्यांनी पाडप असे. नारळ उतरवायला व ते सोलायला माणसं बाराही महिने असत. व्यापार तर चालेच, पण आजूबाजूच्या डोंगरांवर काजूची झाडं होती, त्यांचाही व्यापार चाले. काजू गोव्यातील पणजीहून थेट अमेरिकेला जात असत. एक अमेरिकन बाई दरवर्षी खरेदीला येत असे. तिचा बराच बडेजाव होता. दुकानातील टेबलखुर्ची, क्रोकरी वगैरे तिच्यासाठी असे. आमच्या घरच्या लग्नकार्यातही या अमेरिकन बाईसाठी खास व्यवस्था असे.

पेढीवर गाद्या घालून त्यावर लोड-तक्के ठेवलेले असत. समोर एक उतरतं डेस्क होतं. बाजूलाच एक कारकून लाल कपड्याच्या आवरणातील लांब-लांब किर्द-खतावण्या घेऊन नेहमी हिशेब लिहीत असे. त्यांच्या कानावर नेहमी बोरू असे. पडवीत एक मोठी तागडी असे. त्याला मोठमोठ्या साखळ्या असत व लोखंडाची मोठमोठी वजनं असत. कधी तागडी मोकळी मिळाली तर आम्ही दोन-चार पोरं त्यात बसून झुलत असू. पण अशी वेळ क्वचितच येई. तागडीच्या मोठमोठ्या साखळ्या पकडून गोलगोल फिरायला खूप मजा यायची.

घरात एक खोली कोठीची होती. कमरेइतक्या उंच पितळी पातेल्यांत धान्य — डाळ तांदूळ वगैरे भरून ठेवलेले असत. त्या खोलीला वीतभर लांबीच्या चावीने बंद करून ठेवीत. बा स्वयंपाकाच्या बाईला रोजचा शिधा काढून देई. तेल-तूप, चहा-साखर, डाळ, तांदूळ वगैरे. तेवढ्यात दिवस भागवावा लागे.

गणबाकाकांच्या राज्यात धनधान्याची भरभराट होती. जमीनजुमला, बागायती भरपूर असे. बाच्या बरोबर गणबाकाकांनी त्याचा भरपूर उपभोग घेतला. त्या काळात कोणी राहिले नसावेत इतक्या थाटामाटात ते राहिले.

त्यांनी आपल्या चारही मुलांची योग्य मुली पाहून लग्नं करून दिली. दोन मुलींचीही लग्नं केली. एक दिली होती वेंगुर्ल्याला, तर दुसरी लांब कर्नाटकात शिर्शीला. त्यांना अनेक नातवंडं झाली. घरात गोकुळ होतं. सुखासमाधानाने आयुष्य व्यतीत करून ते १९२५ साली वारले. तेव्हा माझा जन्मही झाला नव्हता.

आजोबा वारल्यावर बा सोवळी झाली. ती सफेद पातळं नेसत असे व दोन्ही कानांमागून डोक्यावर पदर घेत असे. त्यांच्या खोलीबाहेर तिने आपली वेगळी चूल केली. खोलीतच तिचा झोपायचा चोफाळा होता व थोडं सामानसुमान होतं. घरापासून ती पूर्णपणे अलिप्त झाली. कशातही ती लक्ष घालत नसे. कांदा, लसूण, मांसमच्छी खायचं तिनं सोडून दिलं. इरकली, महेश्वरी, रेशमी लुगडी नेसणारी व अंगभर दागिने घालणारी बा सफेद साड्या नेसू लागली. हात, गळा, कान भुंडे झाले. एकही अलंकार तिनं घातला नाही. अगदी विरक्त झाली. एकभुक्त झाली. तिच्या खोलीच्या समोर चौपाटीत तिनं आपली चूल मांडली. त्यावर ती आपला स्वयंपाक दुपारी करीत असे. भात खाणंही तिनं सोडलं होतं. उगाच रांडमास येऊ नये म्हणून. दररोज ती डाळीची आमटी करायची. त्यात खूप खोबरं असायचं. पण कांदा, हळद न घालता चांगली दुरदुरीत आमटी ती रोज करायची व पुऱ्या तळून जेवायची. दोन्ही सुनांना ती आमटी देत असे. तिची आमटी आम्ही तीर्थप्रसादासारखी हातावर घेऊन किंवा पुरीवर घालून खात असू. त्या आमटीची चव अजूनही माझ्या जिभेवर आहे. कित्येक वेळा मी तशी आमटी करण्याचा प्रयत्न केला आहे. पण कधीही ती तशी जमली नाही.

संसारातून तिने पूर्णपणे लक्ष काढून घेतलं होतं. अगोदर तिनं सुनांना काय जाच केला माहीत नाही, पण ती सुनांना काही बोलताना आम्ही कधी ऐकलं नाही. तिच्यासमोर दोघी जावा भांडणं करायच्या, पण तिनं कधी कोणाची बाजू घेतली नाही. आम्ही पोरं मारामारी भांडणं करायचो, पण तिनं कधी मुलांना हटकलं नाही. पराकाष्ठेची अशी अलिप्तता विरळाच. विशेषत: जिनं एक हाती दिमाखानं घर चालवलं होतं, तिला असं एकाएकी अलिप्त कसं होता आलं याचं कधीकधी आश्चर्य वाटतं.

बा एकेकाळी खूप देखणी असावी. म्हातारपणीही तिचा रंग तांबूस गोरा दिसत असे व तिच्या देखणेपणाची खूण पटत असे.

घरात गाई-म्हशी खूप होत्या. अगदी जाफराबादी म्हशीही होत्या. त्या खूप दूध देत असत. दूधदुभत्याची चंगळ होती. घरात स्वयंपाकाला बाई होती. त्यामुळे आईला व व्हनीला, -काकीला फारसं काम नसे. आलटून पालटून सकाळचा चहा करायचा. दूधदुभत्याकडे बघायचं. चमचमीत तुपात गव्हाच्या जाडसर पिठाचे लाडू करायचे, माशाच्या फोडींच्या वाटण्या बाईला सांगायचे, एवढंच त्यांना काम असे. दुधाची चूल निराळी असे. मंद शेणीवर मातीच्या मोठ्या कुंडल्यात दूध तापत असे. साय काढून

विरजण लावणं व सकाळी ताक करून लोणी काढणं इतकीच त्यांची कामं होती. स्वयंपाकघरात उभ्याने ताक करावं लागे. लोण्याचा भला मोठा गोळा येत असे. ताक गडी माणसांना व आजूबाजूच्या गावड्यांना वाटत असत.

दही, ताक आम्ही कधी खाल्ल्याचं आठवत नाही. एवढंच नव्हे तर दूधही आम्हांला कधी देत नसत. संध्याकाळी झोपताना पुरुष माणसांना – दादल्यांना – मोठा बंपर भरून गरम दूध देत असत. पण दूध विरजल्यावर कुंडल्यात जे खरपूड लागायचे ते पत्र्याच्या तुकड्यांनी खरवडून आम्हांला देत असत व आम्ही ती खरपूस खरवड खायला टपून बसायचो. भरपूर तूप आणि साखर घातलेले कणकेचे पांढरे शुभ्र लाडू नेहमी पाहुण्यांना व पुरुषमाणसांना देत. मुलांना गुळाचे लाडू असत. त्यात तूप कमी पडलं की ते कडक होत असत. आम्हांला ते आवडत नसत पण आम्हांला कधी साखरेचे लाडू मिळत नसत. मुलांचे फार लाड नसत. आम्ही मागितले तरी आई कधी आम्हांला ते लाडू देत नसे. काकी मात्र आपल्या मुलांना चोरून मारून कधी देत असे.

गुळाचे लाडू खायचा कंटाळा आला की आम्ही त्याने आबाधुबी खेळायचो. माझी धाकटी बहीण गुळाचे लाडू खात नसे. तिला वाटे की हे काळे लाडू खाल्ले तर आपण काळे होऊ.

आईला व व्हनीला फारसं काम नसे. मग काहीतरी खुसपटं काढून किंवा मुलांवरून त्या भांडत असत. हा एक प्रकारचा टाईमपास असायचा. स्वयंपाकाच्या बाईला आजोबांनी कामावर ठेवली होती. त्या वेळी तिला बारा रुपये पगार होता. आई व व्हनी आपसात भांडून कंटाळल्या की बाईबरोबर भांडत असत व तिचा बारा रुपयांचा पगार सारखा वर काढीत. त्यामुळे आम्हांला तिचा पगार कळला.

आजोबा गेल्यावर बाई बाच्या खोलीत झोपत असे. बा तिला मुलगी मानत असे. बाईचा भाऊ गोव्यात साताड्यीला होता. त्याला संसार व मुलंबाळं होती. बाई बहुधा परित्यक्ता होती. भावाच्या संसारासाठी बाई तांदूळ, साखर, तूप, पीठ वगैरे चोरत असे व बाच्या खोलीत लपवत असे. पण बा तिकडे काणाडोळा करीत असे.

आठ-पंधरा दिवसांनी बाईचा भाऊ मागच्या गडग्यावरून येत असे व रात्री सामान घेऊन पुन्हा गोव्याला जात असते. एकदा रात्री तो सामान घेऊन जात असता पडला व त्याला खूप काचा लागल्या. वडिलांनी व आनाने त्याला उचलून आणले व त्याची शुश्रूषा केली. बहुधा दोन थपडा मारल्या असाव्यात व भकारावरून शिव्याही दिल्या असाव्यात. पण महिनाभर त्याची सेवा वडिलांनी व आना या चुलतभावानं केली.

बा म्हणजे एक संस्थान होतं. तिला काय हवं ते काका देत असत. कारण कोणीही आलं गेलं तर त्याच्या हातावर ती काहीतरी घालत असे. गडी माणसं तिच्याकडून काय हवं ते हक्कानं मागत असत. कधी आजूबाजूचे गावडे तिच्याकडे लोणचं, पापड मागायला यायचे. कधी तोंडाला चव नाही म्हणायचे आणि बा त्यांना खारातली कैरी

द्यायची. दिवसभर ती गव्हले करीत असे. कधी कोणी तिचे खास लोक आले तर ती त्यांना खीरही करून द्यायची.

बाने आजोबानंतर पंधरा वर्षं अशी विरक्तीनं काढली. पण नंतर तिला जलोदर झाला. ती आजारी पडली. वडील व आना तिची सेवाचाकरी करायचे. विशेष म्हणजे वैधव्य आल्यावर इतकी वर्षं सोडलेले मासे तिला खावेसे वाटले. पण कोणाला सांगायची लाज वाटे. मग बाई तिला चोरून मासे द्यायची. त्याच आजारात बाचा अंत झाला. ते साल होतं १९४०. त्याच वर्षी माझे वडील व शिर्शीची इंद्रामामी (आते) पण वारली. त्या साली घरात असे तीन मृत्यू झाले.

शिरोडा तसं थंड गाव. भांडणंतंटे व्हायचे, पण मारामारी कधी झाली नाही. भांडणं झाली तर कोर्टात जायचे. कज्जे खटले चालायचे, पण कोणी हातघाईवर आलं नाही.

आमच्या घराच्या आजूबाजूला गावड्यांची घरं होती. तिन्ही बाजूंना त्यांची वस्ती होती व चौथ्या बाजूला एक मोठा खड्डा व डोंगर होता. घराभोवती गडगे बांधून जागा बंदिस्त केली होती. डोंगराच्या बाजूला उंचावर दोन संडास बांधले होते. त्या काळी पंचक्रोशीत संडास आमच्याच घरी होते. १९३० साली मिठाच्या सत्याग्रहाला बाहेरगावाहून माणसं यायची व ती संडासाची सोय असल्याने आमच्या घरी उतरायची. १९५५ साली गोव्याचा सत्याग्रह झाला तेव्हाही अनेक लोक घरी राहिले होते. नानासाहेब गोरे, राम मनोहर लोहिया वगैरे याच कारणाने आमच्याकडे उतरले होते.

गावात अनेक वर्षं सर्वांचे संबंध सलोख्याचे होते. बामण व्यापार बागाईत करीत होते. गावडे मिठागरात कामं करायचे. त्यामुळे त्यांचे संबंध एकमेकांत गुंतले नव्हते. कधी गावड्यांची आपापसात भांडणं व्हायची, पण त्याची झळ आम्हांला लागायची नाही. त्यांचे हेवेदावे आपापसातच होते. त्याचा त्रास आम्हांला नव्हता.

पण वादाची ठिणगी एकदा उडालीच व एकोप्याचे संबंध दुरावले. गावात सर्व्हिस मोटार आली. एक एजन्सी होती बामणाकडे व दुसरी होती गावड्यांच्या पुढाऱ्याकडे. तेव्हा मोटारींची चुरस होती. एकमेकांची गिऱ्हाइकं ओढून घेणं यावरून काही कुरबुरी झाल्या. वादविवाद झाले. त्यातल्या एका पुढाऱ्याने बामणाची बाग रातोरात कापून काढली. नंतर दुसऱ्याचा मांगर जाळला. वाद जातीवर गेला.

अगोदरच बामणाची जात भित्री. ते पैसेवाले होते त्यामुळे त्यांना आपण लुबाडले जाऊ अशी भीती वाटली. ते घाबरले. ही तेढ विकोपाला गेली तर कदाचित आपल्याला मारहाण होईल अशी त्यांना भीती वाटली. मग कोणीतरी सहा गुरखे मुंबईहून आणले. ते आमच्या घराच्या मांगरात राहायचे व आपला स्वयंपाक करून जेवायचे. व्यापाऱ्यांना घरातून बाजारात सोडायचे व संध्याकाळी घरी आणायचे. अनेक दिवस असं चाललं होतं. बामणांनी कायदेशीर मार्गाने खटले लढायचं ठरवलं. पण साक्षीपुराव्याला पुढे

यायला कोणी धजावले नाहीत व शेवटी खटले काढून घेतले व समझोता झाला.

पण ह्या गुरख्यांमुळे एक भयंकर प्रसंग ओढवला. गुरखे कोकणात राहायला कंटाळले व त्यांतले पाच गुरखे परत मुंबईला गेले व मानसिंग म्हणून एकच गुरखा मागे राहिला. तोही एकाकी पडला. त्याला हिवतापाने पछाडलं. त्याचं मानसिक संतुलन बिघडलं. त्यातच एक दिवस तो आपल्या कुकरीने आपलाच गळा कापू लागला. ते पाहून आमच्यापैकी एक मुलगा आपल्या वडलांना सांगायला बाजारात जाऊ लागला. ते पाहून गुरखा त्याच्या मागे लागला. मुलगा वाटेत अडखळून पडला. मानसिंगाने त्याच्यावर कुकरीने वार केले व आपलाही गळा चिरून घेतला.

त्या मुलाच्या पोटावर वार झाले होते. मोठा रक्तस्राव झाला होता. वेंगुर्ल्याला त्याला त्या स्थितीत नेणं शक्य नव्हतं. म्हणून वेंगुर्ल्याच्या मिशन हॉस्पिटलचे डॉ. गोहिन यांना आणलं. हे डॉ. गोहिन मिशनरी होते व पुढं त्यांचे चिरंजीव भारतात अमेरिकेचे राजदूत म्हणून आले होते. डॉ. गोहिनना सर्व लोक बाटे डॉक्टर म्हणायचे. डॉक्टरांनी त्याचं पडवीतच ऑपरेशन केलं. पण काही उपयोग झाला नाही व तो मुलगा दगावला. पुढे त्याची चौकशी वगैरे झाली, पण प्रकरण थंडावलं.

माझं नाव बाने ठेवलं. किंबहुना बहुतेक नातवंडांची नावं बानेच ठेवली. मी वसंत ऋतूत जन्मले म्हणून माझं नाव वासंती. इतर तीन काका व एक आत्या यांनाही त्याच सुमारास मुली झाल्या. मोठ्या काकांची — दादाची सुमित्रा, भाऊची नलिनी व दाजीची श्रीमती, शांतामामीची (आतेची) विमल व मी वासंती. अशा आम्ही पंचकन्या एकाच वयाच्या होतो.

मी जन्मले मालवणला. आईच्या माहेरी — माझ्या आजोळी. आजीला तीन मुलगे व माझी आई ही एकच मुलगी. ह्या एकुलत्या एक मुलीची मी पहिली लेक. पहिलीच नात आजीची. त्यामुळे माझं खूप कोडकौतुक झालं. आजीला मी कधी आजीबाय म्हणू लागले ते मला कळलं नाही. पण नंतरची सर्व नातवंडं तिला आजीबायच म्हणायची. पुढं उतारवयात सर्वजणच तिला आजीबाय म्हणू लागले.

तिचं माहेर धोंडांकडचं. माहेरचं नाव जना व सासरचं नाव सीता. माहेरची माणसं तिला जनामामी म्हणायचे व सासरची माणसं व्हनी (वहिनी) म्हणत. तिला दीर नव्हते. आजोबा नाना हे एकुलते एक होते. त्यांना एक बहीण होती. ती बालविधवा व सोवळी होती. नेहमी ती हातात जपमाळ घेऊन आजीवर लक्ष ठेवून असायची. लक्ष देवाकडे किंवा जपाकडे नसायचं तर आजी काय करते यावर लक्ष असायचं. आजी नीट सोवळं सांभाळते ना? कुठे विटाळ चांडाळ करीत नाही ना ते पाहायची.

आजीबायला सर्व स्वयंपाक सोवळ्याने करावा लागे. ह्या आत्याबाईंना तिनं तो ओलेत्यानं करावा असं वाटे. कारण सोवळ्याला कोणी शिवलं असेल तर? नंतर

आजी धाबळी नेसून स्वयंपाक करायची. स्वयंपाक करताना तिच्या हालचाली अगदी रेखीव असायच्या. कुठे धसमुसळेपणा, आदळआपट काही नसायचं. काम करताना तिचा जराही आवाज होत नसे. भांड्यात पळीदेखील अगदी मंदपणे फिरवायची. पोळी लाटताना पोळपाटाचाही आवाज यायचा नाही.

तिचं माहेर रत्नागिरीचं. तिचे वडील तिथं मामलेदार होते व त्यांचा तिथं मोठा थाट असे. त्या काळच्या गोष्टी ती कधीकधी रंगवून सांगायची. त्यात थिबा राजाच्या मनोरंजक गोष्टी ती सांगायची. त्याचं सोनंनाणं रत्नागिरीकरांनी कसं लुटलं, त्याच्या मुली कशा खालच्या लोकांशी संबंध ठेवून असायच्या वगैरे. पण त्यावेळी ह्या गोष्टींचं महत्त्व वाटलं नव्हतं. आता आठवायचा प्रयत्न करते पण नीट काही आठवत नाही.

आजीबाय एकदा बोटीत चढताना पाण्यात पडली होती. तिला वर कसं काढलं त्याची हकिकत रोमांचकारी असणार. पण मला ती कोणी सांगितली नसावी किंवा आता ती आठवत नसावी.

माझ्या आईला तिनं खूप लाडात वाढवलं. आईचं माहेरचं नाव चंद्रा. ती चंद्रासारखी सुंदर होती. गोरीपान होती. सासरचं नाव गंगाबाई. माहेरचे लोक तिला आक्का म्हणायचे आणि सासरचे लोक आतेबाय.

आईचं लग्न अगदी थाटात झालं. एकच मुलगी व ती चांगल्या जमीनदार व्यापाऱ्याच्या घरात पडली. आजोबाही फार हौशी. शिरोड्याहून वऱ्हाड बोटीनं मालवणला आलं. कारण माणसं खूप होती. घरची माणसं, नातेवाईक तर होतेच; पण कुळं, भागेलीही होते. माझे वडील शेंडेफळ. त्यामुळे तिकडूनही उत्साह होता. नाना आजोबांनी वऱ्हाडाचं स्वागत बोटीच्या धक्क्यावरच केलं. तिथं मोठा मंडप घातला होता. सर्वांना जेवण दिलं. पुढं आमचे भागेली आम्ही पाडपाला गेलो की त्या आठवणी कौतुकानं रंगवून सांगायचे. म्हणायचे, असं लग्न झालं नाही.

आईला सासर व माहेरूनही खूप दागिने घातले होते. कमरपट्ट्यापासून बाजूबंद, गोठपाटल्या, तोडे, पिचोडी (सर्वात मागे घालायची नक्षीदार पाटलीसारखी) नेहमीच्या बांगड्याही होत्याच. गळ्यात चपलाहार, चंद्रहार, ठुशी, बोरमाळ, सातपदरी मोहनमाळ असे भरगच्च गळाभर दागिने. डोकीत सोन्याची वेणी, कडकडी (स्प्रींगवरची) फुलं व फुलपाखरं तर होतीच, पण वेणीच्या प्रत्येक पेडावर एकेक निरनिराळं फूल होतं. शेवटी सोन्याचा गोंडा व त्याला एक मोठं बोर होतं. हे बोर आजीनं मला तिच्या शेवटच्या दिवसांत दिलं होतं. ते मी माझी धाकटी मुलगी चित्रलेखा हिला पणजीची आठवण म्हणून दिलं.

आईची बहुतेक बाळंतपणं माहेरीच झाली. शेवटची दोन शिरोड्याला झाली. पण वडील गेल्यावर झालेला अरुण पुन्हा मालवणातच झाला. आई बाळंतपणाला माहेरी

आली की वर्षभर राहायची. मग आम्ही मुलं तिच्याबरोबर मालवणात. त्यामुळे मालवण-शिरोडा इथं माझं प्राथमिक शिक्षण झालं. तेव्हा दाखल्याबिखल्याची काही भानगड नव्हती. शाळेत नेऊन योग्य इयत्तेत बसवायचं की झालं.

शिरोड्याला वयाच्या पाचव्या वर्षी मला लोकल बोर्डाच्या शाळेत घातलं. लहान मुलांचे वर्ग मळ्यातल्या घरात भरत असत व पुढचे सातवीपर्यंतचे वर्ग शिरोडा-आरवलीच्या मध्यावरच्या शाळेत भरत असत. समोरच ट्युटोरिअल इंग्लिश स्कूलची इंग्रजी पाचवीपर्यंतची शाळा होती, म्हणजे आताची नववी.

मला मळ्यातल्या शाळेत घातलं होतं. शाळेत घालायचं म्हणजे बिगरीच्या वर्गात नेऊन बसवायचं. नाव, दाखला वगैरे नंतर सावकाशीनं. मला शाळा आवडत नसे. पाटी, दप्तर घेऊन गोणपाटावर बसावं लागे. दोन-तीन वर्गांना मिळून एक मास्तर होते. शाळेत जाताना रोज रडारड होत असे. मग कधी पालखी करून शाळेत रवानगी व्हायची. तर कधी कदलो नावाच्या गड्याच्या खांद्यावर बसून. कदलो हा गडी काळा, उंच व दांडगा होता. तो मोठा टिळा लावायचा व गोष्टीतल्या राक्षसासारखा दिसायचा. मला त्याची भीती वाटायची. कधी तो दोन खांद्यांवर दोन मुलांना घेऊन शाळेत जायचा. कधी कोणी एक मूल त्याच्या दोन्ही खांद्यावर पाय टाकून त्याचं डोकं घट्ट पकडून बसे. त्याची शेंडी खूप लांब होती. तो तिची गाठ बांधायचा. एकूण शाळेत जाणं मोठं कष्टाचं काम होतं.

पहिले काही दिवस खूप रडारड केली. पण नंतर वाचायला यायला लागल्यावर शाळेची गोडी लागली. मग मी दिसेल तो कागद, अगदी पुडीचा कागदसुद्धा वाचत असे.

आम्हांला भेरडे आडनावाचे मास्तर होते. ते आजगावला राहत व शिरोड्याच्या शाळेत शिकवत असत. कोकणीत 'भेरडे' म्हणजे बहिरे. आम्हांला वाटे की मास्तर बहिरे असावेत. त्यांचं नाव कोणी सरळ घेतलंच नाही. पुढं अनेक वर्षांनी त्यांचं नाव बेहेरे आहे असं कळलं. सुप्रसिद्ध संपादक पु. रा. बेहेरे यांचे ते वडील.

शाळेत आम्हांला केसाकुंकवाचे पाच मार्क असत. केस नीट विंचरून कपाळावर कुंकू लावलं की पाच मार्क मिळत. सकाळची शाळा असे. आई माझे केस उफराटे, भांग न पाडता विंचरायची व घट्ट वेणी घालायची. भांग काढणं हे कलावंतिणी करतात अशी समजूत होती. मला भांग काढलेला आवडायचा. त्यामुळे शाळेत जाताना पांदणीत मी केस ओरबाडून त्याचा भांग पाडायचा प्रयत्न करीत असे. शाळेतून घरी येताना पुन्हा केसांचा भांग झाकून पुन्हा उरफाटे केस करायची... आईच्या भीतीनं.

आईचा राग भयंकर होता. घरात भांडण वगैरे झालं की आई तो राग आमच्यावर काढीत असे. मग लाकूड, केरसुणी, काठी काय मिळेल त्याने मारायची. या कामाला

एक 'चोमडी' केलेली असायची. झावळ्यांचे हीर तासून ती घट्ट बांधलेली असायची. ती खूप जोरात लागायची. वळही यायचे. आईला राग आला की आम्हांला चोमडीचा मार मिळायचा.

एकदा तिनं एक सोन्याचं स्प्रिंगचं फूल दुरुस्त करायला मला सोनाराकडे पाठवलं. त्या फुलाला 'कडकडे फूल' म्हणत, कारण ते स्प्रिंगवर हलत असे. आईला मी म्हटलं, "ते फूल तू माझ्या हातात दे. मी ते दत्ताराम सोनाराकडे बाजारात देईन."

आई म्हणाली, "तू ते हरवशील. तेव्हा मी ते तुझ्या डोक्यात घालते."

तिनं ते फूल माझ्या घट्ट वेणीत खोचलं. वेळ दुपारची होती. वाटेत चालताना मला त्या फुलाची सावली व हलतं फूल दिसत होतं. पण मी जेव्हा दत्ताराम सोनाराकडे गेले तर डोक्यात फूल नाही. मी घाबरले व दुकानातच बसून राहिले. दुपारी दुकान बंद करताना सोनाराने मला घरी पाठवलं. आईच्या भीतीनं मी घरी न जाता पाणंदीतच रडत उभी राहिले. कोणीतरी आईला मी फूल हरवल्याचं सांगितलं. आईनं मला पकडून घरी आणायला वानरसेना पाठवली. मुलांनी उत्साहाने मला आईसमोर उभी केली. आईनं मला बडव बडव बडवलं व उपाशी ठेवलं. संध्याकाळपर्यंत मी खोलीत रडत बसले होते. दत्ताराम सोनाराने रात्री दुकान बंद करताना ती पेटी उचलली, तर ते फूल त्या पेटीखाली सापडलं. त्यानं ते सापडल्याचं घरी कळवलं. तेव्हा कुठे आईनं मला वळांना हळद-तेल लावून मग जेवायला वाढलं.

शाळांमध्ये युनिफॉर्म खूप नंतर आले. पण घरात आम्हा मुलांना मात्र युनिफॉर्म होता. दादा (काका) एक मोठं चिटाचं ठाण घ्यायचे. त्या फुलफुलांच्या ठाणातून सर्वांना एकसारखे कपडे! लहान मुलींना ढोपराच्या खालपर्यंचे लांबलचक झगे असायचे. मोठ्या मुलींना परकर पोलकी त्याच कपड्यांची. मुलग्यांना रेघारेघांचे शर्ट, त्यांना पैरण म्हणायचे व ढोपराच्या खाली घसरणाऱ्या दादा कोंडके टाईप पँटी. एका घरातली मुलं आपोआपच ओळखता येत असत. आम्हांला बहुधा दोन सेट असायचे कपड्यांचे. एक अंगावर व दुसरा दांडीवर. पावसाळ्यात एखादा जास्तीचा. कपडे सुकत नसत म्हणून. शाळेत व घरात तेच कपडे. खरं म्हणजे आमचं घर म्हणजे जमीनदाराचं, श्रीमंत; पण गरीब श्रीमंतांचे कपडे एकसारखेच असायचे... झकपक काही नसायचे.

मला कधी कधी शाळेत जायचा कंटाळा येत असे. मग पोटात दुखतं, डोकं दुखतं अशा सबबी सांगून घरी राहायचं. दुसऱ्या दिवशी मास्तर गैरहजेरीचं कारण विचारायचे. तेव्हा शाळेत चिठ्ठी वगैरे आणावी लागत नसे. मग या दोनातलं एक कारण मास्तरांना सांगायचं. पण हे नेहमी चालायचं नाही. नवीन कारण सुचत नसे. ताप आला असं सांगायची सोय नसे. मास्तर अंगाला हात लावून पाहायचे.

एकदा आई बाळंत झाल्याचं कारण सांगितलं. मास्तरांना ते कारण योग्य वाटलं. त्यानंतर महिन्या-दीड महिन्याने पुन्हा तेच कारण सांगितलं. तेव्हा मास्तरांनी छडीनं फोडून काढलं, पण ह्यात माझं काय चुकलं ते मला कळेना.

मी चौथीत गेले आणि मळ्यातल्या शाळेतून रस्त्यावरच्या उंच शाळेत गेले. त्या शाळेसमोर ट्युटोरिअल इंग्लिश स्कूल होतं. त्या शाळेत वि. स. खांडेकर हे हेडमास्तर होते. त्यांच्याकडे मोठमोठे साहित्यिक व सिनेमातले लोक येत असत. खांडेकर तेव्हा सिनेमाच्या निमित्ताने कोल्हापुरातच अधिक दिवस असत.

एकदा त्यांच्या शाळेत अत्रे, मा. विनायक व बाबूराव पेंढारकर आले होते. आमच्या शाळेतून त्यांना गाणी म्हणून दाखवायला खांडेकरांनी मुलींना बोलावलं. मी चटपटीत असल्याने माझी निवड झाली. पण मला कुठं गाणं येत होतं. तोपर्यंत मी सिनेमादेखील पाहिला नव्हता. मग कविता म्हण, असं खांडेकर म्हणाले. मला कोणतीच कविता आठवेना. आमच्या शाळेच्या पुस्तकातल्या कविता तेवढ्या माहीत होत्या. चौथीच्या पुस्तकातली 'खबरदार जर टाच मारुनी' ही वीरश्रीयुक्त कविता मला पाठ होती. हातवारे वगैरे करून मी ती कविता म्हणून वेळ मारून नेली.

शाळेत असताना माझी मैत्रीण होती सुमती आजगावकर. ही सुरेश प्रभूची आई. सुरेश प्रभू हे माजी खासदार. ते सारस्वत बँकेचे अध्यक्षही होते. सुमतीची व माझी पुढे गाठ पडली नाही. पण सुरेश प्रभू भेटले की सांगायचे, आई तुमची आठवण काढते.

आम्ही दोघी घट्ट मैत्रिणी होतो. आम्ही दोघी इतर मुलींबरोबर बारदेशकर श्रेष्ठ की शेणवी श्रेष्ठ असा वाद अटीतटीनं घालत असू. आता त्याचं हसू येतं. गावात बारदेशकर, शेणवी व क्वचित साष्टकर अशा बामणांच्या जाती होत्या. वाद अटीतटीचे होत असत अगदी एकमेकींच्या झिंज्या उपटण्यापर्यंत. बारदेशकर व्यापारी व बागाईतदार. त्यामुळे ते श्रीमंत होते. म्हणून आम्ही बारदेशकर श्रेष्ठ असं ठरवत असू.

शाळेकडे जाणारी वाट बाजारातून जात असे. पाटीदप्तर घेऊन खाली मान घालून आम्ही शाळेला जात असू. पेढीवर बसलेल्या दादांचं बारीक लक्ष असेच. पण इतरही बाजारकर मंडळी दुकानासमोर एक हात आढ्याला लावून तिरप्या नजरेनं येणाऱ्या-जाणाऱ्यांवर लक्ष ठेवून असत. सर्वांचंच एकमेकांच्या मुलांवर लक्ष असे.

गावात कोणाकडे आमचं जाणंयेणं नसे. हळदीकुंकवाला संक्रांतीत व गणपती बघायला भाद्रपदात तेवढे आम्ही गावात ओळखीच्यांकडे जात असू. गणपतीचा प्रसाद पंचखाद्याचा असे. कोणाकडे नुसतं गप्पाटप्पांसाठी बसायला आम्ही किंवा आमच्या घरातल्या बायका गेल्याचं आठवत नाही. मी मात्र माझी मैत्रीण सुमती हिच्याकडे कधीकधी जात असे.

श्रावणात माऊलीचा सप्ता असायचा. सप्ता म्हणजे सप्ताह. सात दिवस अखंड दिवस-रात्र भजनं असायची. गावातले निरनिराळे मानकरी आपल्या ठरल्यावेळी भजनं म्हणायचे. त्यांत एखादा गाणारा असायचा व तो घोळून घोळून भजनं म्हणायचा. टाळ, मृदंग, पेटी सोबत असायची. बाजारकरांची म्हणजे व्यापाऱ्यांची पाळी असली की भजनं रंगात यायची. कोणीतरी तालासुरात उंच आवाजात रंगून भजनं म्हणायचे. त्यांची पाळी बहुधा रात्री असायची. ती ऐकता ऐकता झोप यायची. पण मुख्य आकर्षण असायचं ती माऊलीची पूजा बघायचं. दररोज निरनिराळ्या फुलांची पूजा असायची. फुलं सावंतवाडी, बेळगावहून यायची. देवळात घमघमाट सुटायचा. माऊलीची आरास अगदी आकर्षक असायची. मोठमोठ्या समया रात्रंदिवस तेवत असायच्या.

कधी निरनिराळ्या देवांच्या जत्रा असायच्या. बहुधा माघ महिन्यात. गॅसबत्तीचे-पेट्रोमॅक्सचे ढणढणीत उंच दिवे असायचे. खाण्याची, खेळण्यांची दुकानं असायची. साखरेच्या रंगीबेरंगी माळा आणि खेळणी असायची. एखादी माळ गळ्यात घालून ती खात खात जत्रेत फिरायचं. कधी रात्री दशावतारी नाटकं असायची. 'अलल् डुर्र' करून संकासूर उडी मारून स्टेजवर यायचा. त्याची भीती वाटायची.

रात्री देवाची पालखी निघायची. तिच्यासमोर ठाईठाई थांबत भाविणी नाच करायच्या. नाच म्हणजे त्या हातवारे करायच्या व मागेपुढे झुलत गाणी म्हणायच्या. मला एकच गाणं आता आठवतं, 'तू माझा यजमान रामा, तू माझा यजमान.' उंच आवाजात भाविणीनी झुलत म्हटलेलं ते गाणं माझ्या अजूनही कानात घुमत आहे. या भाविणी देवाची सेवा करायच्या. देवळाची झाडलोट, तेलवात करायच्या. पालखीवर चवऱ्या ढाळायच्या. त्यांच्यातील पुरुषांना देवळी म्हणत. काही गुरव असत. त्यांना व भाविणींना देवळाच्या जवळ राहायला जागा असे व वर्षासनही असे. भाविणी कुठल्यातरी बामण शेटला धरून असायच्या. जन्मभर — बायकोसारख्या. आमच्या समोरच्या घरात एकाची भावीण होती. तिला भीमा भावीण म्हणायचे. कोणाच्याही लग्न समारंभात त्यांचा मान असायचा. त्या अखंड सौभाग्यवती. त्यामुळे त्यांच्या हस्ते मंगळसूत्र ओवलं जायचं. भीमा भावीण त्यांच्या घरी उघडपणे येत असे. त्यांची मुलं व आम्ही तिला भीमडा भावीण म्हणत असू. कोणाला त्यात काही वावगं वाटत नसे. पैसेवाल्या बामणानं भावीण ठेवली तर ते साहजिकच आहे असं समजायचे.

आमच्या समोरच्या घरातल्या काही विधवा बाया गहाणवटाचा धंदा करायच्या. गरजू बायकांना, कुळवाड्यांना त्या दागिने गहाण ठेवून पैसे व्याजानं द्यायच्या. रक्कम ५-५० रुपयांचीच असायची. व्याजाचा दर जबर असायचा. ते दागिने वेळीच सोडवता आले नाही, तर त्या बाया ते दागिने विकायच्या. आमच्या घरच्या कोणी हा व्याजबट्ट्याचा धंदा केला नाही.

आरवलीचा वेतोबा खूप प्रसिद्ध होता. फणसाच्या अखंड खोडातून तो कोरलेला

असे. वेतोबा खूप उंच असायचा. काळाकभिन्न आणि सफेद धोतर नेसलेला. त्याचे मोठेमोठे डोळे पितळेचे असायचे. ते वटारलेले आहेत असं वाटायचं. त्याच्या पायांत हातभर लांबीच्या वहाणा असायच्या. रात्री वेतोबा पंचक्रोशीत फिरून गावाची राखण करतो असा समज होता. देवळात एका कोपऱ्यात वेतोबाच्या झिजलेल्या वहाणा ठेवलेल्या असत. वेतोबाला आम्ही उन्हाळ्याच्या सुट्टीत केळ्यांचा मोठा घड घेऊन जात असू. कोणी काही नवस केलेला असे. आता ते देवस्थान खूप मोठं झालं आहे. बाहेरगावच्या लोकांची राहायची वगैरे सोय आता तिथं असते.

माझी चौथीची परीक्षा झाली. आता पुढं काय असा प्रश्न उभा राहिला.

आमच्या घरात कोणतीच मुलगी इंग्रजी शाळेत गेली नव्हती. तिसरी-चौथीत नहाण आलं की त्या घरी बसत असत. सोळा-सतराव्या वर्षी किंवा आधीच त्यांची लग्नं व्हायची. घरातले पुरुषही फारसे शिकलेले नसत. सतरा-अठराव्या वर्षी ते पेढीवर बसत व व्यापार नाहीतर शेतीची वसुली करीत.

माझे वडील व आना इंग्रजी शाळेत गेले होते व पुढे वेंगुर्ल्याला शांतामामीकडे (आते) शिकायला होते. माझ्या वडिलांना शिक्षणाची खूप आवड होती. दादाच्या विरोधात जाऊन मला त्यांनी ट्युटोरिअल इंग्लिश स्कूलमध्ये घातलं होतं. तेव्हा घरी खूप आरडाओरडा झाला होता. 'येस फेस' करून कुठं दिवे लावायचे आहेत, अशी टीका झाली. मी शाळेत गेले तेव्हा खांडेकर कोल्हापूरला सिनेमाच्या व्यवसायात होते. १९३७-३८ मध्ये शाळा सोडून ते कायमचे करवीरवासी झाले होते. शाळेत एक पोटे मास्तर म्हणून होते. ते कवी होते. 'पडू आजारी, मौज हीच वाटे भारी' ही त्यांची कविता फार प्रसिद्ध होती.

शाळेत माझ्यावर कोणाचा प्रभाव वगैरे नव्हता. मी खूप वाचत असे व अभ्यासात हुशार होते. मी चांगली धीट होते. सुमतीला मात्र तिच्या घरच्यांनी इंग्रजी शाळेत घातली नव्हती.

तात्यांना —माझ्या वडिलांना शिरोड्याची शाळा फारशी पसंत नव्हती. त्यांनी मामाला सांगून मला मुंबईच्या शाळेत प्रवेशाची व्यवस्था केली. मामा तेव्हा हिंदू कॉलनीत पाचव्या गल्लीत राहत होते. रस्ता ओलांडला की किंग जॉर्जची मुलींची शाळा होती. त्या मोठ्या पटांगणाच्या एका बाजूला मुलांची शाळा होती व समोर मुलींची शाळा मॅट्रीकपर्यंत होती. त्या मुलींच्या शाळेत मला दुसरीत (आताची सहावी) प्रवेश मिळाला. वडिलांनी मामांना माझ्या खर्चासाठी पैसे द्यायचे कबूल केले होते. हिंदू कॉलनीत माझे तीन मामा व आजीबाय बिऱ्हाड करून होते. तिथं जवळपासच आजीचे दोन भाऊही राहत होते.

वडिलांनी इंग्रजी दुसरीत माझ्यासाठी 'टाइम्स' सुरू केला होता. मला ते 'टाइम्स' वाचायला सांगायचे. मी र ट फ करून काहीं वाचायची. वडिलांना वाटायचे की माझी मुलगी खूप शिकणार व चौपाटीला जाऊन नवरा मिळवणार. चौपाटीवर नवरे ठेवलेले होते काय? चौपाटीला जाऊन नव्हे, पण नजिकच्या पोद्दार कॉलेजातून मी नवरा मिळवला.

आजीबायनं सर्व नातवंडांना प्रेमानं वाढवलं. मी तर आईपेक्षा आजीकडेच वाढले. आजीबाय स्वयंपाक छान करायची. मुंबईला पण तिचं सोवळंओवळं असायचं. नळाचं पाणी भरताना नळ घासून पुसून घ्यायची. मामाचा डबा ऑफिसात जायचा. माझी शाळेची गडबड असायची. आजीबायची खूप धांदल व्हायची. मी ठरावीक भाज्याच खायची. बटाट्याची भाजी, नाहीतर वांग्याचं भरीत. हे दोन पदार्थ नसले तर मी जेवत नसे. माझी इतकी जिद्द असायची की मी उपाशी शाळेत जायची. कोणाचा राग आला, भांडण झालं, तर मी उपासाचं हत्यार उपसायची.

विटाळशी झाल्यावर आम्हांला कोपऱ्यात बसावं लागे. मला नहाण बाराव्या वर्षीच आलं. मी उफाड्याची होते. त्यामुळे आहे त्याहूनही मोठी दिसायची. विटाळात आम्हांला जेवण, पाणी वगैरे वरून न शिवता घालायचे. आपलं ताट-भांडं घासावं लागायचं. साडी धुवावी लागे. नळ विटाळला म्हणून तोही घासावा लागे. हे सर्व करायचा मला कंटाळा येत असे. त्यामुळे त्या तीन दिवसांत मी जेवायचीच नाही. म्हणजे हे झंझट नको वाटायचं.

आजीबाय बिचारी मी उपाशी राहू नये म्हणून माझ्या मनासारखं करायची. पण तरीही रोजरोज त्याच भाज्या करायला ती वैतागायची. एकदा ताट घेऊन मी जेवायला बसले व भरीत नाही म्हणून उठायला लागले. आजीबाय चिडली, म्हणाली, 'हे घे भरीत.' असं म्हणून भाजलेलं वांगं तिनं माझ्यावर फेकलं. पण मी हुश्शार! वांगं आल्यावर मी खाली वाकले आणि वांगं भिंतीला चिकटलं. बिचारी आजीबाय. ती भिंत साफ करत बसली. आजीबाय १९८१ मध्ये वारली. तेव्हापासून भरीत खायचं मी सोडून दिलं. तिला मी जेवायच्या बाबतीत खूपच त्रास दिला होता.

हिंदू कॉलनीतल्या घरात मामांचे मित्र, नातेवाईक यांचा राबता असायचा. त्या सर्वांचं जेवणखाण, चहापाणी वगैरे करताना ती थकून जायची. पण मी तिला काहीच मदत करीत नसे. तिचं सोवळं एक कारण. पण तिला काही मदत करण्याऐवजी मी कोपऱ्यात बसून वाचत असायची. मला तोंडात बोट घालायची सवय होती. हातात पुस्तक व तोंडात बोट घालून मी तल्लीन व्हायची. ही सवय पुढे काही वर्षं राहिली.

आजीबाय कधी कधी माझ्यावर रागवायची. चिडून म्हणायची, "कोण मेला (कोकणात ही शिवी समजत नाहीत) तुझ्याकरिता एका पायावर तपश्चर्या करतो आहे कोण जाणे. त्याचा निभाव लागणं कठीण आहे."

नवऱ्यानं माझ्याकरिता तपश्चर्या केली की नाही कोण जाणे. पण मी मात्र आज अठ्ठावन्न वर्षं ती करते आहे.

मामाचं लग्न चाळीस सालात, मे महिन्यात मोठ्या थाटामाटात शिरोड्याला झालं. ते लग्न माझ्या वडिलांनी ठरवलं होतं. त्यांना लग्न जमवायची फार हौस होती. हे लग्न माझ्या चुलत बहिणीशीच झालं. माझा मामा — भाऊ अत्यंत देखणा होता. गोरापान होता. त्या वेळी रॉयीस्ट शर्टची फॅशन होती. ह्या शर्टाची बटणं मधोमध नसून डाव्या खांद्यावर असायची. त्या कपड्यात तो आणखीनच आकर्षक दिसायचा.

ही माझी चुलत बहीण म्हणजे पणजीच्या पेढीवर असलेल्या दाजींची मोठी मुलगी. हे लग्न खूप थाटामाटात झालं होतं. गावोगावची लोकं आली होती. काजूचा व्यापार करणारी अमेरिकन बाईपण खास आली होती. तिचा अगदी थाट होता. मामाचं लग्न झाल्यावर हिंदू कॉलनीतील जागा अपुरी पडू लागली. त्यामुळे ते लोक शिवाजीपार्कला राहायला गेले.

आम्हां मुलांना शिकवायची वडिलांना खूप हौस होती. त्यांनी मुलांच्या शिक्षणासाठी म्हणून बेळगावात भागीनं पेढी घातली. बहुधा मोठ्या भावाबरोबर भांडून. घरच्या कटकटीपासून सुटका होईल व मुलांच्या शिक्षणाची सोय होईल हाही हेतू होता. मी त्या वेळी इंग्रजी चौथीत होते. मी जून महिन्यात बेळगावला आईवडिलांकडे राहायला गेले. कलघटगींच्या वाड्यात आमचं बिऱ्हाड होतं. तिथल्या मिशन शाळेत माझं नाव घातलं होतं.

जुलै महिन्याच्या शेवटी तात्या आजारी पडले. तो मुदतीचा ताप, टायफॉईड होता. पाच ऑगस्ट रोजी ते तापाने वारले. मी तेव्हा चौदा वर्षांची होते.

काका व इतर माणसं येऊन आम्हांला शिरोड्याला घेऊन गेली. बिऱ्हाडही मोडलं. पेढीच्या भागीचं काय झालं याची मला कल्पना नाही. व्यवहाराच्या गोष्टी दादा पाहत. शिरोड्याला येताना आम्ही सर्व खूप भयभीत झालो होतो. भविष्यात काय होणार ? वडिलांच्या निधनाचं दु:ख तर होतंच. पण तात्यांनी दादांच्या मर्जीविरुद्ध बेळगावला बिऱ्हाड मांडलं होतं. दादाला त्याचा राग होताच. आमचं सर्वांचं शिरोड्याला कसं होणार, ही भीती वाटत होतीच.

शिरोड्याला आल्यावर आमच्याकडे कोणाचं लक्ष नव्हतं. आम्ही सहा भावंडं जेवतो, खातो का नाही याकडे कोणाचंच लक्ष नव्हतं. आई दु:खात बुडून गेली होती. शिवाय तिला दिवस राहून पाच महिने झाले होते. दिवसरात्र आई आपल्या खोलीत पडून असायची. एवढ्या मोठ्या धबडग्यात आम्ही खपून जात होतो.

मला कोणी शाळेत पाठवलं नाही. मुलींच्या शिक्षणाला दादाचा विरोधच होता.

आम्ही सगळी भावंडं घरीच होतो. आमची कोणी विचारपूस करायचे नाहीत.

आजीबाईनं आईला पत्र लिहिलं, 'तू मुलांना घेऊन मालवणला ये. दिरांनी पैसे दिले नाहीत तरी हरकत नाही. पैसा हा क:पदार्थ आहे. वेश्यांकडेदेखील पैसा असतो.'

ते पत्र काकांनी फोडून वाचलं. घरात एकच गहजब झाला. आजीचं 'पैसा हा क:पदार्थ असतो,' हे वाक्य दादा पुढे आम्हांला अनेक वर्षं ऐकवीत होता.

मग आजीबाईनं कोणाला तरी पाठवून आम्हाला स्पेशल मोटारीतून मालवणला आणलं. जाताना दादा म्हणाला, "तुला जायचं तर माहेरी जा. पण दागिन्यांचा डबा इथं ठेवून जा."

आई काही त्याला तयार झाली नाही. मोठ्या पितळीच्या कडीच्या डब्यात तिचे दागिने होते. हा वाद बाहेर गेलाच. आईचा मावसभाऊ वेंगुर्ल्याहून आला. तो वकील होता. त्यानं दादाला सांगितलं की, "हे चंद्राचं स्त्रीधन आहे. ते तुम्ही तिला दिलं नाही तर मी तुमच्यावर केस करीन."

तेव्हा दागिन्यांचा डबा व आमचं लटांबर मालवणला दाखल झालं.

तोपर्यंत दिवाळीची सुट्टी आली होती. दोन-तीन महिने आमच्या सर्वांच्या शाळा बुडाल्या होत्या. ऑक्टोबरमध्ये आम्ही दोघी मोठ्या मुली कन्याशाळेत दाखल झालो. भाऊ टोपीवाला हायस्कुलात गेले. तिथं आमचं जीवन थोडं सुरळीत सुरू झालं. सर्वांचा अभ्यास खूप बुडाला होता.

आजीबाईचं सोवळं असल्यानं शाळेतून आल्यावर एका खोलीत आम्हांला शाळेतले विटाळाचे कपडे बदलावे लागत. ते बदलून हात-पाय धुऊन आम्हाला घरात यावं लागायचं.

घरातून शाळेव्यतिरिक्त कुठे जायचं असेल, तर पुरुष माणसाबरोबर जावं लागे. घरात एकच पुरुष होता. ते आमचे आजोबा-नाना. कधी आम्ही समुद्रावर जायचो. कधीतरी सिनेमाला. मालवणला एक सिनेमा थिएटर होतं. खूप हट्ट धरून आम्ही सिनेमाला जायला परवानगी मिळवायचो. सिनेमा बघायला अधीर व्हायचो. तिथं कुलीन स्त्रियांना स्पेशल दोन आण्याचं तिकीट असायचं. आमचं लटांबर घराबाहेर पडलं की नानांना कानावर जानवं ठेवायची आठवण यायची. मग आम्ही २०-२५ मिनिटं ते कधी संडासातून परत येतात त्याची वाट पाहत चडफडत उभे राहायचो. संडास घराच्या मागील बाजूला जरा लांब असायचे. ते टोपलीचे संडास होते. संडासात गेले की विटाळ व्हायचा. पुन्हा कपडे बदलून जावं लागायचं.

डिसेंबर महिन्यात अरुण झाला. आई अजून खोलीबाहेर यायची नाही. आजीबायच आमचं सर्वकाही बघायची. ताई म्हणून एक बाई अरुणला सांभाळत असे. ही ताई

नेमकी कोण होती हे मला कळलं नाही. केव्हा कोणाला विचारलं नाही. ही ताई माझ्या धाकट्या मामाला सांभाळायला आली. तिचा नवरा परागंदा झालेला होता. ताई सौभाग्यलेणं ल्यायची. ती गोरीपान ठेंगणी ठुसकी होती. मोठं कुंकू लावायची व केसात नेहमी कसलं ना कसलं फूल माळायची. बहुधा ती नानांच्या नात्याची होती. तिनं त्यांच्या घरात शेवटपर्यंत आपलेपणानं पडेल ते काम केलं. आम्ही तिला 'ताई म्हातारी' म्हणायचो. तिचे शेवटी दात पडले होते. पण कसलाही कठीण पदार्थ ती खायची. तिच्या हिरड्या अगदी घट्ट झाल्या होत्या.

आता आजीबाईच्या वैभवाला उतरती कळा लागली होती. हातात पैसा नसायचा. आम्ही सात भावंडं व आई यांचा संभाळ तिनं तीन वर्षं कसा केला देवास ठाऊक. घरालगतचा भाजीपाला आणून ती स्वयंपाक करायची... अगदी चविष्ट. कधीमधी घरातला एखादा दागिना बाहेर जायचा. पण आम्हांला तिनं काही कमी पडू दिलं नाही.

आई तडकाफडकी माहेरी निघून गेली याचा नाही म्हटलं तरी गावावर परिणाम झाला. वडिलार्जित इस्टेटीतील आईचादेखील वाटा होताच. गावातले लोक काकांना म्हणू लागले की, तुम्ही निदान मुलांच्या शिक्षणाला तरी पैसे पाठवायला हवे. मग हो ना करता दादाने मालवणला २५ रुपये दरमहा पाठवायचे ठरवले. पण ते सरळ आईकडे न पाठवता मालवणच्या एका मोठ्या व्यापाऱ्याकडे पाठवत व ते व्यापारी आईला पैसे देत. ही मध्यस्थी म्हणजे मनिऑर्डरची एकप्रकारे पावतीच होती. अर्थात त्या २५ रुपयांत आम्ही सात भावंडं व आई यांचं भागणं शक्यच नव्हतं. पण आजीबायने खंबीरपणे दिवस निभावले.

❖❖

२.

लहानपणापासून मला वाचनाची खूप आवड होती. दिसेल ते पुस्तक दिसेल तो कागद मी वाचत असे. आईला माझा हा वाचनाचा नाद आवडत नसे. आई मराठी सहावी शिकली होती. मामाला नोकरी लागल्यावर तो आईच्या नावावर 'स्त्री' मासिकाची वर्गणी भरत असे. एकदा रागानं आईनं माझं लायब्ररीचं पुस्तक फाडून चुलीत टाकलं. त्यामुळे मी चोरून वाचत असे, कधी मांगरात, तर कधी गुरांच्या गोठ्यात.

एकदा मला वाचायला कुठेच जागा मिळेना. एवढ्यात मिरच्या वाळत घालायच्या सहा फूट उंचीच्या चटयांच्या गुंडाळ्या मांगरात उभ्या करून ठेवलेल्या मला दिसल्या. ह्या चटया बांबूच्या असत व त्यांना कोकणीत डाळी म्हणत असत. त्या डाळीच्या गुंडाळीत बसून मी वाचू लागले. डाळीला मिरच्यांचा वास व तिखटपणा लागलेला होता. पण वाचनाच्या नादात माझं तिकडे लक्ष नव्हतं. जेवणाच्या वेळेला आईनं शोधाशोध केली. मी माझ्या नेहमीच्या जागी सापडले नाही, पण कोणालातरी डाळीत (चटईत) हालचाल दिसली. चटई उचलली तर आत मी वाचत बसलेली. मिरचीच्या तिखटानं माझं अंग चुरचुरत होतं व मी लाललाल झाले होते. पण तरीही मार काही चुकला नाही.

मालवणला आल्यावर मी पहिल्यानं लायब्ररीत नाव घातलं व नंतर मी त्या लायब्ररीच्या कार्यकारिणीवरदेखील गेले. सेवादलाची मालवणला शाखा होती. त्यातही मी जात असे. ते १९४२ साल होतं. 'चले जाव'ची साथ मालवणलादेखील आली. प्रभातफेऱ्या निघू लागल्या. कधीमधी छोटे-मोठे पुढारी गावात येत असत व आमची बौद्धिकं घेत असत. राष्ट्रप्रेम, देशसेवा, समाजवाद यावर फार भर होता.

एकदा सुनीता ठाकूरने आमचं बौद्धिक घेतलं. सुनीताचं आजोळही मालवणला आमच्यामागे पाटकरांकडे होते. ही सुनीता नंतर पु. ल. देशपांडेंची बायको झाली. तिच्या दर्शनाचा, बाणेदारपणाचा माझ्यावर प्रभाव पडला. सुनीता लख्ख गोरी होती.

उंची फार नव्हती. पांढरं खादीचं पातळ ती नेसत असे. बोलण्यात तळमळ दिसून यायची. कॉलेज सोडून ती चळवळीत उतरली होती. आजही ती बाणेदार सुनीता मला आठवते. पुढे ती सुनीता देशपांडे झाली व आमची कधीमधी गाठ पडू लागली.

आम्ही एकदा मिरवणूक काढून मामलेदार कचेरीवर झेंडा फडकवायला गेलो. पोलिसांनी मिरवणूक अडवली व पुढच्या काही मुलांना पकडून लॉकअपमध्ये ठेवलं. त्यात मीही होते. सबंध दिवस मी घरी आले नाही, तेव्हा नाना मामलेदार कचेरीत आले. त्यांना माझ्याबद्दल सुगावा लागला होता. माफी मागून तिला नेतो म्हणू लागले. पण मी माफी मागायची नाही असं ठरवलं व घरी गेले नाही. पण संध्याकाळी आम्हां सर्व पोरांना सोडून दिलं. बबन डिसोझा आमच्याबरोबर होता.

अशीच एकदा आमची मिरवणूक अडवली. आम्ही रस्त्यात बसून होतो. वरून पाऊस पडत होता. कधीतरी कंटाळून पोलीस निघून गेले.

एकदा आमच्या मिरवणुकीवर लाठीमार झाला. दोनचार लाठ्या मी निर्धाराने खाल्ल्या. मरेपर्यंत लाठीमार सोसायचा असा माझा निर्धार होता. पण कशी कोण जाणे, पळापळ झाली आणि मी उंच उंडी मारून गडग्यावरून पलीकडे गेले. ही उडी मी कशी काय मारली याचं मलाच आश्चर्य वाटलं. आपलं मडकं कच्चं आहे हे मला कळलं.

हळूहळू चळवळ थंडावली. पण माझं सेवादलात जाणं चालूच राहिलं. कधीमधी बौद्धिकं होत. शाळेत सारखा हरताळ असे. अर्धअधिक वर्ष घरीच काढलं. ते माझं सहावीचं म्हणजे आताच्या दहावीचं वर्ष होतं. अभ्यास खूप बुडाला होता.

मालवणला आम्ही आजोबांकडे होतो. नाना हे माझ्या आईचे वडील. ते एकुलते एक चिरंजीव होते. १९०३-०४ साली नाना मॅट्रिक पास झाले होते. मॅट्रिकची परीक्षा मुंबईला द्यावी लागे. जी. एस. घुर्यांनी नानांचाही एल्फिन्स्टन कॉलेजच्या प्रवेशासाठी फॉर्म भरला होता. पण त्यांच्या वडिलांनी त्यांना मुंबईला शिकायला पाठवलं नाही.

ते म्हणाले, ''तुला इथं काय कमी आहे ? बसून खाशील तरी सात पिढ्या जातील.''

नाना मुंबईला परीक्षेला गेले तेव्हा त्यांच्या वडिलांनी त्यांच्याबरोबर आचारी गडी देऊन त्यांची बडदास्त ठेवली होती. नाना कॉलेज शिक्षणासाठी मुंबईला गेले नाहीत. पण त्यांचे चुलत भाऊ डॉ. जी. एस. घुर्ये मुंबईला गेले. पुढं शिकून ते युनिव्हर्सिटीत समाजशास्त्राचे जगन्मान्य प्रोफेसर झाले. त्यांनी मोठं नाव कमावलं. नानांनी मात्र सात पिढ्यांची इस्टेट एकाच पिढीत संपवून टाकली.

नानांना व्यसन होतं फक्त व्यवस्थितपणाचं – टापटिपीचं. सर्व हालचाली ते विचारपूर्वक करीत असत.

सकाळी पाचचा गजर लावून ते उठायचे व भरडावर फिरायला जायचे. दीडेक

तासानं ते घरी यायचे. वाटेतील सर्व झाडांवरची फुलं ते काठीनं ओढून काढायचे. घरी आले की सर्व फुलं ते काळजीपूर्वक धुवायचे व नीट परडीमध्ये रचून ठेवायचे. सुंदर रंगसंगती ठेवून. आजीबाय त्यांना सारखी 'कापी' घ्यायला बोलवायची. पण आपलं काम संपल्याशिवाय ते कॉफी प्यायचे नाहीत.

नंतर अंघोळ करून देवपूजेच्या तयारीला लागायचे. अनेक तऱ्हेची गंधं ते उगाळायचे. देवाला गरम पाणी, दूध व पंचामृताची अंघोळ घालायचे. मग निरनिराळी फडकी काढून देव लखलखीत करायचे. त्यांचे देव सोन्यासारखे पिवळे धमक दिसायचे. मला ते सोन्याचे आहेत असं वाटायचं. नाना त्यांना गंधाचे उभे आडवे नाम लावायचे व त्यावर मधोमध उभा अखंड तांदूळ चिकटवायचे. अखंड तांदूळ निवडण्याचं काम आम्हां मुलांकडे असायचं व ते काम आम्ही खाऊच्या बदल्यात करायचो. नंतर सकाळी आणलेली फुलं इतक्या सुबकपणे रंगसंगती लावून रचत असत की त्यांचा तो भलामोठा शिसवी देव्हारा फार सुरेख दिसे. स्तोत्रं म्हणून नंतर आरती करीत व सुवासिक उदबत्त्या लावीत.

आजीबाय चुलीजवळ त्यांची जेवायला येण्याची वाट पाहत ताटकळत बसायची. मग ते शांतपणे पाटावर बसत व शितं मोजून ते चित्राहुती घालत. पानाच्या बाजूला शेजारी दोन मांजरं घोटाळत असत. त्यांनाही थोडा थोडा घास देत. नंतर एकेक घास चांगला बत्तीस वेळा चावून चावून त्यांचं संथपणे भोजन व्हायचं. तेव्हा दुपारचे दीड दोन वाजलेले असत. तोपर्यंत आजीबाय ताटकळत बसे.

कधीकधी मात्र ते दहालाच जेवायला बसत. तेव्हा त्यांना कोर्टात जायचं असे. तारीख पडलेली असायची. दरखास्त, जप्ती, वॉरंट, साक्षीदार असे अनेक शब्द त्यांच्या बोलण्यात असायचे. लहानपणी मला वाटायचं की नाना जज्ज असावेत. किमानपक्षी वकील तरी. पण नानांना कोर्टबाजीची फार हौस! सारखे काही ना काही खटले चालू असत. मालवणला केस हरली की रत्नागिरीला डिस्ट्रिक्ट कोर्टात जायचे. कधीकधी मुंबईला हायकोर्टात.

नाना सायकलवर बसून कोर्टात जायचे. घरी आल्यावर टायरवरचा चिखल दाभणाने काढायचे. सायकल पुसायला त्यांची निरनिराळी फडकी असायची. सीट ते शॉमायच्या पिवळ्या फडक्याने पुसायचे. सायकलला घंट्याही निरनिराळ्या आवाजाच्या असायच्या. शिवाय मोटारीच्या भोंग्यासारखा 'पोक पोक' करणारा फुगाही असायचा. ट्रींग ट्रींग करायची घंटी अर्थातच असायचीच. कधी कधी पोक पोक तर कधी ट्रींग ट्रींग करत ते जायचे. त्यांची सायकल नव्या सायकलीसारखी लखलखीत असायची.

बाहेरून आल्यावर ते चपला नीट तेल लावून ठेवायचे. कधी जोडे घालून जायचे, तेव्हा दर आठवड्याला ते जोडा बदलायचे. म्हणजे उजवा जोडा डाव्या पायात व डाव्या पायातला उजव्या पायात. ते जोडे सारखे झिजावेत म्हणून!

माडीवर त्यांचं एक उतरतं डेस्क होतं. त्या डेस्कमागे गादी व लोड असायचे. ते सारखे लांब लांब किर्द खतावण्यांत हिशेब लिहीत असायचे. त्यांच्या डेस्कवर बोरूपासून अनेक तऱ्हांची निबं असलेलं होल्डर होतं. नीब नीट पुसायला मऊ फडकं असायचं. लिहिल्यावर त्यावर वाळू पसरवायचे. ब्लॉटिंगही असायचे. एक मोठा रूळ ठेवलेला असायचा. शाईही रंगीबेरंगी असायची. शिवाय एक पाटी-पेन्सिलदेखील असे. आम्हांला त्यांच्या त्या डेस्ककडे ते फिरकू द्यायचे नाहीत.

बाहेर ओटीवर त्यांची एक आरामखुर्ची असायची. त्यावर पहुडून तिचे दोन्ही हात लांब करून ते विश्रांती घ्यायचे. त्यावर वामकुक्षी करीत असत व केसरी वाचीत असत. मंगळवारचा केसरी शुक्रवारपर्यंत पुरवून वाचायचे. वाचता-वाचता झोपायचे. केसरीची व्यवस्थित घडी करून तारीखवार बंडलं करून माडीवर स्टँडवर ठेवायचे.

नाटकाची त्यांना खूप आवड होती. मुंबईलाही ते गंधर्वांची नाटकं बघायला जायचे. त्यांच्याकडे पॅरिसची गोड सूर असलेली एक पायपेटी होती. त्यावर बसून कधीकधी रात्री ते किनऱ्या आवाजात गाणं म्हणायचे. ती नाटकातली पदं असायची. आम्हांला पेटी दुरूनच बघायला मिळायची. केव्हातरी त्या पट्ट्या दाबून सूर काढावा असं वाटे. गाणं झालं की ते पेटी दुमडून खोक्यात ठेवायचे. त्यांच्याकडे सगळ्या नाटकांची पुस्तकं होती. ते ती कपाटात नीट लावून ठेवायचे. त्यांना नीट कव्हरं असायची. पुस्तकांनाही ते आम्हांला हात लावू द्यायचे नाहीत.

त्यांच्याकडे एक कर्ण्याचा फोनोग्राफही होता. मेणाच्या अनेक प्लेटी होत्या. त्याही नाट्यगीतांच्या. नाटकांची हँडबिलंही त्यांच्याकडे नीट लावून ठेवलेली असायची!

मुंबईहून ते अनेक तऱ्हेचे कपडे व बूट आणत असत. त्या काळी व्हाईट वे, लेडलॉची लेबलं असलेले ड्रेस त्यांच्या कपाटात होते. पाटलोणी, तंग सुरवार, अचकन, लांब पार्शी फॅशनचा कोट, शॉर्ट अल्पाकचा कोट होताच, पण शिकारीचे फुगीर पायाचे पोशाखही होते. त्यांच्याकडे एक हॅमॉकही होता. तो आम्हांला अडगळीत सापडला. तऱ्हेतऱ्हेचे बूटही त्यांच्याकडे होते. एक तर गुडघ्यापर्यंतचा बूट होता. वहाणांना दर रविवारी तेल लावून त्या करकरीत वाजाव्यात अशी व्यवस्था ते करीत.

त्यांच्या कपाटात निरनिराळा सुका मेवा असे. मनुका, बेदाणा, बदाम, अक्रोड, खजूर, काजू अशा सुक्यामेव्याच्या बरण्या भरलेल्या असत. शिवाय पेपरमिंट चॉकलेटही असत. कपाटाला कुलूप असे.

एकदा आजीबायला मी विचारलं, ''सात पिढ्यांची श्रीमंती नानांनी एकाच पिढीत कशी काय संपविली?''

आजीबाय म्हणाली, ''त्यांनी हे भलं मोठं माडीचं घर हौसेनं बांधलं. शिवाय विहिरीवर रहाट बसवून घरात व बागेत नळ बसवले. धंदा तेलाचा होता. बाजारात दुकान होतं. एक मोठं जहाज होतं. त्यातून थेट कोचीपर्यंत व्यापार चाले. पण हे जहाज नारळी

पौर्णिमेला समुद्रात न सोडता पाऊस संपल्यावर ऑक्टोबरमध्ये सोडायचे. तोपर्यंत इतरांनी धंदा केलेला असे. ह्यांचं जहाज डोक्यावर छप्पर घेऊन किनाऱ्यावरच असे. पावसाळ्याच्या तोंडावर लोकं आपली जहाजं किनाऱ्यावर ओढून शाकारून ठेवीत. पण हे आपले जरा कोठे वारा हलला की जहाज किनाऱ्यावर घेऊन चांगली शाकारणी करीत. शिवाय खटले-कज्जे यांची त्यांना फार हौस. पार हायकोर्टापर्यंत जायचे. कितीतरी वकिलांची यांनी भर केली. देवबागचा जमीनजुमला घालवला. जहाज ठेवून ठेवून सडवले. त्याचं लोखंडी सामान, खिळे मांगरात भरले. जहाज असं स्मशानाला विकलं. अगदी मसणात गेलं जहाज. नाटकाच्या व गाण्याच्या नादापायी खूप पैसे घालवले. आणखी काय सांगू?''

अर्थात आजीबायनं सांगितलं त्यापेक्षा लपवलं फार. अर्थात, मला त्यातलं गूढ समजण्याचं ते वय नव्हतं. पण आता त्यातून अर्थ काढता येतो.

असे हे नाना — माझे आजोबा. लाखाचे बारा हजार करणारे.

मला चांगलं शिक्षण मिळावं म्हणून मॅट्रिकला मुंबईला पाठवायचं ठरवलं. मॅट्रिकचं वर्ष महत्त्वाचं. युनिव्हर्सिटीची परीक्षा. मामा तेव्हा शिवाजीपार्कला राहत होते. म्हणून मी दादर स्टेशनसमोरच्या पिंटो व्हिला शाळेत गेले. ही शाळाही किंग जॉर्जची शाखा होती. ही शाळा मुलींची होती.

या वेळी मी मुंबईला आले, तेव्हा परिस्थिती बदलली होती. घराचा केंद्रबिंदू साहजिकच मामी होती. आजीबायच्या काळात मी जशी मनमानी वागायची तसं आता चालणार नव्हतं. शिवाय मामाकडे नातेवाईकांची ये जा खूप असायची. अनेक नातेवाईक कामानिमित्त मुंबईला आले की, त्यांचा मुक्काम मामाकडेच असायचा. या सर्वांचं तिला करावं लागे.

पिंटो व्हिलात आम्हाला पाटेकर बाई मराठी शिकवायला होत्या. एकदा बोलता बोलता त्या म्हणाल्या, ''खांडेकरांनी शिरोड्याला शाळा काढली व अल्प वेतनावर शिक्षकी पेशा पत्करला.''

तेव्हा मी ताडकन उठून म्हणाले, ''बाई खांडेकरांनी तिथं शाळा काढली नाही. ती शाळा अगोदरच पाच-सात वर्षं चालू होती. त्यांनी तिथं अल्प वेतनावर शिक्षकी पेशा पत्करला, हे खरं.''

बाई म्हणाल्या, ''तू गप्प बस. तुला काय जास्ती माहीत आहे? सर्वजण म्हणतात खांडेकरांनी शाळा काढली.''

मी म्हणाले, ''बाई, शाळा गावकऱ्यांनी काढली. माझे आजोबा त्या शाळेचे खजिनदार होते.''

अशी आमची झकाझकी झाली तरी बाईंनी राग मानला नाही. माझं वाचन खूप

होतं. साधा निबंधही मी वहीची दहा-बारा पानं लिहीत असे. पाटेकर बाईंची मी लाडकी विद्यार्थिनी झाले.

बाई मामांच्या घराजवळच राहत होत्या. पाटेकर मास्तर गिरगावातल्या चिकित्सक शाळेत मास्तर होते. बाई मूळ इंदूरच्या. त्या सावळ्या वर्णाच्या, ठेंगण्याठुसक्या होत्या. तर पाटेकर मास्तर चांगले उंचेपुरे, गोरे व धिप्पाड होते. त्यांना मूलबाळ नव्हते. मी त्यांच्या घरी जात असे. साहित्याची आवड असल्याने अनेक साहित्यिक चर्चांना मी त्यांच्याबरोबर जात असे. त्या वेळी मी अनेक वादविवाद, चर्चा, संमेलनं ऐकली.

सॅम्युअलबाई हेडमिस्ट्रेस होत्या. मला त्या नेहमी पहिल्या बाकावर बसवायच्या. त्या आम्हाला इंग्रजी शिकवत. माझे हात कुरवाळत त्या शिकवायच्या.

शाळेतल्या मुली माझ्या कोंकणी हेलाला हसायच्या. थट्टा करायच्या, चिडवायच्या. पण सातवीचा वर्ग महत्त्वाचा असल्यानं सर्व अभ्यासात मग्न असायच्या. जानेवारीत प्रिलिम झाली की पुढं मार्चमध्ये मॅट्रिकची परीक्षा असायची. तोपर्यंत सर्व विषयांची रिव्हिजन व्हायची.

चळवळीमुळे माझी शाळा सहावीत बरेच दिवस बुडाली होती. अल्जिब्रा, जॉमेंट्री खूपच मागे होती. म्हणून काही दिवस मी शेट्ये-केळकरांच्या गणिताच्या क्लासला जायची. त्याचा मला खूप फायदा झाला. मॅट्रिकमध्ये गणिताला दोनशे मार्क असायचे. मला एकशे नव्वद मार्क मिळाले. त्यावेळी मॅट्रिकची परीक्षा मुंबई युनिव्हर्सिटी घेत असे. सात पेपर असायचे व साडेतीन दिवसांत परीक्षा संपायची. शेवटच्या दिवशी सकाळचा पेपर झाला की सिनेमाला पळायचं, असा अलिखित नियम होता.

मॅट्रिकला आमच्या घरात आम्ही दोघी मुली होतो. मी व दादाची मुलगी सुमित्रा. मला सत्तर टक्के मार्क मिळाले. शिवाय मराठीचं बक्षीस मला मिळालं. सुमित्राला चाळीस टक्के मिळाले.

मॅट्रिकची परीक्षा संपली आणि गावाला जायची तयारी झाली. सुट्टीत शिरोड्याला राहायचं आणि पुन्हा जून महिन्यात मुंबईला यायचं. पण त्याच वेळी गोदीत मोठा स्फोट झाला. बोटी बंद झाल्या. त्यामुळे मला बेळगाव-सावंतवाडी-शिरोडा असा प्रवास करावा लागला. बेळगावपर्यंत आगगाडी दोनदा बदलावी लागे. एकदा पुण्याला व दुसऱ्यांदा मिरजेला.

शिरोड्याला येऊन रिझल्टची वाट पाहत राहिले. तेव्हा जूनच्या सुरुवातीला मॅट्रिकचा रिझल्ट लागे व कॉलेज नेहमी जून वीसला सुरू होई. तारेनं मला माझा रिझल्ट कळला.

बारा जूनला मी मुंबईला आले. आता प्रश्न होता कोणत्या शाखेत जायचं? आर्टस्‌ला की सायन्सला? मला मार्क चांगले मिळाले होते व इतिहास-भूगोलाव्यतिरिक्त सर्व विषयांत डिस्टिंक्शन होतं.

माझं गणित चांगलं होतं, म्हणून मामा म्हणाला, ''रुईयात सायन्सला जा व पुढे मेडिकलला.''

मी म्हटलं, ''मला मेडिकल जमेल का ?''

कारण रक्ताला, कापाकापीला मी घाबरत असे. तेव्हा मामाचा एक मित्र मला के.ई.एम.मध्ये घेऊन गेला. तो म्हणाला, ''घाबरायचं काय ? मी उद्या तुला हॉस्पिटलमध्ये नेतो.''

मी त्यांच्याबरोबर हॉस्पिटलात गेले. एक ऑपरेशन चालू होतं. पण ते दृश्य पाहून मला चक्कर आली आणि सायन्सचा कोर्स मागे पडला.

आर्ट्सला नोकरीच्या दृष्टीने फारसा वाव नव्हता. तेव्हा रुईयाच्याच शेजारी नव्यानं निघालेल्या आर. ए. पोदार कॉलेजात जायचं ठरलं.

मॅट्रिकचा दाखला व फीचे पैसे भरून ॲडमिशन घेतली. माझे मार्क चांगले असल्यानं मला स्कॉलरशिप मिळाली. तेव्हा पोदारमध्ये मुली नव्हत्या. अगोदरचे प्रिन्सिपल नारळीकर यांनी मुली घेतल्या नव्हत्या. नंतर वेलिंगकर प्रिन्सिपल झाले. ते लंडनहून शिकून आले होते व उदारमतवादी होते. त्यांनी आम्हा बारा मुलींना त्या वर्षी प्रवेश दिला. त्यांतल्या चार महाराष्ट्रीय होत्या. दोन-तीन गुजराती होत्या व उरलेल्या पारशी होत्या. मराठी मुलं आमच्याशी बोलायची नाहीत. पारशी मुलं मात्र धीटपणे बोलत. आमच्या कॉलेजची मुलं रुईयामध्ये मुली पहायला जात. काही मुलं कॉलेजसमोरच्या फुटपाथवर बसत व चेष्टामस्करी करीत. एकदा मी धीटपणे त्यांच्या पुढे उभी राहिले, नंतर तो प्रकार थांबला.

वेलिंगकर सरांसारखा रुबाबदार टीपटॉप पोशाख केलेला माणूस तोपर्यंत मी पाहिला नव्हता. नेहेमी ते उंची सूट व चकचकीत बूट घालून यायचे. ते कॉलेजच्या वर राहायचे. ते खाली उतरले की सगळीकडे चिडीचूप व्हायचं. त्यांचा लाल शिंदेशाही पगडी घातलेला शिपाई त्यांच्या मागे हातात फायली घेऊन येत असे. आम्हांला दोघंही रुबाबदार वाटत असत. आम्हां मुलींचे वेलिंगकरसरांनी खूप लाड केले. दुसऱ्या मजल्यावरची एक मोठी खोली लेडिज रूम म्हणून दिली. तिथे आम्ही धुमाकूळ घालायचो. आम्हांला काही हवं असलं तर बेधडक त्यांना भेटून त्यांच्याकडे मागायचो. एकदा मी मोठा आरसा मागितला. त्यांनी लगेच मोठा आरसा लेडिज रूममध्ये बसवला. आम्हांला माठाचं पाणी नको, मोठं पिंप पाहिजे होतं. अशा आमच्या हौसा त्यांनी पुरविल्या. लेडिज रूमबाहेर एक प्यून ठेवला होता. आम्ही कँटिनमध्ये जात नसू. तो प्यून आम्हांला खाण्याचे पदार्थ कँटीनमधून आणून देत असे.

मुलींनी सर्व खेळांत व ॲक्टिव्हिटींत भाग घ्यावा असं त्यांना वाटत असे. ते समाजवादी होते व समाजवादी लोकांचा त्यांच्याकडे राबता होता. अशोक मेहता,

कमलादेवी चट्टोपाध्याय, अरुणा असफअली असे अनेक पुढारी कॉलेजात येत असत. त्यांची व्याख्यानं झाल्यावर काही मुलींना ते स्टाफरूमध्ये चहाला बोलवत असत. एका मोठ्या टेबलाभोवती सर्वजण बसत असत. मधे चहा, बिस्किटं व फळं ठेवलेली असत. एकदा सफरचंद ठेवली होती. कमलादेवींनी त्यांतलं एक उचललं व सुरीनं त्याची साल काढली. ती अखंड वर्तुळाकार साल त्यांनी सफाईनं काढली व त्याच्या फोडी करून आम्हांला दिल्या. तशी साल काढायचा प्रयत्न मी अनेकदा केला. पण जमलं नाही.

शिवाजी पार्कहून मी कॉलेजला चालत जात असे. टिळक ब्रिज उतरून हिंदू कॉलनीतल्या पहिल्या गल्लीतून नप्पू रोडवरून कॉलेजला जावं लागे. शिवाजीपार्क ते दादर टी.टी. बस होती व तिकीट फक्त एक आणा होतं. पण तेही दररोज परवडत नसे. कधी जेवण तयार असलं तर जेवून जायचं नाहीतर तसंच कॉलेजला जायचं. वाटेत एखादी मुलगी भेटली, तर पूल उतरल्यावर दोन आण्याची तीन केळी घ्यायची व ती खात खात कॉलेजला जायचं. कॉलेजात कँटीन होतं. पण मुली तिथं जात नसत. लेडिज रूमच्या बाहेरचा प्यून कोणाला काय हवं ते आणून द्यायचा. कधी कोणाकडे पैसे असले तर आम्ही कँटिनमधून इडली-सांबार आणायचो. आमच्या घरी कधी इडली सांबार झालं नाही. कॉलेजात पहिल्यानं ते खाल्लं.

कॉलेजात मी सर्व खेळांत उत्साहानं भाग घ्यायची. मला सिंगल्स, मिक्स डबल्स बक्षिसं मिळायची. मुली थोड्या असल्याने मला खूप बक्षिसं मिळायची.

एकदा वेलिंगकर म्हणाले, ''आपल्या मुलींनी इंटर कॉलेजिएट स्विमिंगमध्ये भाग घेतला पाहिजे.''

माझी त्यात निवड झाली. पण मला स्विमिंग येत नसल्याचं मी त्यांना सांगितलं. ते म्हणाले, ''ठीक आहे. जिमखान्यातून पैसे घे व मफतलाल तलावात शिकायला जा.''

मी काही वेळा गेले. पण दादरहून चर्नीरोडला सकाळी जायचं म्हणजे कंटाळा यायचा. त्यात मी सूर्यवंशी. सकाळी आठपर्यंत मी उठत नसे. त्यामुळे मी वेलिंगकरांना सांगितलं की, ''मला स्विमिंग जमायचं नाही. मी पैसे परत करते.''

ते म्हणाले, ''आता हिशेब झाला आहे. तू काही पैसे परत करू नकोस.''

कॉलेजचा एक वॉलपेपर होता. इंग्रजी, मराठी, हिंदी व गुजरातीमधून तो निघत असे. दर महिन्याला लेख भिंतीवर काचेच्या कपाटात लावायचे. मी नेहमी त्यात लिहीत असे. कॉलेजच्या लायब्ररीत तर मी वाचायचीच, पण चार आण्यात एका सर्क्युलेटिंग लायब्ररीत मी नाव घातलं. तिथून मी दररोज एक पुस्तक फस्त करीत असे. पण तिथं बहुतेक डिटेक्टिव्ह पुस्तकं असायची. बाबूराव अर्नाळकरांची पुस्तकंही मला आवडायची.

पहिल्या वर्षाची परीक्षा कॉलेजची असायची. दुसऱ्या वर्षाला इंटर म्हणायचे व ती परीक्षा युनिव्हर्सिटीची असायची. इंटर कॉमर्सचा रिझल्ट बहुधा तीस-पस्तीस टक्के लागायचा. खूपसे विद्यार्थी गळायचे. माझ्याबरोबरच्या खूपशा मुली गळाल्या. मला इंटरचं इकॉनॉमिक्सचं बक्षीस मिळालं व ज्युनिअर ला स्कॉलरशिपही मिळाली. ज्युनियरची परीक्षा पुन्हा कॉलेजचीच असायची. त्यामुळे फर्स्ट इअर व ज्युनिअर ही मजा करायची वर्षं असायची. मजा म्हणजे नप्पू गार्डनमध्ये एक आण्यात भलीमोठी सुकी भेळ खायची आणि पैसे असले तर सिनेमा पाहायचा.

त्या वेळी माटुंग्याला सेवादलाची मुलींची शाखा मी चालवत असे. त्यात मद्रासी मुली जास्त असायच्या. तेव्हा सर्व कॉलेजची मिळून स्टुडंट्स युनियन होती. मी त्यात होते व पुढे कार्यकारिणीतही गेले होते. त्याशिवाय दर पंधरा दिवसांनी सेवादलाची बौद्धिकं असायची. प्रभाकर पाध्ये, अशोक मेहता, राम जोशी यांची बौद्धिकं मी ऐकली होती. त्या वेळी समाजवादाचा पगडा सर्व विद्यार्थ्यांवर होता. त्याचं खूप आकर्षण वाटायचं. संघाची काही मुलं असायची. आम्ही नेहमी त्यांची थट्टा करायचो.

ज्युनिअरच्या वर्गाची मजा संपवून मी सिनिअर बी.कॉमला गेले. आता झटून अभ्यास करायला हवा होता. टंगळमंगळ चालणार नव्हती. माझं इकॉनॉमिक्स चांगलं असल्यानं मी स्पेशल विषय बँकिंग घेतला होता. वेलिंगकर, प्रो. पालेकर, प्रो. भाटवडेकर वगैरे आम्हांला बँकिंग शिकवायचे.

माझा चुलतभाऊ दिना ह्याला पण माझ्यासारखीच साहित्याची आवड होती. नवीन काही आलं तर तो मला सांगायचा, वाचायला द्यायचा. तो खालसा कॉलेजात होता. जून महिन्यात मी शिरोड्याहून मुंबईला आले. आल्या आल्या दिनाने मला 'सत्यकथे'चा ताजा अंक दाखवला. तो 'अभिरुचि', 'सत्यकथा' नेहमी वाचीत असे.

त्या महिन्यात 'सत्यकथे' मध्ये 'आजकालचे साहित्यिक' या मालेत गाडगीळांवर एक लेख होता. नवोदित लेखकांची ओळख त्या मालेतून होत असे. गंगाधर गाडगीळांवर लेख लिहिला होता सुप्रसिद्ध कवी बा. सी. मर्ढेकर यांनी. आम्ही दोघांनी तो लेख वाचला. त्यातलं शेवटचं वाक्य मला फार आवडलं — "एकच गोष्ट शेवटी गाडगीळांना सांगायची ती ही की, त्यांनी शंभर दीडशे कथा भराभर लिहून काढाव्या. त्या संपल्यावर आपोआपच उपऱ्या कल्पना नि अचपल भावना काळ्याठिक्कर पडतील. शब्दांची करवत बोथटेल. मनोव्यापारांचे घडवलेले साचे जुने होऊन मोडतील, जमवलेल्या आशयाचा भुसा होऊन जाईल. आणि अन्वयार्थापलीकडचे हे असे वाङ्मयातले वैभवशाली दैन्य एकदा आल्यावर मग—पण कलावंताच्या हिमतीची कुंडली कुणी मांडावी?"

दिना म्हणाला, "हा गाडगीळ मोठा लेखक होणार."

कॉलेज सुरू व्हायच्या वेळी दिना धावत आला व म्हणाला, "अगं, हा गाडगीळ तुझ्या कॉलेजात येणार इकॉनॉमिक्स शिकवायला."

मला खूप आनंद झाला. एक लेखक आपल्याला पाहायला मिळणार, इतकंच नव्हे तर तो आपल्याला शिकवणारही.

त्या अगोदर मी मालवणला असताना लेखकांपैकी फक्त खांडेकरांना पाहिलं होतं. वि. वा. पत्की हे आम्हांला मास्तर म्हणून कोल्हापूरहून आले होते. ते प्रो. ना. सी. फडके यांचे लेखनिक होते. त्यांनी आम्हांला वाङ्मयाची गोडी लावली. एकदा त्यांनी प्रो. फडके यांना मालवणला व्याख्यानासाठी आणलं होतं. थिएटरात तिकीट लावून त्यांचं व्याख्यान ठेवलं होतं. ते आपल्या पुस्तकावरच स्वाक्षरी देत असत. आईच्या मागे लागून मी त्यांचं 'प्रतिभासाधन' हे पुस्तक घेतलं व त्यावर त्यांची स्वाक्षरी घेतली. पत्कीसर म्हणाले, "फडके फुकट काही देत नाहीत. शब्दाला एक आणा घेतात लेखाचा."

आता हे लेखक असलेले गाडगीळ आपल्याला रोज केवळ पाहायलाच मिळणार नाहीत, तर शिकवणारदेखील!

दुसऱ्या दिवशी मी वेळेवर कॉलेजात गेले. बँकिंगचा तास होता. आम्ही मुली दोघीच — पुढच्या बाकावर बसत होतो. गाडगीळ तासावर आले. त्यांच्या हातात पुस्तक, नोट्स काहीच नव्हतं. वेलिंगकर नोटस् घेऊन येत असत. गाडगीळ आल्यावर आम्ही उठून उभे राहिलो. मी त्यांच्याकडे पाहते तो काय? एक मध्यम उंचीचा, थोडासा उजळ, कपाळाला कायम आठ्या घातलेला रुक्ष माणूस वर्गावर आलेला. मी मनात म्हटलं, हा कसला लेखक? लेखक कसा रुबाबदार असायला हवा — प्रो. फडक्यांच्या नायकासारखा. ओपन कॉलरचा शर्ट घातलेला, एका हातात टेनिसची रॅकेट, दुसऱ्या हातात सिगारेट असा ऐटीत वावरणारा.

सिगारेट मला आवडत नसे. पण एकंदर रोमँटिक माहोलात सिगरेट ही हवीच. ऐटबाज. बरं लेखक आहे, तर चार इकडच्या तिकडच्या गमतीदार गोष्टी तरी सांगाव्यात. वर्गात हशा पिकवावा. पण छे! वर्गात आल्याबरोबर त्यांनी विषयाला हात घातला. पंचेचाळीस मिनिटे फक्त इकॉनॉमिक्स! या रुक्ष प्रोफेसरावर मी नाराज झाले. त्यांच्या लेखकपणावरही काट मारली.

दुसऱ्या दिवशी दिना आला. तो म्हणाला, "कसे काय वाटले गाडगीळ?"

मी म्हटलं, "एकदम बंडल! लेखक वाटतच नाहीत. एकदम रुक्ष. मला आवडले नाहीत."

तो म्हणाला, "हे, मानसचित्रे. त्यांचं पुस्तक. वाच. मग ठरव."

तोपर्यंत गाडगीळांचं एकच पुस्तक प्रसिद्ध झालं होतं. मी ते वाचून काढलं. मला ते खूप निराळं वाटलं.

दुसऱ्या दिवशी ते वर्गात आले तेव्हा गाडगीळांकडे मी 'मानसचित्रे'कार म्हणून पाहिलं. तरीही फारसा परिणाम झाला नाही. अगदीच नीरस व रुक्ष गृहस्थ वाटला. नंतर त्यांच्या 'वाङ्मयशोभा', 'सत्यकथा', 'अभिरुचि' यांतील कथा वाचल्या व मत थोडं अनुकूल झालं. त्यांच्याशी साहित्यावर बोलावंसं वाटू लागलं.

अर्थात सुरुवातीला इकॉनॉमिक्सच्या डिफिकल्टी ही सबब होतीच. ते लायब्ररीत बसत असत. त्या क्युबिकलमध्ये गेले. त्यांनी कपाळाला आठ्या घालून प्रश्नार्थक मुद्रेने माझ्याकडे पाहिलं. मी सरळ बोलू लागले. इकॉनॉमिक्स गेलं उडत. सरळ त्यांच्या साहित्यावरच बोलू लागले. मी त्यांचं सर्व लेखन वाचलं आहे, हे ऐकून त्यांना थोडंसं बरं वाटलं.

मी तशी अगदीच वाईट नव्हते दिसायला. लांब ढोपरापर्यंत येणाऱ्या दोन वेण्या व चापून चोपून नेसलेली साडी यामुळे मी थोडी उठून दिसत असे. माझ्याकडे दोन-चारच साड्या होत्या. मी त्या गादीखाली ठेवून त्यांना इस्त्री करीत असे.

नंतर आमच्या अशा भेटी वारंवार होऊ लागल्या. हळूहळू कपाळावरच्या आठ्या कमी झाल्या. एकदा मी स्टाफरूममध्ये गेले असता गाडगीळ इतर प्रोफेसरांशी 'खो खो' हसत बोलताना पाहिलं. म्हटलं, यांना हसता येतं तर! आणि हसताना त्यांचा चेहरा बदलत असे. माझं त्यांच्याविषयी अनुकूल मत होऊ लागलं.

होता होता आमच्या कॉलेजातून बाहेर पडायच्या वेळा जुळायला लागल्या. योगायोग... दुसरं काय? मग आम्ही कधीमधी फिरायला जाऊ लागलो. चर्नी रोडवरून नरिमन पॉइंटपर्यंत जात असू. काय बोलत होतो आठवत नाही.

एकदा ते मला हॉटेलात घेऊन गेले. हॉटेलात जाणं वाईट, असं आमच्या मनावर बिंबवलं होतं. पण मी हो ना करत त्यांच्याबरोबर हॉटेलात गेले. एकदा त्यांनी मला सिनेमाला बोलावलं. तोपर्यंत मी कोणा परक्या पुरुषाबरोबर सिनेमाला गेले नव्हते. आम्ही दोघंही एकमेकांना आवडू लागलो. वारंवार फिरायला जाऊ लागलो.

एके दिवशी फिरायला गेलो असता गाडगीळ मला म्हणाले, "हे आता थांबवलं पाहिजे. यात काही अर्थ नाही. आमच्या घरात मी सर्वांत मोठाय. मला पाठीमागची आठ भावंडं आहेत. घरची परिस्थिती बरी नाही. वडिलांची वकिली आता चालत नाही. तेव्हा मलाच घराकडे पाहावं लागेल. माझ्या पगारात घरची जबाबदारी व लग्न करणं मला जमणार नाही. आपण आता यापुढे न भेटणंच इष्ट."

अर्थात माझ्याकडेदेखील तीच परिस्थिती होती. वडील नसताना आईनं मला इथपर्यंत शिक्षण दिलं होतं. माझीही सहा लहान भावंडं होती. शिकून नोकरी करून मी त्यांचं

शिक्षण करावं अशी माझी जबाबदारी होती व कुटुंबाकडून तशी अपेक्षाही होती. तेव्हा मलाही लग्न करणं जमणार नव्हतं. दोघांनीही यापुढे न भेटायचं ठरवलं.

त्यामुळे असं न भेटता काही दिवस गेले. मला तर गाडगीळ रोजच कॉलेजात दिसत होते. दोघंही बेचैन होतो.

१९४७ साली देशाला स्वातंत्र्य मिळालं होतं. निर्वासितांचे लोंढे येत होते. सेवादलातर्फे आम्ही निर्वासितांच्या कँपमध्ये काम करायला जात होतो. माझं मन मी त्या कामात बुडवलं. कल्याण कँपला मी जात होते. निर्वासितांचे कपडेलत्ते, जेवणखाण याकडे लक्ष द्यावं लागत होतं. या कल्याणच्या कँपमध्ये निर्वासितांच्या ज्या हकिकती ऐकायला व पाहायला मिळत होत्या त्यांमुळे पोटात अगदी ढवळून यायचं. ह्या लोकांची अशी परवड करणाऱ्यांबद्दल चीड यायची. आपलं घरदार, नातेवाईक यांना सोडून यावं लागलेल्या लोकांबद्दल दया वाटायची व हे प्रसंग त्यांच्यावर फाळणीनं लादल्याबद्दल राग यायचा. नकळत तेढ वाटायची. माझा बराच वेळ या कामात गुंतून जात असे. तरीही मला गाडगीळांना भेटायची ओढ होतीच. त्यांनाही तसंच वाटत होते. आम्ही पुन्हा अधून-मधून भेटायला लागलो. पुढं काय हे प्रश्नचिन्ह होतंच.

माझ्या मनाची तगमग मी कोणाला सांगू शकत नव्हते. पण कुठेतरी मन मोकळं करायला हवं होतं. माझी सर्व हकिकत मी पाटेकरबाईंना सांगून टाकली व त्यांचा सल्ला विचारला. बाई माझ्या फ्रेंड, फिलॉसॉफर, गाईड होत्या. त्यांनी व पाटेकर मास्तरांनी माझं म्हणणं ऐकून घेतलं. पाटेकरमास्तर म्हणाले, ‘‘वासंती, तू दोनचार दिवस थांब. गाडगीळ माझ्या शाळेच्या समोर राहतात. त्यांचा चुलतभाऊ माझा विद्यार्थी आहे. मी चौकशी करून त्यांच्या घरची माहिती काढतो व दोनचार दिवसांत तुला सांगतो.’’

चारसहा दिवसांनी त्यांनी मला गाडगीळांची माहिती सांगितली. ते म्हणाले, ‘‘त्यांची घरची स्थिती काही चांगली नाही. घरात पोरावडा आहे. आई नुकतीच वारली आहे. लहान भाऊ दोन अडीच वर्षांचा आहे. चार बहिणी लग्नाच्या आहेत. चार भावांचं शिक्षण व्हायचं आहे. वडिलांची वकिली चालत नाही. पण गाडगीळांचं पोष्टात खातं आहे.’’

तेव्हा गाडगीळांचा बँकांवर विश्वास नसावा. पोष्टात पैसे सुरक्षित. आंग्रेवाडीत वडिलांच्या नाईट स्कूलमध्ये ते कॉलेजात असल्यापासून रात्रीची नोकरी करत होते. शिवाय त्यांना स्कॉलरशिपही होती. सुरतेच्या कॉलेजात व ऑल इंडिया रेडिओत त्यांनी काही काळ नोकरी केली होती व घरच्या परिस्थितीत उपयोगी पडतील म्हणून चार पैसे पोष्टात ठेवले होते.

ह्या पोष्टाच्या खात्याशिवायची हकिकत मला माहीत होती. पाटेकरमास्तरांनी ही माहिती काढलीच, पण आणखीही माहिती काढली. पण ती मला सांगितली नाही.

त्यांच्या मतानुसार त्या घरात मला सुखशांती मिळणार नव्हती. वर्षाला दोन साड्या मिळाल्या तरी खूप झालं.

प्रतिकूल परिस्थितीत मन उलट्या बाजूने उसळी घेतं. मी त्यांना म्हटलं, "हरकत नाही. राहीन मी गरिबीत मीठ भाकर खाऊन."

हे खांडेकरी विचार, पण इतका त्यांचा माझ्यावर पगडा होता. खरं म्हणजे तोपर्यंत मी कधी भाकरीही खाल्ली नव्हती. आम्ही कोकणी माणसं भात खाणारी. शिवाय कपड्यांचा मला षोक होता.

गाडगीळांशी पुन्हा माझं बोलणं झालं. परिस्थितीनुसार सगळं काही सहन करायला मी तयार असल्याचं सांगितलं.

गाडगीळ म्हणाले, "तू शिवाजीपार्कला गॅस असलेल्या घरात राहतेस. स्टोव्ह-कोळसे तुला माहीत नाही. गिरगावात पाण्याची टंचाई आहे. नीट विचार कर."

मामाकडे बाँबे गॅस कंपनीचा पाईपलाईनचा गॅस होता. शिवाय पाणी चोवीस तास. पाणी काही भरून ठेवायला लागायचं नाही. जमवून घेणं फार अवघड होतं. तरी मी माझ्या निश्चयावर ठाम होते.

त्यानंतर एक दिवस पाटेकरबाई व मास्तर मामांकडे आले. त्यांना सर्व हकिकत सांगितली. मामांनाही मी त्या कुटुंबाची जबाबदारी घेऊ नये असं वाटत होतं. इतक्या माणसांचं गाडगीळांच्या पगारात निभावण्यासारखं नव्हतं. माझी काहीच हौसमौज होणार नाही. शिवाय ते ब्राह्मण, मी सारस्वत. खाणं जेवणं राहणी अगदी निराळी. मी भात-मासे खाऊ. त्यांच्या घरी सकाळी कांदा–लसूणही चालायचं नाही. जागा लहान, माणसं जास्त. त्या घरी मी सुखी होणार नाही, असं मामाला वाटलं.

पाटेकरमास्तर म्हणाले, "मुलगा होतकरू आहे. शिवाय लेखक आहे. वय आहे चोवीस वर्षांचं. धडपड्या आहे. करील काहीतरी."

मी माझ्या विचारावर ठाम होते. अखेर आईनंही संमती दिली. ती म्हणाली, "तुझा हट्टच आहे, तर कर लग्न त्याच्याशी. पण नंतर तुझ्या नशिबाची तू. उद्या काही झालं तर मागे मात्र यायचं नाही. सर्व बऱ्यावाईटाची जबाबदारी तुझी."

मागचा पुढचा विचार न करता मी माझ्या निश्चयावर ठाम होते. मामानं गाडगीळांना घरी बोलावलं. त्यांची चौकशी केली. गाडगीळ मलाही त्यांच्या घरी घेऊन गेले. त्यांच्याकडे मी 'इत्तर जातीची' म्हणून कोणाला पसंत नव्हते. माझी मोठी नणंद मला पाहून म्हणाली, "हिचं आपल्याकडे जमायचं नाही."

शिवाय सगळ्या बहिणींच्या लग्नात हे 'इत्तर जातीचं' प्रकरण आड येईल अशी त्यांना भीती होती.

त्यांचं घर पाहून मलाही माझ्या विचारांची शंका येऊ लागली. आपण त्यांना पसंत

नसताना आपला इथं कसा निभाव लागेल?

गाडगीळ म्हणाले, "आपण निराळं घर करू. लहानसं. मी कष्ट करून पैसा मिळवीन. भावंडांचं सर्व करीन."

गाडगीळांनी यावर खूप विचार केला होता. मोठा भाऊ म्हणून आपली जबाबदारी ते टाळणार नव्हते. पण दुसऱ्या घरातून आणलेल्या मुलीला सुखात ठेवण्याचीही त्यांची जबाबदारी होती. ही प्रचंड जबाबदारी ते कशी पार पाडणार होते?

आम्ही शिवाजी पार्कला दोन खोल्यांचं घर पाहिलं होतं. आठ दिवसांनी पागडी देतो असं घरमालकाला सांगून टाकलं. आठ दिवसांनी आम्ही पागडी द्यायला गेलो तर मालक म्हणाले, "तुमच्या मामांनी घर नको सांगितलं. तेव्हा मी ते दुसऱ्याला दिलं."

आम्हांला खूप राग आला. कोणी सांगितलं होतं मामाला नसत्या उठाठेवी करायला? तेव्हा मामा म्हणाला, "तुम्ही निराळं बिऱ्हाड केलं तर घर मोडल्याचं पाप मला लागेल. गाडगीळांच्या भावंडांचा शाप लागेल. म्हणून मी तसं केलं."

त्या वेळी ते घर घेतलं असतं तर पुढचं रामायण तरी टळलं असतं. खरं म्हणजे गाडगीळांनी दोन्ही बाजूंचा विचार करून निराळं बिऱ्हाड करायचा निर्णय घेतला होता. त्यांना सदा त्याग करणारा य. गो. जोशांचा दादा व्हायचं नव्हतं. भावंडांचं करता करता आपण फाटक्यातुटक्या कपड्यांत राहायचं. बायकोलाही श्रम करायला लावायचं व भावंडांचं करून झाल्यावर त्यांनी लाथ मारायची असा दादा त्यांना व्हायचं नव्हतं. आपलंही आयुष्य सुरळीत चालवायचं व भावंडांचंही करायचं असा त्यांचा विचार होता. अर्थात ही गोष्ट फार कठीण होती. ते म्हणायचे, "माझे तारुण्याचे दिवस काही परत येणार नाहीत. मी माझं आयुष्य तर जगेनच, पण कुटुंबाचीही व्यवस्था नीट करीन."

माझी बी. कॉमची परीक्षा झाली. माझं अभ्यासावर लक्ष नव्हतं. मी कसं काय जुळवून घेणार याचाच विचार डोक्यात चालत असे. मी शिरोड्याला गेले एप्रिल महिन्यात. मला गाडगीळ पत्र पाठवायचे. पण गावातल्या लोकांना माझ्या प्रेमप्रकरणाची माहिती लागली होती. ते माझी पत्रं फोडून वाचत. खेडेगावात दुसऱ्याची पत्रं फोडून वाचणं हा आपला हक्कच आहे असं लोकांना वाटे. पूर्वी आजीबायनं आईला पाठवलेलं पत्रही असंच फोडून वाचलं गेलं होतं.

शेवटी व्हायचं तेच झालं. बी. कॉमला मी नापास झाले. नंतर ऑक्टोबरला परीक्षेला मुंबईला आले. तेव्हा पुन्हा आमच्या भेटी होऊ लागल्या.

❖❖

३.

बारा डिसेंबर ही लग्नाची तारीख ठरली. लग्न नोंदणी पद्धतीनं करायचं ठरलं. गाडगीळांचा होमहवनावर विश्वास नव्हता. कायदेशीर पतीपत्नी ठरावं म्हणून रजिस्टर्ड लग्न.

आमच्या बाजूने कोणाच्या नावाने लग्नपत्रिका काढायची याचा विचारविनिमय चालू झाला. मध्ये आमच्या इस्टेटीच्या वाटण्या झाल्या होत्या व काका आईच्या विरुद्ध होते. वडील गेल्याला सातआठ वर्षं झाली होती. घरातलं सोनंनाणं, पैसेअडके यांना पाय फुटले होते. ज्यांना जमेल त्यांनी पैसे-दागिने हडपले. पण जमीनजुमला, घर, शेत यांना पाय फुटू शकत नव्हते. दोन मोठ्या बागा, काही शेती, गोव्याचं मोठं घर एवढं आईच्या वाट्याला आलं होतं. तेही भांडणतंटा करून. त्यामुळे काका पत्रिका काढणार नाही हे निश्चित. शिवाय त्यांना हे माझे थेर पसंत नव्हते. मामा हा तर काकांचा जावईच. त्यामुळे तोही पत्रिका काढायला राजी नव्हता. सासऱ्याच्या विरुद्ध जायला तो तयार नव्हता. मामीही लग्नाला अनुकूल नव्हती. त्यामुळे ती सरळ गोव्याला माहेरी निघून गेली होती. तेव्हा आजोबांच्या नावे पत्रिका काढायचं मी ठरवलं. हा निर्णय मोठा धाडसीच होता.

मी गाडगीळांशी लग्न ठरवलं, ही बातमी शिरोड्याला पोचली होती. वासंतीनं भटाशी लग्न ठरवलं! हे अघटितच होतं. आधी स्वत:चं लग्न स्वत:च ठरवणं आणि त्यातही भटाबरोबर, हे सर्व गावाला नवीन होतं.

दक्षिण कोकणातील गावांत ब्राह्मण फारसे नव्हतेच. आणि होते ते भिक्षूक होते. उत्तर कोकणासारखे खोत-जमीनदार नव्हते. पूजाअर्चा, एकादष्ण्या, लग्नकार्य, अंत्यसंस्कार, श्राद्ध वगैरे करण्यासाठी ब्राह्मण लागायचे. कोकणात ब्राह्मणांना भट म्हणत व सारस्वतांना बामण! गावातले दामोदर भटजी आम्हांला माहीत. पंचा नेसलेले, कळकट तुंदिलतनू असे ते होते. याच्यापलीकडे कोणी भट असू शकतो हे माझ्या भावंडांना माहीत नव्हतं. त्यामुळे मी भटाबरोबर लग्न ठरवलं हे जेव्हा गावात कळलं

तेव्हा माझ्या भावंडांना त्यांच्या शाळेतली मुलं, 'भट तुमचा भावोजी' असं चिडवू लागले. ती बिचारी रडकुंडीला यायची. नाराज व्हायची.

गाडगीळ लेखक आहेत, कॉलेजात प्रोफेसर आहेत याची कोणाला किंमत नव्हती. ते भट आहेत एवढंच त्यांना माहीत होतं. बहुधा दामूभटजींचे भाईबंद असतील, असं त्यांना वाटत असे. माझ्या धाकट्या बहिणी तर नाराज होत्या. मुंबईला लग्नाला यायला पण त्या तयार नव्हत्या. त्यांना वाटायचं सगळे 'बामण' काय मेले काय, तर हिला हा भटच सापडला!

पाटेकरबाईंच्या मध्यस्थीनं माझं लग्न ठरलं. आई व भावंडं मुंबईला लग्नासाठी आली. लग्नाच्या बाबतीत जरी मी ठाम होते तरी मनातून धाकधूक वाटत होती. गाडगीळांच्या घरात माझा निभाव लागेल का? खाणं, जेवणं, राहणी अगदी निराळी. पैशाची चणचण. हे शिवधनुष्य मला झेपेल का? की यापासून मी पळून जाईन? एकदा माझ्या मनाने मी लग्न केलं की माहेरची वाट बंदच. कुठल्या तोंडानं कुणाजवळ बऱ्यावाईटाच्या गोष्टी करणार? पण मी जिद्दी होते. कसंही करून लग्न यशस्वी करून दाखवीनच. कितीही त्रास झाला तरी मागे वळणार नाही.

विचार करकरून मला ताप आला व माझी वाचाच गेली. डॉक्टर आले, त्यांनी औषधं दिली. ते म्हणाले, "हिच्या मनावर बराच ताण आहे. शॉक बसला आहे. म्हणून हिची वाचा गेली आहे. दोन-चार दिवसांत सगळं ठीक होईल."

माझ्या आजारपणाची हकिकत गाडगीळांना कळली व ते मला बघायला मामाकडे शिवाजी पार्कला आले. चहापाणी झालं. मला काही बोलताच येत नव्हतं. लग्नाचा दिवस उद्यावर येऊन ठेपला होता. एवढ्यात माझी धाकटी बहीण मंदा कुतूहलापोटी पडद्यामागून ह्या भटाला पाहू लागली. ती एकदम ओरडली, "अरे, हा तर माणसासारखा दिसतो. चांगला शर्ट पँट घातलेला. हा 'भट' कसा असेल."

त्यामुळे लग्नाला यायला ती तयार झाली.

लग्नाच्या दिवशीही माझी वाचा गेलेलीच होती. लग्न रजिस्टर्ड होतं. वागळे हॉलमध्ये. हा हॉल गाडगीळांच्या घरासमोरच होता. रजिस्ट्रारला पैसे देऊन हॉलमध्ये आणलं होतं. आम्ही दोघांनी त्यावर सह्या केल्या. साक्षीदार दोन होते, एक माझे सासरे व दुसरे माझे मामा.

पण सह्या झाल्यावर आम्ही स्टेजवर न बसता खालीच एका बाजूला बसलो. वधुवरांना स्टेजवर भेटायचं हे गाडगीळांना पसंत नव्हतं. मी मुकीच. धडधडत्या काळजाने सर्व पाहत होते.

लग्न काही थाटामाटात झालं नाही. सनई होती. आइस्क्रीम होतं. गावाहून आणलेली भेंडांची सुरेख फुलं व अत्तर एवढाच समारंभ. पण दाराबाहेर नारळाच्या गोण्या होत्या.

सर्वांना जाताना नारळ दिले. आम्ही कोकणी ना!

ते रेशनिंगचे दिवस होते. पंचवीस माणसांपेक्षा जास्त लोकांना जेवू घालायची बंदी होती. त्यामुळे मुलाकडचे लोक गाडगीळांच्या घरी जेवले व मुलीकडचे मामाच्या घरी. एकत्र जेवणावळ झालीच नाही. मग घास देणं वगैरे प्रकार झालेच नाहीत. गाडगीळांची मंडळी व त्यांचे काही स्नेही एवढाच गोतावळा होता. माझ्याबरोबर माझी बहीण होती. मी घरात एका कोपऱ्यात कानकोंडी होऊन उभी होते. मला कोणी काही विचारलंच नाही. थोड्या वेळानं गाडगीळांच्या मामींच्या लक्षात हा प्रकार आला व त्यांनी आम्हां दोघींना जेवायला बसवलं. माझ्या डोळ्यांतून घळाघळा पाणी येत होतं. आपली कोणी चौकशीही करीत नाही, तिथं आपलं कसं होणार? पण हे लग्न काही झालं तरी मी यशस्वी करणारच असा पुन्हा माझा निर्धार झाला. त्याची बरीवाईट फळं मी भोगली.

जेवणाचं जे झालं तेच इतर बाबतीत झालं. गाडगीळ म्हणाले, "तुमच्या माणसांना तुम्ही द्या. आमच्या माणसांना आम्ही बघू."

गाडगीळांनी आपल्याला, आपल्या भावंडांना व वडिलांना क्रीम कलरचे कपडे केले होते. युनिफॉर्मच म्हणा ना!

बहिणींना कपड्यांसाठी पैसे दिले होते. त्या चौघींनी आपल्या साड्या घेतल्या. पण मला साधी साडीही घ्यायची कोणाला आठवण झाली नाही. मग शालू कुठला? पण मी माझ्याकरिता एक चॉकलेटी बनारसी शालू घेतला होता, दारावरचा चक्क ९० रुपयांचा. तो शालू आज अठ्ठावन्न वर्षं माझ्याकडे आहे. त्याची जर अजून छान आहे. आमच्या लग्नाच्या ५० व्या वाढदिवसाला मी तो नेसले होते.

अशी ही लग्नाची गोष्ट!

गाडगीळांनी घराला पार्टिशन घालून खोल्या वाढवल्या होत्या. बाहेरच्या खोलीला अर्ध पार्टिशन घातलं होतं. दारालगतचा अर्धा भाग सासऱ्यांचं ऑफिस व बाकीचा अर्धा भाग आमची बेडरूम. हे पार्टिशन हवा, उजेड यावा म्हणून वरून अर्धंच होतं. त्याला एक दरवाजा होता. ह्या खोलीत एक लोखंडी खाट होती. एका बाजूला गोदरेजचं कपाट होतं. पुढे एक छोटं लिहायचं टेबल होतं व एक फोल्डिंगची 'सुंदर'ची खुर्ची होती. एका स्टुलावर छोटा टेबलफॅनही होता.

माझ्या लग्नाच्या वेळी आईनं एक शहाणपणाची गोष्ट केली होती. मामाच्याकडे मी अनेक वर्षं राहिले होते. त्याचे पैसे आम्ही मामाला देतच होतो. पण लग्नाच्या वेळी आईनं आणखी काही पैसे मामाला दिले. मला मामाच्या उपकारातून सोडवण्यासाठी. म्हणजे पुढंमागं त्यांच्या अडचणीला मला त्यांनी बोलवू नये आणि माझ्यावर उपकाराचा बोजा ठेवू नये... यासाठी.

गिरगावात आमचे काही नातेवाईक होते. आईनं त्यांना सांगितलं की, "तुम्ही कधीमधी वासंतीला मासे खाऊ घाला."

मला हे काहीच माहिती नव्हतं. दुपारी माझा वेळ जात नसे. म्हणून मी एका दोघा नातेवाईकांकडे अधूनमधून जात असे. एकदा एकानं मला म्हटलं, "आज मासे नाहीत."

मला एकदम धक्काच बसला. म्हणजे मी मासे खायलाच यांच्याकडे येते असं त्यांना वाटतं की काय ? मी एकदम त्यांच्याकडे जाणं बंद केलं.

पण दुसरे एक लांबचे नातेवाईक नारायण नाईक अनपेक्षितपणे माझ्या उपयोगी पडले. मला आपल्या घरी बोलावून आग्रहानं जेवूखाऊ घालू लागले. मला हवी ती गोष्ट आणून देऊ लागले. अगदी केरोसीन, तांदूळ, साखर यांसारखे दुर्मीळ जिन्नसदेखील. त्या वेळी ह्या वस्तूंचं रेशनिंग होतं व ते कधी दृष्टीसही पडत नसत.

आम्ही नागपाड्याला राहायला गेल्यावरसुद्धा ते मला ताजे मासे आणून द्यायचे. त्यांची ही मदत मला अनपेक्षित होती व त्याबद्दल मी कृतज्ञ होते. खोताच्या वाडीत एका खोलीत त्यांचा संसार होता. त्यांची तिन्ही मुलं चांगली शिकली. मुलांच्या शिक्षणासाठी त्यांनी अपार कष्ट केले. मुलांनीही त्या कष्टाची बूज राखली. दोन मुली डॉक्टर झाल्या व मुलगा आय. आय. टी. मध्ये इंजिनीअर झाला. पुढं त्यांच्या पश्चात त्यांच्या मुलांना घरं घेण्यासाठी मी आर्थिक मदत केली व त्यांच्या ऋणातून अंशत: मुक्त झाले. पुढं त्या मुलांनी माझे पैसे परतही केले.

आमचं लग्न व्हायच्या अगोदर ऑक्टोबर महिन्यात दुसऱ्या टर्मला गाडगीळांनी पोदार कॉलेज सोडलं होतं. डॉ. मुरंजनांनी त्यांना सिडनहॅम कॉलेजात बोलावून घेतलं. कदाचित आमची गाठ पडावी म्हणूनच गाडगीळांनी पोदार कॉलेजात नोकरी धरली असावी.

सिडनहॅम कॉलेज तेव्हा बोरीबंदरला होतं. छान टुमदार बिल्डिंग आणि मोठं आवार. सकाळी दहा ते दुपारी एक-दीडपर्यंत कॉलेज होतं. त्यामुळे ते घरी असत व संध्याकाळचा वेळ त्यांना मोकळा असे. आम्ही कधी फिरायला तर कधी सिनेमाला जायचो. मी दुपारी कुठेही गेले तरी एक वाजेपर्यंत घरी त्यांची वाट पाहत थांबत असे.

सिडनहॅम कॉलेजमध्ये गेल्यावर त्यांनी पोदार कॉलेजच्या मराठी वाङ्मय मंडळात एक व्याख्यान दिलं. विषय होता मराठी साहित्य. पोदार कॉलेजचं वाङ्मय मंडळ छोटं. तिथं गाडगीळांच्या व्याख्यानाला बाहेरचे कोण येणार ? पण नेमका एक पत्रकार उगवला. दुसऱ्या दिवशी 'नवशक्ति' मध्ये पहिल्या पानावर मोठा मथळा देऊन गाडगीळांचं व्याख्यान छापून आलं. 'नवशक्ति' च्या बातमीचा मथळा भडक होता — फडके, खांडेकर व सानेगुरुजी हे सामान्य लेखक आहेत, असं गाडगीळ म्हणतात.

झालं ! मग गाडगीळांवर उलटसुलट खूप टीका झाली. सगळीकडून गाडगीळांवर

लोकांनी झोड उठवली. अशा प्रकारची टीका होईल असं त्यांना वाटलं नव्हतं. त्या आधी फडके-अत्रे वाद 'नवयुग' - 'झंकार' मधून झाला होता. पण नवोदित लेखकावर लोक असे तुटून पडतील असं वाटलं नव्हतं. गाडगीळांची तेव्हा दोनच पुस्तकं प्रसिद्ध झाली होती. 'मानसचित्रे' आणि 'कडू आणि गोड.' तसे ते 'सत्यकथे'तून व 'अभिरुचि'तून नव्या जोमानं लिहीत होते.

आमचं नुकतंच लग्न झालं होतं. ती टीका वाचून मला फार वाईट वाटायचं. गाडगीळांची फडके, खांडेकर व सानेगुरुजी यांवरची टीका मला आवडली नव्हती. फडक्यांच्या ललित भाषेवर व स्वप्नरंजनावर मी खूष होते. मला त्यांची ओघवती भाषा आवडायची. खांडेकर तर आमच्या जवळचे. त्यांची ध्येयपूर्ण व समाजवादी विचारसरणीची पुस्तकं मला आवडत असत. त्यांची पुस्तकं वाचून आपणही समाजासाठी काहीतरी करावं असं मला वाटत असे. मी भारून जात असे. भाषा थोडी अलंकारिक व कृत्रिम वाटत असे, पण मनावर परिणाम करणारी होती. सानेगुरुजी म्हणजे सेवादलाचं आमचं दैवतच होते. त्यांच्यावरची गाडगीळांची टीका मलाही आवडली नाही. तसंच अत्रे, फडके वगैरेंची गाडगीळांवरची टीकाही मला पटत नसे. माझं हे मत मी गाडगीळांना त्या वेळी सांगितलं नव्हतं. मला तेवढा अधिकार नव्हता. साहित्याची समज नव्हती. मला वाटायचं की, जास्तीत जास्त लोकांना वाचनाची आवड निर्माण झाली पाहिजे. भले ते फडके, खांडेकर, सानेगुरुजी नाहीतर बाबूराव अर्नाळकरही असोत. एकदा ते वाचते झाले की बरं वाईट काय ते तेच ठरवतील. एकदम उच्च साहित्य वाचणं त्यांना समजणार नाही. वाचनाची गोडी लागणं महत्त्वाचं. ह्या सर्व लेखकांनी लोकांना वाचनाची गोडी लावली, वाचक निर्माण केले.

माझं हे मत कदाचित अपरिपक्व असेल. म्हणून मी त्यांना ह्या विषयावर काही बोलले नाही. त्यांना घाबरत होते म्हणून नव्हे. मी वादविवादाला किंवा भांडणाला घाबरत नसे. तशी आमची खूप भांडणं व्हायची.

कांदेवाडीत नेमाणी बिल्डिंगमध्ये गाडगीळांचं कुटुंब राहत होतं. तळमजल्यावर एक हॉटेल होतं. पहिल्या मजल्यावर एक गुजराती कुटुंब राहत होतं. तिसऱ्या मजल्यावर बहुधा कोणी सारस्वत राहत असावा. एका मजल्यावर एक कुटुंब. मोठमोठ्या तीन खोल्या होत्या व एक मोठी खोली बाजूला होती. त्यात बाथरूम व संडास होता. दिवसभराचं पाणी भरून ठेवायची मोठी मोठी पिंपंही ह्याच खोलीत असायची. सगळ्या खोल्यांत पार्टिशनं घातली होती. वारा, हवा, उजेड यावा म्हणून ती पार्टिशनं अर्धीच होती. वरपर्यंत नव्हती. आमच्या वाट्याला बाहेरची अर्धी खोली होती. मी त्यात बसून असायची.

पहिल्या दिवशीच घरातला रागरंग कळला होता. मी अगदी धास्तावून गेले होते.

त्यातच त्यांनी मला, आमच्याबरोबर जेवू नकोस असं बजावलं होतं. घरातलं पहाटे पाणी भरण्याचं काम गाडगीळ करत असत. खाली हॉटेल होतं व पहिल्या मजल्यावरचे गुजराती अगदी वाट्या -फुलपात्रं भरून ठेवायचे. त्यामुळे सकाळी सकाळी पाणी भरताना 'खाली नळ बंद करा' हा धोशा लावावा लागे.

जेवणात फार वैविध्य नसायचं. दररोज डाळीची आमटी, ती बहुधा खाली डाळ वर पाणी अशी असायची. भाजीत गूळ असायचा व ती गोड्या तेलात करायचे. आम्ही स्वयंपाकात खोबरेल तेल वापरायचो. त्यामुळे गोड्या तेलाचा मला वास यायचा. गूळ घातलेली भाजी मला जात नसे. पण सासरे कोशिंबीर करायचे. ती तेवढी आवडत असे. चहापाणी स्टोव्हवर व्हायचं. स्वयंपाक कोळशावर व्हायचा. कारण पुरेसं केरोसिन मिळायचं नाही. सकाळच्या जेवणात भात नसे. फक्त पोळ्याच असत व रात्रीच्या जेवणात फक्त भात असे. पोळ्या भाजायचं काम माझ्यावर असे. मला ओट्यात बसून कोळशाच्या शेगडीवर पोळ्या करता येत नसत. शिवाय मी कधी पोळ्या केल्याच नव्हत्या.

दुपारी नुसतीच पोळी मला खाववत नसे. रात्री भात खायची पण पाणचट आमटी आवडत नसे. त्यामुळे जेवण म्हणजे नुसतं पानावर बसून उठणं. शिवाय एकटं जेवणं मला कठीण जायचं. त्यांना 'इत्तर जातीची' मुलगी पंगतीत घ्यायची पटत नसे.

बाहेर गाडगीळांवरचा टीकेचा वर्षाव, घरातली ही स्थिती... त्यामुळे माझा कोंडमारा व्हायचा. चहा वगैरे मी घेत नसे. पण घेतलाच तर चहाबरोबर काहीतरी खाणं लागत असे. ह्या दोन्ही गोष्टींमुळे मी आजारी पडत असे. एकदा तर डॉक्टरकडून येताना मला रस्त्यात चक्कर आली.

गाडगीळांच्या कुटुंबात माझं फारसं स्वागत झालं नाही. पण त्यांनी मला अगदी वाळीतही टाकलं नाही. तसं फारशी जवळीकही दाखवली नाही.

आमच्या लग्नाला कुटुंबातील काही माणसं आली नव्हती... निषेध दर्शवायला. लग्नादिवशी मी खूपच मानसिक तणावाखाली होते. मला बोलताही येत नव्हतं. त्यामुळे भोवताली काय घडतं आहे, कोण कोण आलं-गेलं याकडे माझं लक्ष नव्हतं. मला त्या वेळी नातेवाईकांची ओळखही कोणी करून दिली नव्हती. पण गाडगीळांचे मामा-मामी आले होते, हे नक्की आठवतं. मामींनीच मला धीर दिला व जेवायला बसवलं. मामींनी मला नेहमीच आपुलकीनं वागवलं. त्यांच्या घरी आंग्रेवाडीत त्या मला बोलवत असत व इतर चारचौघाचं जसं स्वागत व्हायचं तसंच माझंही व्हायचं. त्यांना मूलबाळ नव्हतं. तरी अभिजितचं नाव मी त्यांच्या हस्ते ठेवलं.

गाडगीळांचे मामा आंग्रेवाडीत कोकणस्थांच्या बालेकिल्ल्यात राहत होते. आंग्रेवाडी ही कोकणासारखीच होती. पायवाटा, नारळीची झाडं, एक विहीर व कौलारू घरं...

अशी आंग्रेवाडी त्या वेळी होती.

गाडगीळांच्या आईला, मावशीला व मामांना त्यांच्या मावशीनं लहानाचं मोठं केलं होतं. आंग्रेवाडीतील घर त्यांचंच — सीताआत्येचं. त्यांना सीतामावशी न म्हणता सीतात्या का म्हणत असत हे मला माहीत नाही. सीतात्येनं तिन्ही मुलांची लग्नं लावून दिली होती. गाडगीळांचे वडील तेव्हा तिशीतील, म्हणजे त्या काळाच्या मानानं मोठे होते. पण त्यांची वकिली त्या वेळी फार चांगली चालली होती. मावशींना माटुंग्याला डॉ. जोगळेकरांकडे दुसऱ्यापणाला दिली होती. ते कुटुंबही सुखवस्तू होतं. त्यांनी एकदाच मला माटुंग्याला आपल्या घरी बोलावलं होतं. एका कोठीच्या खोलीत नेऊन त्यांनी मला तांदळाच्या गोणी दाखवल्या होत्या, पण माझी ओटी काही भरली नव्हती. लग्नाला त्या आल्या नव्हत्या. मामाचंही बरं चाललं असावं. सीतात्येना मूलबाळ नव्हतं. मामांनाच त्यांनी मुलासारखं वाढवलं. कोकणात नेवऱ्याला त्यांचं घर व थोडा जमीनजुमला होता. बहुतेक त्या नेवऱ्यालाच राहत असत व अधूनमधून मुंबईला आंग्रेवाडीत येत असत. कोकणातली इस्टेट व आंग्रेवाडीतलं घर त्यांनी मामांना दिलं होतं. मामांनाही मूलबाळ झालं नाही.

एकदा त्या अशाच मुंबईला आल्या होत्या. पहिला नातू म्हणून त्यांचं गाडगीळांवर फार प्रेम होतं. गाडगीळांचं लग्न झाल्यावर त्यांनी मला कुतूहलापोटी घरी बोलावलं. मी आंग्रेवाडीत मामींकडे गेले. मी कधीही आंग्रेवाडीत गेले की तिथले लोक मला न्याहाळून पाहत असत. दोन लांब वेण्या घातलेली मुलगी त्यांच्या कुतूहलाचा विषय असे. शिवाय गाडगीळांचं बरंचसं बालपण आंग्रेवाडीत गेलं होतं. ते आईबरोबर नेहमी तिच्या माहेरी जात असत.

मी धास्तावलेल्या मनःस्थितीत आंग्रेवाडीत सीतात्येला भेटायला गेले. बरोबर फळं घेऊन गेले. माझ्या हातचं त्या खातील की नाही याची मला खात्री नव्हती. त्यांनी मला दूर पडवीत बसवलं. थोडीफार चौकशी केली व जाड्याशा कपात मला चहा दिला. तेव्हा मी चहा घेत नसे. तो कप वेगळा, बाहेरच्या बाजूला ठेवलेला होता. कप जाड काचेचा होता व बहुधा बाहेरच्या नोकरांकरिता ठेवलेला होता. तो कप मलाच विसळून पुन्हा बाहेर ठेवायला सांगितलं. माझ्या हातावर कुंकू टाकलं. मला काही दिलं घेतलं नाही.

काही वर्षांनी आम्ही अमेरिकेहून आलो तेव्हा त्यांनी मला पुन्हा आंग्रेवाडीत भेटायला बोलावलं. त्या वेळी आम्ही नागपाड्याला राहत होतो. त्यावेळपर्यंत गाडगीळांचं नाव झालं होतं. पेपरात त्यांचं नाव नेहमी येत असे. याचा त्यांना अभिमानही वाटत होता. या वेळी त्यांचं माझ्याबद्दल थोडसं मतपरिवर्तन झालं होतं. त्यांनी मला सांगितलं, "तुझ्या हातचं खाईन मी."

मी पुन्हा गेले. त्यांच्याकरिता काय न्यावं ते कळत नव्हतं. तेव्हा आम्ही नुकताच

फ्रीज घेतला होता. त्या वेळी कोणाकडे फारसे फ्रीज नव्हते. मी फ्रूटसॅलड केलं निर्लेप म्हणून. त्यांनी ते फ्रूट सॅलड खाल्लं व त्यांना ते गारगार फ्रूट सॅलड आवडलंही. घरी जाताना त्या मला म्हणाल्या, "गंगाधरला मला पाचशे रुपये द्यायला सांग."

त्या वेळचे — १९५८ सालचे — पाचशे रुपये आजच्या पाच हजार रुपयांपेक्षाही जास्त होते. मी गाडगीळांना सीतात्येंचा निरोप सांगितला. गाडगीळ म्हणाले, "बँकेतून पाचशे रुपये काढून तिला नेऊन दे."

दुसऱ्या दिवशी मी त्यांना बँकेतून पैसे काढून पाचशे रुपये दिले. त्यांनी ते आपल्या कनवटीला लावले. मला चहापाणी दिलं. घरातच बसवलं. या वेळी कप चांगला होता त्यांच्या वापरातला. कुंकू मामींना लावायला सांगितलं. मी घरी जायला निघाले तेव्हा त्यांनी मला ते कनवटीचे पैसे काढून दिले. म्हणाल्या, "मी गंगाधरची परीक्षा पाहिली. त्याला दानत आहे. तुम्हांला माझा आशीर्वाद आहे. तुमचं सगळं चांगलंच होईल. गंगाधरकरता मी काही पैसे ठेवणार आहे."

पुढे काही वर्षांनी त्या वारल्या.

गाडगीळांच्या मामी दिसायला सुरेख होत्या. त्या नीटनेटक्या व टापटिपीने राहत होत्या. मी कधी गेले की त्या मला नेहमी काहीतरी खास खाण्याचा जिन्नस कौतुकानं द्यायच्या. मामा मागेच वारले होते. मामींनी त्यांच्या नात्यातल्या एका मुलाला आपल्या घरी ठेवलं होतं.

काही वर्षांनी मामींना ब्रेस्ट कॅन्सर झाला. टाटा हॉस्पिटलमध्ये सारखे उपचार चालूच होते. म्हणायच्या, "मला स्वच्छतेची आवड, कुठून झाला हा रोग मला?"

शेवटच्या काही दिवसांत मी त्यांना भेटायला गेले, तेव्हा मला त्या म्हणाल्या, "गंगाधरला पाठवून दे."

गाडगीळांना मी त्यांचा निरोप सांगितला. ते मामींना भेटायला त्यांच्या नव्या घरी गेले. मध्यंतरी आंग्रेवाडीतलं त्यांचं बैठं घर पाडून त्यांना ब्लॉक दिला होता समोरच्या बिल्डिंगमध्ये. गाडगीळ मामींना भेटले व त्यांना काही पैसे देऊ केले. कारण त्यांच्या आजारावरील उपाय खर्चिक होते. त्या म्हणाल्या, "तू काही मला देऊ नकोस. सीतात्येनं तुला ठेवलेले पैसे माझ्याकडे आहेत. मीच तुला पैसे देईन."

त्या वारल्याचं पोस्टकार्ड त्यांच्याकडे राहणाऱ्या माणसानं आम्हांला तब्बल महिन्यानं पाठवलं मुंबईतल्या मुंबईत. मामीही आता नव्हत्या. गाडगीळ गेले असते तर पैसे मागायला आले असा अर्थ निघाला असता. गाडगीळांना त्या पैशांत रस नव्हता आणि त्या बाबतीत भांडणतंटा तर ते मुळीच करणार नव्हते. असं हे प्रेमाचं कौटुंबिक नातं तिथंच संपलं.

गाडगीळांच्या वडिलांचे चुलत भाऊ रामभाऊ गाडगीळ हेही आंग्रेवाडीत राहत

होते. सरदार बिवलकरांकडे ते कारभारी होते. आंग्रेवाडीचा कारभार ते पाहत असत. शेवटी ते एकटेच एका लहानशा जागेत राहत होते. बहुधा सरदार बिवलकरांनी ती जागा त्यांना दिली असावी. आमच्या लग्नाला अर्थातच ते आले नव्हते. गाडगीळ कुटुंबाचा त्यांच्याशी काही संपर्क नव्हता. पण आम्ही अमेरिकेला जाणार असं पेपरात छापून आलेलं त्यांच्या वाचनात आलं होतं. त्यांनी गाडगीळांना, मला व मुलांना जेवायला बोलावलं होतं. घरात स्वयंपाक करणारं कोणी नव्हतं. त्यांनी बाहेरून कोणाकडून तरी स्वयंपाक करून आणला होता. आमच्या पंक्तीत ते जेवले. हा त्यांच्या दृष्टीनं क्रांतिकारक निर्णय होता. समाज थोडा थोडा बदलत होता त्याचं हे निदर्शक होतं.

गाडगीळांचे सख्खे काका कांदेवाडीतच जवळ राहत होते. काका-काकू कोणी आमच्या लग्नाला आले नव्हते. आमच्या लग्नानंतर दोन–तीन महिन्यांनी काकांच्या मोठ्या मुलीचं लग्न झालं. काकू गाडगीळांना बोलावणं करायला आल्या. त्या म्हणाल्या, "गंगाधर तू लग्नाला ये हो. पण वासंतीला आणू नकोस."

अर्थात गाडगीळही लग्नाला गेले नाहीत. त्यांचं घर जवळ असून मी त्या घरी कधी गेले नव्हते.

पुढे अनेक वर्षांनी काका पार्ल्याला आपल्या मुलाकडे राहायला गेले. काकू अगोदरच वारल्या होत्या. काकांच्या पंच्याहत्तराव्या वाढदिवसाला त्यांनी आम्हांला हॉलवर जेवायला बोलावलं होतं. त्यांना ऐंशी वर्षं झाल्यावर त्यांनी आम्हांला मुलाच्या घरी जेवायला बोलावलं होतं. तेव्हा त्यांना घशाचा कॅन्सर झाला होता. असं मरण्यापूर्वी त्यांनीही मला स्वीकारलं. त्यांच्या मुलांकडे आमचं अजून येणं जाणं असतं.

अशी ही गाडगीळांच्या कुटुंबातील ज्येष्ठ नातेवाइकांची कहाणी. ती माणसं त्या वेळी वागली ती त्या काळाची रीत होती. समाजाच्या विरुद्ध जायची त्यांची तयारी नव्हती. पण परिस्थिती हळूहळू निश्चितच बदलत होती. त्या वेळी आंतरजातीय विवाह फारसे होत नसत. त्या वेळची सामाजिक स्थितीच तशी होती. आणि समाजाची मानसिक स्थिती बदलायला काळ जावा लागतो. मी लग्न केलं तेव्हा काही माणसं मला स्वीकारणार नाहीत याची मला कल्पना होती. त्यामुळे माझा त्यांच्यावर राग तर मुळीच नाही.

ह्या सर्व अनुभवांना एक छान सोनेरी कडा होती. आमचं घर गिरगावात होतं व जवळच मौजेचं ऑफिस होतं. तेव्हा मौजमध्ये नव्या-जुन्या लेखकांचा खूप राबता असायचा. तिथं आलेले लोक आमच्याकडे यायचेच. शिवाय वा. ल. कुळकर्णी तेव्हा विल्सन हायस्कुलात होते. खूपदा जाता-येता ते आमच्याकडे डोकवायचे. शिवाय ग. रा. कामत, पु. भा. भावे, माधव आचवल नेहमी यायचे. पाहुणे आले की त्यांना चहापाणी करावं लागे. पण माझ्याकडे स्टोव्ह नव्हता. मग स्टुलावरचा पंखा बंद करायचा

व त्या सॉकेटमध्ये एक छोटा इलेक्ट्रिक रॉड ठेवायचा व खालून दूध आणून त्यांच्यासमोरच चहा करायचा. पाहुणे दाटीवाटीनं कॉटवर बसत. कोणाला त्याचं काही वाटत नसे. माझ्या कपाटात चिवडा, बिस्किटं व मुख्य म्हणजे काजू असायचे. तेच आल्यागेल्यांना द्यायचे. पोहे, उपमा वगैरे स्टोव्हअभावी करता येत नसे. बाहेरून खाद्यपदार्थ आणायची तेव्हा प्रथा नव्हती. शिवाय कोणी वेळ ठरवूनही येत नसत. 'चला गाडगीळांकडे डोकावू या,' अशीच प्रथा होती. त्या एवढ्याशा जागेत मला बरीच कसरत करावी लागे. पण कोणीच त्यात काही वावगं आहे असं मानीत नसत. कॉटवर माणसं बसली म्हणजे मी बहुधा उभीच असे. आलेली माणसं कॉटवर, गाडगीळ आपल्या तीन रुपयांच्या खुर्चीत व मी उभी विटेवरी. पण रॉड लावून चहा करणं, कपाटातून खायचं काढणं यातही गंमत होती. वा. ल. म्हणायचे, 'तुमचं कपाट म्हणजे अलिबाबाची गुहा आहे.'

पु. भा. भावे अनेकदा यायचे व आले की खूप वेळ बसायचे. आम्ही कधी फिरायला जायच्या किंवा सिनेमाला जायच्या बेतात असायचो. कधी सिनेमाची आगाऊ तिकिटं काढलेली असायची. माझी चुळबूळ व्हायची. आपल्या घाऱ्या, मिस्कील डोळ्यांना तिरपी मान करून ते आमची गंमत पाहायचे व आणखी बसून राहायचे. किंचित ओठ वाकडा करून विचारायचे, "काय, काय बेत आहे आज ?"

मी म्हणायचे, "फिरायला जायचं आहे."

त्या एवढ्याशा खोलीत मला गुदमरायला व्हायचं. मग ते हात उडवून म्हणायचे, "जाल हो."

आणि घट्ट बसून राहायचे.

कधी म्हटलं, 'सिनेमाला जायचं आहे.' तर म्हणायचे, 'जाल उद्या.'

मग सिनेमाची वेळ टळली आणि तिकिटं त्यांच्या पुढ्यात फाडून टाकली की ते मिस्कील हसायचे. त्यांच्या मैत्रीच्या कसोटीत आम्ही उत्तीर्ण व्हायचो.

भावे नेहमी सिगरेट ओढायचे. बहुधा अखंड. अर्ध्या अर्ध्या सिगरेटी ॲश ट्रे मध्ये चुरगळून टाकायचे. गाडगीळ तेव्हा दिवसाला एखाददुसरी सिगरेट ओढायचे व ती खालच्या पानवाल्याकडची. पाकीट ठेवायचे नाहीत. भावे नेहमी 555 सिगरेटी ओढायचे. एकदा त्यांच्या सिगरेटी संपल्या. खाली जाऊन मी 555 चा डबा आणला व कपाटात कॅन ओपनर पाहू लागले. माझ्या हातचा डबा घेऊन त्यांनी झाकणात असलेला धारदार काटा फिरवून सर्रकन डबा उघडला.

मला म्हणाले, "वासंतीबाई, व्यसनाचा मार्ग सोपा असतो."

अजूनही सिगरेटचा डबा पाहिला की मला त्यांच्या ह्या उद्गारांची आठवण होते.

कधी म्हणायचे, "पाहा बरं वासंतीबाई, मी एकदा गाडगीळांना घेऊन वेश्येकडे जाणार आहे."

मी म्हटलं, “जाणारे ते, नेणारे तुम्ही. मी कोण तुम्हांला अडवणार ?”

त्यांनी तसं कधीच केलं नाही. पण नाना तऱ्हांनी ते आमची बारीकसारीक परीक्षा पाहायचे. त्यात आम्ही उत्तीर्ण झालो की खूष व्हायचे. कधी ते पैसे उसने मागत व आम्ही ते परत केव्हा मागतो याची वाट पाहत. बरेच दिवस काही बोललो नाही तर परीक्षा पास. लगेच ते पैसे देऊन टाकायचे. मैत्रीची कसोटी ते पुन्हापुन्हा पाहत.

अनेकदा ते आम्हांला डोंबिवलीला त्यांच्या भावाच्या घरी बोलवत. त्यांच्या डॉक्टर भावाच्या सासऱ्यांचं ते घर होतं. भावाची बायकोदेखील डॉक्टर होती. दोन्ही भावांचं मेतकूट होतं.

शनिवारी दुपारी आम्ही चहाला डोंबिवलीला जात असू. मग फिरायला जायचा बूट निघायचा. मग भावे म्हणायचे, “असे कुठे जाता, घरी जेवूनच जा.” मग आम्ही तिथं जेवायचो. मग “आता रात्रीचे कुठे जाता ? झोपा आता इथेच.” मग सकाळी उठून जायची आमची चुळबूळ सुरू होत असे. भावे म्हणायचे, “चहा-नास्ता घेऊन जा.” चहा-नास्ता दहा-साडेदहाला व्हायचा. मग म्हणायचे, “आता जेवणाची वेळ झाली. आता कसचे जाता.”

मग दुपारी पुन्हा चहा. मग फिरणं, मग रात्रीचं जेवण असा आग्रह चालायचा. आता इथून पळून कसं जावं असा आम्ही विचार करायचो. भावे अतिशय आग्रही. त्यांची बायको प्रभावती व डॉक्टर भावजयही अतिशय आतिथ्यशील, प्रेमळ गृहिणी. असे अनेकदा घडे व शनिवारी दुपारी गेलेलो आम्ही कसेबसे सोमवारी सकाळी तिथून पळून घरी यायचो.

लग्नानंतर आपणही नोकरी करून गाडगीळांना हातभार लावावा, असं मला वाटे. पण गाडगीळांना ते पसंत नव्हतं. ते म्हणायचे, “मी जसा य. गो. जोशींचा दादा नाही, तशी तूही ‘वहिनींच्या बांगड्या’तली वहिनी व्हायचं नाही. माझं कुटुंब ही माझीच जबाबदारी आहे व मी ती एकट्यानं पार पाडीन. तुझी मदत मला नको.”

मी नोकरी करीत नाही म्हणून माझ्या मोठ्या नणंदेनं असलेली नोकरी सोडली व ती घरी बसून राहिली. आपापसात आम्ही कसे श्रेष्ठ, आमच्या कुटुंबात कशी सुबत्ता होती, हेच पुन्हापुन्हा बोलत राहत. कधी ती आईला उद्देशून मोठमोठ्यानं बोले व रडू लागे. मला त्याची खूप भीती वाटे. कधी वाटे की ही सात-आठ माणसं रागानं मला मारतील की काय ? पण मी ठरवलं होतं की, त्या घरात असेपर्यंत एकाही अवाक्षरानं काही बोलायचं नाही. काय बोलायचं ते गाडगीळ बोलत.

त्या घरात मी नकोशी होते व मी ‘इत्तर जातीची’ आहे याची पुन्हापुन्हा जाणीव करून देत. पहिल्यानेच निराळं बिऱ्हाड केलं असतं तर ही कटकट टळली असती. गाडगीळांनी याचा विचार लग्नाअगोदरच केला होता. पण पहिली जागा हुकली व नंतर

जागेचे भाव-पागडी वाढत राहिली. त्यामुळे त्या घरात आम्ही दोन वर्षं काढली.

माधव आचवल गाडगीळांचे नातेवाईक. ते गिरगावाजवळ खेतवाडीत राहायचे. त्यांना साहित्याची अतिशय आवड व समजही.पण त्यांच्या ओळखीचे कोणी लेखक नव्हते. गाडगीळांमुळे त्यांची अनेक लेखकांशी ओळख झाली. पहिल्यानं ते बुजायचे. व लेखकांनाही वाटायचं कोण ही बटूमूर्ती गाडगीळांनी आणली आहे. पण नंतर त्यांची श्री. पु. भागवत, प्रभाकर पाध्ये, पु. ल. देशपांडे, महादेव जोशी वगैरेंशी घट्ट मैत्री झाली. काही दिवसांनी कमलताईंना-त्यांच्या पत्नीला-मुंबईची हवा मानवेना म्हणून ते बडोद्याला राहायला गेले. त्यांनी तिथं आर्किटेक्ट म्हणून नाव मिळवलं.

आमच्या अर्ध्या खोलीच्या व कपाटातल्या संसाराची माधव आचवल नेहमी थट्टा करीत असत. म्हणायचे, "अरे, गंगाधर तू दुसरी जागा घेऊन का राहत नाहीस ?"

गाडगीळ म्हणायचे, "अरे बाबा, मला परवडायला हवी ना दुसरी जागा ?"

मग माधवनी जागा पाहायचं मनावर घेतलं. त्यांच्या एका ड्राफ्ट्समनकडून ठाण्याला जागा पाहिली. जागा दोन खोल्यांचीच होती. पण स्टेशनच्या जवळ होती. समोर प्रभात टॉकीज होतं व स्टेशनजवळ दुसरं सिनेमागृह होतं. जागा नवीन होती. खाली दोन बिऱ्हाडं होती व पहिल्या मजल्यावरची जागा रिकामी होती. शेजारी मालक राहत होते. मालक परळला जॉबर होते व त्यांची तिथं व्यायामशाळा होती.

गाडगीळांनी दोन खोल्यांत पार्टिशन घालून त्याच्या तीन खोल्या केल्या. मग आला प्रश्न फर्निचरचा. गाडगीळांना आपण ऐटीत राहावं असं वाटे. मग आम्ही चौपाटीला एका लिलावातून बोली लावून फर्निचरची खरेदी केली. सोफासेट, डायनिंग टेबल, लिहिण्याचं टेबल, सेंटर टेबल असं सामान स्वस्तात खरेदी केलं.

मला त्यांनी शंभर रुपये भांडी आणायला दिले. त्यात मी स्टोव्ह, पितळेची पातेली, ताटवाट्या, पत्र्याच्या बादल्या वगैरे सामान खरेदी केलं. नेमाणी बिल्डिंगमध्ये धोकवड्याहून आणलेली भांडी पोत्यांनी होती. पण त्या घरातून आम्ही काहीच सामान आणलं नाही. एक 'सुंदर'ची फोल्डिंगची खुर्ची तेवढी आणली. त्या खुर्चीत बसून त्यांनी तोपर्यंत लिहिलं होतं. त्यामुळे त्यांची ती सवयीची खुर्ची म्हणून आणली.

ठाणं तेव्हा रेशनिंगच्या विळख्यात पूर्णपणे गेलं नव्हतं. आजूबाजूला शेतीवाडी होती. त्यामुळे तांदूळ, भाजी वगैरे विपुल मिळत होती. घर लावण्यात माधवनी आम्हांला खूप मदत केली व शेजारी राहणाऱ्या त्यांच्या ड्राफ्ट्समननीही खूप मदत केली.

नवीन बिऱ्हाडामुळे मी एकदम उत्साहात होते. इथं आपल्याला कोणी बोलणारं नाही. आपणच ह्या घराची मालकीण. त्यामुळे मी फार जोरात होते. हौसेनं काही काही करायचा प्रयत्न करीत होते.

माहेरी मी फारसा स्वयंपाक केला नव्हता. एक तर सोवळंओवळं. त्यामुळे तशी

पाळी आलीच नाही. पण खाल्लेलं होतं मात्र चांगलं-चुंगलं. तसं करायचा प्रयत्न मी करत होते. गाडगीळांना आमटीत गूळ लागायचा. मला गूळ आवडायचा नाही. मी खोबरेल तेलात स्वयंपाक करायची. मला गोड्या तेलाचा वास यायचा. मासळी बाजार शोधून मी मासे वगैरे आणायची. पण ते नीट करणं, वाटण-घाटण करणं जड जायचं. मासळीचं वाटण पाट्यावर बारीक वाटावं लागायचं. स्वयंपाक करता करता घामाघूम व्हायची, अगदी दमून जायची. पण तारुण्यातील उत्साह अमाप होता. अनेक लोकांना विचारून मी स्वयंपाक करायची.

पहिल्यानं भात केला. तो तीन थरांचा झाला. पण बिर्याणी नव्हे. खालचा थर करपलेला, मधला थर मऊ शिजलेला व वरचा थर कच्चा. भाजी आमटीत तिखट-मिठाचं प्रमाण चुके. पण आम्हांला सर्वच गोड लागे.

मी तोपर्यंत साबुदाण्याची खिचडी खाल्ली नव्हती. पण कोणाकडे तरी खाल्ल्यावर कृती विचारली. साबुदाणा भिजवायचा व मिरच्या- जिऱ्याची फोडणी द्यायची. दाण्याचं कूट, मीठ, खोबरं घातलं की झाली खिचडी. इतकी सोपी खिचडी मी चटकन करीन. एका रविवारी खिचडीचा बेत केला. गाडगीळांना साबुदाण्याची खिचडी आवडायची. तांदूळ धुतो तसा साबुदाणा धुतला व पाण्यात भिजत ठेवला. तुपाची फोडणी केली व पाण्यासकट त्यात साबुदाणा टाकला. त्याचा आपला गोळा व्हायला लागला. सुटा काही होईना. लगदा झाला रबरासारखा. मी एकदम खट्टू झाले. तसेच एकदा दहीवडे लोकांना विचारून विचारून केले. उडदाची डाळ भिजवून वाटली. जिरे, मिरच्या, मीठ घातले व वडे तळले. ते झाले दगड. दह्यात घातले तरी घट्टच्या घट्ट. अगदी फजिती झाली. ते पीठ खूप फेसून हलकं करावं लागतं हे नंतर कळलं.

असं जरी झालं तरी माझा उत्साह कमी झाला नाही. प्रत्येक रविवारी आम्ही कोणाला ना कोणाला जेवायला बोलवत होतो व मागच्या दोन वर्षांची कसर भरून काढत होतो. कधी पाहुण्यांचा घोटाळा व्हायचा. त्या रविवारी बोलावलेले पाहुणे या रविवारी यायचे. पुढच्या रविवारचे पाहुणे विसरायचे. पण आमचा उत्साह दांडगा होता. मी बरं-वाईट जेवण करीत होते आणि आमचे पाहुणे नाव न ठेवता ते गोड मानून घेत होते.

पोदार कॉलेज सोडून गाडगीळ बोरीबंदरला सिडनहॅम कॉलेजमध्ये शिकवत होते. सिडनहॅम सरकारी कॉलेज होतं. ठाण्याचं बिऱ्हाड निराळं असलं तरी आम्ही कुटुंबाची जबाबदारी टाळली नव्हती. दोन्हीकडच्या खर्चाला पगार पुरत नसे. त्यामुळे रेडिओवर श्रुतिका लिहून, शिकवण्या करून गाडगीळांचे पैशांची भर करायचे प्रयत्न चालले होते. ठाण्याला आल्यावर निवान्तपणा लाभला. पैसे कसेतरी करून मिळवले पाहिजेत. आईनं त्यांना दिवाळीला सेकंडहँड रॅमिंग्टन टाईपरायटर दिला होता. त्याच्यावर त्यांनी

इकॉनॉमिक्सची तीन टेक्स्टबुकं लिहिली. गाडगीळ एक उत्कृष्ट प्राध्यापक होते. विषय सोपा करून शिकवण्यात त्यांचा हातखंडा होता. सोप्या भाषेत त्यांनी ही पुस्तकं लिहिली. लाखाणी बुक डेपोने ती प्रसिद्ध केली व लवकरच लोकप्रिय झाली. विद्यार्थी ती वापरू लागले. चांगला पैसा मिळू लागला. बी.कॉम.ची मुलंच नव्हे तर एम.ए.ची मुलंही ती पुस्तकं इकॉनॉमिक्सकरता वापरीत असत. नंतर अनेक वर्षं कोणी ना कोणी भेटे व तुमची पुस्तकं वाचून आम्ही परीक्षा दिली असं सांगत. १९६२ च्या शेवटी जेव्हा सगळ्या बहिणींची लग्नं झाली व भावांचं शिक्षण झालं तेव्हा त्यांनी ह्या पुस्तकांच्या नवीन आवृत्या काढणं बंद केलं. दर दोनतीन वर्षांनी नवीन अभ्यासक्रमानुसार ह्या पुस्तकांच्या सुधारीत आवृत्त्या काढाव्या लागत. ते म्हणाले,"मला टेक्स्टबुकाचा लेखक म्हणून ओळखलं जायला नको होतं."

मे महिन्यात कुठेतरी थंड हवेच्या ठिकाणी जाण्याची गाडगीळांना हौस होती. आमचं लग्न झाल्यानंतरच्या नाताळात आम्ही लोणावळ्याला बिलेटेड हनिमून साजरा केला होता. आठ दिवस आम्ही लोणावळ्याला मस्त मजा केली. त्यानंतरच्या मे महिन्यात आम्ही महाबळेश्वरला एक महिना बिऱ्हाड करून राहिलो होतो. त्याच वर्षी सरकारने हॉलिडे होमची योजना प्रथम काढली. वर्तमानपत्रातली जाहिरात वाचून गाडगीळांनी अर्ज केला व आम्हांला महाबळेश्वरला महिनाभर राहायला जागा मिळाली. ती ब्रिटिश सरकारची उन्हाळ्यातली थंड हवेची राजधानी होती. तिथं मोठं राजभवन होतं गव्हर्नरसाठी व सचिवालयही होतं. उन्हाळ्यात सर्व कारभार महाबळेश्वराहून चाले. लोकांना राहायला बॅरॅक्स बांधल्या होत्या. छोटी छोटी घरं.

आम्ही महाबळेश्वरला एक महिना राहिलो. मुंबईहून मी सर्व स्वयंपाकाचं सामान, एक स्टोव्ह व थोडी भांडी नेली होती. आम्ही तिथं जेवण बनवत होतो. दररोज निरनिराळे पॉइंट पाहत होतो. आमची जागा बाँबे पॉइंटच्या वाटेवर होती. महाबळेश्वरला तेव्हा दाट झाडी होती. भर दुपारीही रस्त्यावर ऊन पडायचं नाही. नेहमी थंडगार वाटायचं. इथंही आम्ही काही मंडळींना राहायला बोलावलं होतं.

एकदा सकाळी गव्हर्नर महाराजसिंग हॉलिडे होमची पाहणी करायला आले. गव्हर्नरच्या बंगल्याशेजारी आमची बरॅक होती. गाडगीळ व्हरांड्यात आरामात दाढी करीत होते. इतक्यात समोर गव्हर्नर आपल्या लवाजम्यानिशी उभे राहिले. गाडगीळ गडबडले. अर्धी दाढी झाली होती. अर्धा साबण तसाच होता. त्यांच्या स्वागताला तसेच पुढं गेले. महाराजसिंग यांनी चौकशी केली, "इथं सगळं ठीक आहे ना ? कशाची कमी नाही ना ?"

गाडगीळ गडबडून गेले. त्यांना उत्तर देताना सर म्हणावं की युवर एक्सलन्सी म्हणावं ह्याचा घोटाळा होऊ लागला.

तेव्हाचे गव्हर्नर साधे होते. त्यांना प्रोटोकॉलचं फार महत्त्व वाटत नव्हतं. ते हसून पुढं गेले.

वेण्णा लेकवर आम्ही बहुतेक रोज जात असू व बोटींग करत असू. गाडगीळांना बोट चांगली चालवता येत असे. काही लोकांची बोट जागच्या जागी गरगर फिरे. पुढं म्हणून जायची नाही. कधी बोटींची टक्कर व्हायची, अशी मजा मजा चालायची.

लेकवर फिरायला आलेली मंडळी बहुतेक मुंबईची असायची. तेव्हा वेण्णा लेकचा परिसर म्हणजे दुसरी चौपाटी झाली होती. मुंबईचे अनेक लोक तिथं भेटत. तिथं नेहमीची भेळपुरी तर असायचीच. पण आसपास पिकणारी लुसलुशीत मक्याची कणसं समोर भाजून खाण्यात मजा यायची. जवळच्या शेतकऱ्याकडे गरम गरम झुणका भाकर मिळायची. एक महिना अगदी मजेत गेला. मे महिना संपता संपता धुकं यायचं. पहिल्यानं धुकं पाहिलं तेव्हा वाटलं की शेजारच्या घरातून आलेला धूर असेल. पण शेवटी शेवटी सकाळी व संध्याकाळी अगदी दाट धुकं पसरे. पाच फुटांवरचं काही दिसायचं नाही. महाबळेश्वरचे ते दिवस छान गेले. पुढं अनेक वर्षं उन्हाळ्यात आम्ही मुलांना घेऊन महाबळेश्वरला व हिवाळ्यात माथेरानला जात असू.

ठाण्याला असताना आमचा दिनक्रम ठरलेला असे. गाडगीळ सकाळी कॉलेजात जात व कामधाम आटपून दुपारी मी मुंबईला जात असे. बोरीबंदरच्या घड्याळाखाली किंवा मौजेमध्ये भेटत असू. संध्याकाळी कधी नरिमन पॉईंट, कधी गेट वे ला तर कधी चौपाटीला जात असू. रात्री थोडंफार जेवूनखाऊन घरी येत असू. कधीमधी सिनेमाला जायचो. पण इंग्लिश सिनेमा. गाडगीळांना हिंदी सिनेमे आवडायचे नाहीत. हिंदी-मराठी सिनेमा पाहण्यासाठी मी प्रभातमध्ये दुपारची जायची. असे दिवस मोठे मजेत, मस्तीत जात होते.

गाडगीळांचं इंग्रजी पुस्तकांचं लिखाण व लघुकथा, रेडिओकरता श्रुतिका लिहिणं चालूच होतं. पण शिकवण्या बंद ठेवल्या होत्या. विद्यार्थ्यांच्या घरी जाणं त्यांना पसंत नव्हतं.

ठाण्याला आमचं कोणाबरोबर जाणं येणं नव्हतं. शेजारची वस्ती मजूरवर्गाची होती. त्यांना लेखक-बिखकांचं काही देणं-घेणं नव्हतं. आमची माणसं मुंबईला होती. त्यांच्याकडे आमचं येणं-जाणं होतंच असे. आमच्याच मजल्यावर राहणारे घरमालक जाधव यांच्या घराशी माझा संबंध होता. त्या बाई व त्यांची मुलं मला लागलं सवरलं तर मदत करायची. कुठं काय मिळतं ते त्यांना ठाऊक असे. एकदा मी त्यांना विचारलं, ''जाधवसाहेब काय करतात ?''

त्या म्हणाल्या, ''सुपारी घ्यायचा आमचा धंदा आहे. शिवाय आमची परळला व्यायामशाळाही आहे.''

गाडगीळ तेव्हा जेवण झाल्यावर सुपारी कातरून खायचे. ही त्यांच्या आईकडून आलेली देणगी होती. मी मालकीणबाईंना लगेच म्हणाले, "आम्हांला थोडी सुपारी द्या ना. साहेबांना दररोज खायला लागते."

तेव्हा त्या हसल्या व म्हणाल्या, "हे तुम्हांला कळायचं नाही. तुम्ही साहेब लोकं."

नंतर मला सुपारी घेणं म्हणजे काय ते कळलं व धक्काच बसला.

ठाणं त्या वेळी तडीपार लोकांचा अड्डा होतं. मधूनमधून रस्त्यावर खूनही व्हायचे. पण आम्हांला कोणाचा त्रास नव्हता. शेजारच्या घरात ठाण्याचे नगराध्यक्ष खांबेकर राहत होते. ते अधूनमधून आमची चौकशी करायचे. मालकांनी प्रोफेसर कधी पाहिला नव्हता. पण प्रोफेसर हा कोणी विद्वान माणूस असतो असा त्यांचा समज होता. मालक गाडगीळांना प्रोपेश्वर म्हणायचे. प्रोपेश्वर आपल्या घरात राहतो, याचा त्यांना अभिमान होता. एकदा ते आमच्या शेजारच्या ड्राफ्ट्समनला म्हणाले, "अहो, त्या प्रोपेश्वरला जरा समजून बोलायला सांगा. त्यांना हव्या त्या सोयी आम्ही करून देतो."

हा सुपारीवाला गाडगीळांना दबून वागत असे. गाडगीळांच्या दमबाजीला ते का घाबरायचे ते कळत नसे.

आमच्या व शेजारच्या घरात मध्ये दार होतं. ते बंद होतं, पण त्याची वरची झडप काचेची होती. शेजारच्या बाई व मुली त्या झडपेतून आमच्या घरात डोकावत असत. प्रथम आम्हांला ते कळलंच नाही. नंतर त्यांचं बोलणं मला ऐकायला यायला लागलं, 'जेवायला बसली आहेत', 'झोपले आहेत', 'चहा घेताहेत' वगैरे. आम्ही ताबडतोब त्या झडपेवर कागद चिकटवून दिला व त्यांची ही करमणूक बंद केली.

ठाण्याला आल्यावर मे महिन्यात कुठेतरी सहल काढायची आम्ही ठरवलं. सिडनहॅममध्ये नारायण प्रधान हे गाडगीळांचे सहकारी होते. ते पूर्वी पोदार कॉलेजात होते. माझ्या पुढं दोन-तीन वर्षं होते. आमच्याबरोबर सहलीला यायला ते तयार झाले. गाडगीळांनी व त्यांनी मिळून दक्षिण भारताची सहल नीट अभ्यास करून आखली. त्यांच्याबरोबर मी म्हैसूरपर्यंत गेले. पण तेव्हा मला दिवस गेले होते, त्यामुळे मी पुढे कन्याकुमारीपर्यंत गेले नाही. ही दगदग मला झेपणार नाही, असं गाडगीळांना वाटलं. ह्या सहलीबद्दल गाडगीळ 'मौजे' मधून दर आठवड्याला लिहिणार होते. त्याचे काही पैसेही मिळणार होते. युनिव्हर्सिटीचे पेपर गाडगीळ तपासत असत. ते पैसे व मौजेचे पैसे आम्ही ह्या सहलीवर खर्च केले. त्यामुळे सर्व प्रवास सेकंडक्लासने केला. ह्या सहलींचं 'गोपुरांच्या प्रदेशात' हे पुस्तक निघालं. त्याच्या पुढं अनेक आवृत्त्या निघाल्या. ते पुस्तक घेऊन आम्ही प्रवास केला, असं सांगणारे लोक अजूनही आम्हांला भेटतात.

आम्ही ठाण्याला आल्यावरही भाव्यांचं व प्रभावतीबाईंचं आमच्याकडे येणं-जाणं

चालू होतं. दक्षिण भारतात हिंडलो तरी आम्हांला काही वस्तू, साड्या वगैरे घेता आल्या नाहीत. पैसेच नव्हते. पण गाडगीळांनी रोझवूडचा एक सुरेख हत्ती घेतला होता. तो अतिशय देखणा व मध्यम आकाराचा होता. तोच तेवढा आमच्या घरात एकमेव शोपीस होता.

एकदा भावे आले व त्यांनी तो हत्ती पाहिला. ते म्हणाले, "गाडगीळ, हा हत्ती फार सुरेख आहे."

गाडगीळ म्हणाले, "मग तो तुम्ही घेऊन जा, इतका आवडला तर."

भाव्यांनी तो हत्ती घेतला. बराच वेळ तो हत्ती ते गोंजारत होते. थोडा वेळ बसून ते जायला निघाले. दारात जाईपर्यंत तो हत्ती त्यांच्या हातात होता. मग एकदम तो माझ्या हातात देत ते म्हणाले, "तुमची परीक्षा पाहिली. तुमच्या घरातली एकमेव सुंदर वस्तू मी कशी नेईन ?"

झालं. हीदेखील एक मैत्रीची परीक्षा.

गाडगीळांना मुलांची आवड फारशी नव्हतीच. त्यांच्या घरात नेहमी मुलंच बागडत असत. पोराबाळांचा पसारा, आरडाओरडा, भांडणं नेहमी असायचीच. त्यामुळे त्यांनी ठरवलं की, आपल्याला मुलं नकोत. शिवाय माझा धाकटा दीर अडीच-तीन वर्षांचा होता, तो मला मुलासारखाच होता. एकदा कोणीतरी म्हणालं, "लग्नाला दोन वर्षं झाली तरी तुम्हांला मूल कसं नाही ?"

मी म्हणाले, "हा आहे की मुलासारखा."

ते माझ्या नणंदेनं ऐकलं व तेव्हापासून मिलिंदला माझ्याकडे यायची बंदी केली. माझ्या कपाटातल्या खाऊवर तो खुष असायचा.

मुलं नको, निदान एवढ्यात तरी नको, म्हणून गाडगीळांनी मला र. धों. कर्वे यांच्या 'संतती नियमन' या संस्थेत नेलं. कर्वे तेव्हा संतती नियमनाचा प्रसार करीत होते व समाजस्वास्थ्य हे मासिक चालवित होते. तिथं एक बाई होत्या. बहुतेक त्यांच्या पत्नी असाव्यात. त्यांनी मला आतल्या खोलीत नेऊन संतती नियमनाची साधनं कशी वापरायची ते दाखवलं. सर्व माहिती दिली व काही पुस्तिकाही दिल्या. तेव्हा संतती नियमनाची साधनं केमिस्टकडे मिळत नसत. कर्व्यांच्या घरूनच ती आणावी लागत.

गिरगावातल्या त्या गचडीत आपल्याला मूल होऊ द्यायचं नाही असं आम्ही ठरवलं. आमचं मूल निवांत जागेतच जन्माला आलं पाहिजे असं मला वाटे. त्याला कोणी धिसपीस करू नये. मुक्त वातावरणात आमचं मूल वाढलं पाहिजे, असं वाटत होतं.

त्यामुळे लग्नानंतर तीन-चार वर्षांनी मला कल्पना झाली. तेव्हा आम्ही ठाण्याला राहत होतो. मला डोहाळे वगैरे लागले नाहीत. कोणी डोहाळजेवण असं कौतुकही केलं नाही. गाडगीळांच्या घरचे लोक काही ठाण्याला कधी आले नाहीत.

कल्पना झाल्यावर मात्र तिचं कौतुक माझ्याकडून जितकं होईल तितकं मी केलं. बारसं आमच्या ऐपतीप्रमाणे थाटात केलं. शेजारची दोन बिऱ्हाडांची माणसं बोलावली. एक मालकीणबाई व दुसरे शेजारचे ड्राफ्ट्समन. बाकीची माणसं मुंबईहून आली होती. तिचं उष्टावण, वाढदिवस वगैरे आमच्या ऐपतीप्रमाणे केलं.

ठाण्यात राहायला आल्यावर गाडगीळ खूप जोमानं लिहू लागले. कथा, श्रुतिका यांच्याबरोबर ते नवकथेवरही लिहू लागले. व्याख्यानं देऊ लागले. नवकथेचा जणू त्यांनी झेंडाच घेतला.

आम्ही राहत होतो त्या भागाला कोंबडगल्ली म्हणत असत. आम्हांला ते माहीत नव्हतं. आम्ही ठाण्याला आल्यावर त्यांनी 'कोंबडवाडी' म्हणून कथा लिहिली. त्या गल्लीत पांढरपेशे फारसे नव्हतेच. आमचं कुठे जाणंयेणं नव्हतं. गल्लीतले लोक आपापसात भांडायचे. उंच आवाजात बोलायचे. आम्हांला ते घरबसल्या ऐकू येत होतं. पण आमचा काही संबंध नव्हता त्यांच्याशी. त्यामुळे काही ऐकलेलं, काही काल्पनिक अशी सरमिसळ करून गाडगीळांनी 'कोंबडवाडी' ही कथा लिहिली. त्यानंतर दोन-तीन महिन्यांनी ती तिथल्या कोणाच्या तरी वाचनात आली. मग त्या कथेचं त्या वाडीत सार्वजनिक वाचन झालं.

'मागावर माणूस पाठवला, बोरीबंदरला कामावर जातात, संध्याकाळी परत येतात, बघून घेऊ...' अशी वाक्यं माझ्या कानावर पडत. पण त्याचा आपल्याशी काही संबंध असेल याची मला काहीच कल्पना नव्हती. तेव्हा मला आठवा महिना चालू होता. दिवस पावसाळ्याचे होते. मालकीणबाई म्हणाल्या, ''प्रोपेश्वरांना लवकर घरी यायला सांग. मागावर आहेत.''

त्याप्रमाणे मी गाडगीळांना सांगितलं, ''तुम्ही लवकर घरी या.''

पण त्यांनी ते मनावर घेतलं नाही.

एके दिवशी संध्याकाळी पाऊस पडत होता. आमच्या घराच्या खाली बराच मोठा घोळका जमला होता. काहीतरी बोलत होते ते लोक. मी म्हटलं असेल काहीतरी, आपल्याला काय करायचं आहे. आम्ही कोणाच्या अध्यातमध्यात नव्हतो.

एवढ्यात गाडगीळ आले. त्यांनी रेनकोट घातला होता जाड डकबॅकचा. एकाने त्यांची कोटाची बाही पकडली. झटका देऊन गाडगीळांनी ती सोडवली. लोक मोठ्यामोठ्यानं बोलायला लागले, ''तुम्हांला बघून घेऊ.''

गाडगीळ म्हणाले, ''मी असा रस्त्यात कोणाशी बोलत नाही. तुम्ही वर माझ्या घरी येऊन काय ते सांगा.''

आणि ते तडक आपल्या घरी आले. त्यांच्या घरी कोणी जावं याचा खल झाला व दहा-बारा लोक जिना चढून वर आले. गाडगीळांनी त्यांना या बसा म्हटलं. बसल्यावर

त्यांचं अर्धं अवसान गळलं. उंच आवाज खाली आले. त्यातला एक म्हणाला, "आमचा तुमच्यावर राग नाही. पण आमच्या घरातल्या गोष्टी तुम्हांला कोण सांगतं त्याचं नाव सांगा. त्याला आम्ही बघून घेऊ."

गाडगीळ म्हणाले, "मला कोणी काही सांगितलं नाही. मी लेखक आहे. मी काय पाहतो, ऐकतो त्यावरून कल्पनेनं लिहितो."

"तरीपण एवढं अचूक तुम्हाला कसं कळलं?"

तेवढ्यात मालकीणबाईंनी नवऱ्याला बोलावून आणलं. आजूबाजूचे पांढरपेशे लोक गंमत बघत होते. कोणी काही इतक्या जमावापुढे आलं नाही.

जाधव भडकले. म्हणाले, "खबरदार कोणी प्रोपेश्वराच्या अंगाला हात लावला तर. माझी व्यायामशाळेतली पोरं आणून तुम्हांला ठोकून काढीन. बिचारा प्रोपेश्वर कोणाच्या अध्यातमध्यात नसतो. सरळ वाटेनं जातो-येतो. तुम्ही काय चोरून भानगडी करता?"

जाधवांच्या व्यायामशाळेचा दरारा होता. ते लोक त्यांना घाबरत होते. लोक पांगले. परत गेले. खाली जाऊन घोळक्याघोळक्यानं बोलत होते.

मी गाडगीळांना म्हटलं, "आपण चार-आठ दिवस बाहेरगावी जाऊ. जरा शांत झालं की परत येऊ."

गाडगीळ म्हणाले, "काय व्हायचं ते होऊ दे. मी काही पळून जाणार नाही व माझी जायची-यायची वेळ बदलणार नाही."

मला फार भीती वाटली. पण पुढं काही झालं नाही. प्रकरण मिटलं.

आठदहा महिन्यांनी आम्ही ठाणं सोडून नागपाड्याला राहायला आलो. आम्ही ट्रक केला होता. ट्रकात सामान भरलं. मी ड्रायव्हरजवळ पुढं बसले, कल्पनाला मांडीवर घेऊन. गाडगीळ पुढं आगगाडीने गेले. आम्ही निघणार एवढ्यात आजूबाजूच्या दहापंधरा बायका ट्रकजवळ आल्या व कल्पनाच्या हातात काहीबाही देऊ लागल्या. कुणी वाळे दिले, कोणी चमचा-वाटी दिली, कोणी चांदीची साखळी दिली. मी अवाक् झाले. त्या म्हणाल्या, "तुम्ही काही आम्हांला बारशाला बोलावलं नाही. आता तुम्ही गाव सोडून जाता. आमची आठवण असू द्या. झालं गेलं माफ करा."

मला खूप वाईट वाटलं. त्या क्षणी मी त्यांना पेढेसुद्धा देऊ शकले नाही.

ठाण्याहून मुंबईला येताना थोडी गंमतच झाली. ते रेशनिंगचे दिवस होते. ठाण्याच्या रेशनकार्डाची पावती घेऊन ती भायखळ्याच्या रेशन ऑफिसात दिल्यावर आठ दिवसांनी नवीन कार्ड मिळणार होतं. त्यात थोडा वेळ जाणार होता. आम्ही दोघं आणि छोटी कल्पना. तिचं आम्ही नुकतंच उष्टावण केलं होतं. आणि ती दोन वेळा थोडा गुरगुट्या

भात खात असे. आम्हा दोघांनाही भात लागे. ठाण्याला तेव्हा तांदूळ मिळत होते. माझ्याकडचे थोडे तांदूळ मी एका पिशवीत घातले. ती पिशवी पायाखाली ठेवली व कल्पनाला मांडीवर घेऊन मी ट्रकात बसले. ठाणं सोडताना व पुढं माहीमला चेकनाका होता. पोलिसांनी ट्रक थांबवून तपासला. पुढं एक लेकुरवाळी बाई बसली आहे, हे पाहून त्यांनी पुढं काही तपासलं नाही.

निर्विघ्नपणे आम्ही नागपाड्याला आलो. मी कढीभात केला. गाडगीळांनी तो मिटक्या मारत खाल्ला. थोड्या वेळानं त्यांच्या लक्षात आलं. ते म्हणाले, ''तांदूळ कुठून आले?''

''मी आणले पायाखाली झाकून.''

''तू एक दिवस मला अशाने तुरुंगात घालणार आहेस. आता नवं रेशनकार्ड तुझ्याच नावाचं करतो. मी तुझा डिपेंडंट. ह्यापुढे कर तू लबाडी आणि जा तुरुंगात.''

म्हणजे मी जेवण करून यांना वाढलं, ते कुठंच गेलं. पण तेव्हापासून ते आजपर्यंत रेशनकार्ड माझ्याच नावावर आहे. मी कुटुंबप्रमुख आणि गाडगीळ माझ्यावर अवलंबून. कार्डावर मुलांची नावं घालायला, कमी करायला मी घालते आहे खेटे रेशन ऑफिसात. तिथं मला नेहमी हटकून एक प्रश्न विचारायचे, ''गंगाधर गाडगीळांचं नाव चुकून खाली घातलं का? दुरुस्त करून देतो.''

मी आता यावर काय सांगणार?

❖❖

४.

नागपाड्याला जागा मिळेपर्यंत मुंबईत नागपाडा नावाचा भाग आहे हे आम्हांला, निदान मला तरी माहीत नव्हतं. दादरहून बोरीबंदरला जाताना वाटेत जे. जे. हॉस्पिटल लागायचं. नागपाडा अगदी त्या हॉस्पिटलच्या समोरच होतं. पण कधी तिथं जायचा योग आला नाही. एका बाजूनं महंमदअली रोड व दुसऱ्या बाजूने क्लेअर रोड यांच्यामधली गल्ली तो न्यू नागपाडा रोड. क्लेअर रोडच्या बाजूने कोपऱ्यावर नागपाडा पोलीस स्टेशन होतं व महंमदअली रोडच्या बाजूने पोलीस हॉस्पिटल होतं.

ही जागा आम्हांला मिळाली तीही योगायोगानं. सिडनहॅम सरकारी कॉलेज होतं व सरकारी नोकरांना राहायला जागा देणारी अॅकॉमॉडेशन कंट्रोलर नावाची संस्था होती. पार्टिशनमध्ये जे लोक देश सोडून गेले होते त्यांच्या जागेचा ताबा ही संस्था घेत असे व कोणी सरकारी नोकरांनी अर्ज केल्यास नंबराप्रमाणे जागा देत असे. गाडगीळांनी जागेसाठी अर्ज केला होता व त्यांना ही जागा अलॉट झाली होती. गाडगीळांचा नंबर आल्यावर ही नागपाड्याची जागा तुम्हांला हवी का ? – असं कंट्रोलरचं पत्र आलं होतं. हवं नको करण्यासारखं काही नव्हतंच. मिळेल तिथं जागा हवी होती.

ही जागा खूप मोठी होती. दोन बेडरूम, दोन बाथरूम, मोठा हॉल व मोठं स्वयंपाकघर. शिवाय एक खोली भांडी घासायला, कपडे धुवायला होती. पुढच्या बाजूला एक गॅलरी होती. ही जागा नको कोण म्हणेल ?

मग ही जागा नेमकी नागपाड्याला कुठे आहे ते गाडगीळांनी पाहिलं. जागेचा नंबर लागल्यानं जागा ताब्यात घ्यायला कंट्रोलरनं सांगितलं. पाहतो तो त्या जागेत कोणी मध्यपूर्वेतलं ज्यू कुटुंब राहत होतं. ते लोक जागा सोडीनात. तेव्हा पंच वगैरे आणून पोलिसांनी जागा गाडगीळांच्या ताब्यात दिली. तिथं नाईक म्हणून कोल्हापूरकडचे मुसलमान गृहस्थ राहत होते. इन्कमटॅक्सचे कमिशनर किंवा असिस्टंट कमिशनर होते. अस्खलित मराठीत ते बोलायचे. घरी ते धोतर नेसायचे. ते एक पंच होते व त्या भागात त्यांचं वजन होतं. का कोण जाणे पण त्या वेळी ते गाडगीळांच्या बाजूनं उभं राहिले. त्या ज्यू

कुटुंबाशी बोलून त्यांनी जागा खाली करून घेतली. पुढं त्यांची मुलं व आमची मुलं यांची मैत्री झाली. माझंही त्यांच्याकडे येणंजाणं होतं.

जागा ताब्यात घ्यायची म्हणजे कुलूप हवं. गाडगीळ माधव आचवलना म्हणाले, "माधव, तुझ्याकडे एखादं कुलूप आहे का ?"

माधव रागावले. म्हणाले, "अरे लेका, एवढी मोठी जागा तुला मिळते आहे. मग आण की नवं कुलूप."

ठाण्याहून आम्ही १९५२ च्या दसऱ्याला नागपाड्याला सामान घेऊन आलो. दसरा हा मुहूर्त म्हणून नव्हे तर सुटीचा दिवस म्हणून निवडला. कुठच्याच घरी कधी पूजाअर्चा केली नाही की कधी आमच्याकडे देवदेव्हाऱ्याचं अवडंबर नव्हतं.

आम्ही सकाळी नागपाड्याला आलो व त्याच रात्री गाडगीळ अहमदाबादला गेले. परक्या वस्तीत एवढ्या मोठ्या घरात मी एकटीच कल्पनाला घेऊन राहणार होते. नागपाड्याला तेव्हा इस्त्रायली ज्यू (गोरे ज्यू) खूप होते. शेजारीच डेव्हिड ससून सिनेगॉग होते. बेने इस्त्रायली (भारतीय ज्यू) हेही होते. मुसलमानही होते. गोरे ज्यू हिब्रू व हिंदीत बोलत व भारतीय ज्यू मराठीत बोलत. ते आपल्यासारखे साड्या नेसत. फक्त कपाळाला कुंकू नसे. गोरे ज्यू पायघोळ झगे घालत. तशी माणसं मी तोपर्यंत कधी पाहिली नव्हती.

एवढ्या मोठ्या घरात राहायची मला भीती वाटत होती. आमचं ट्रकमधलं सामान कुठं कोपऱ्यात मावलं. आम्ही घरात आल्यावर तिथं बेकायदा राहणारं कुटुंब आलं व त्यांच्या भाषेत आमचं तळपट करू लागलं. काही बायकांचे केस लाल रंगवलेले होते मेंदीनं. पुन्हा नाईकसाहेब मदतीला आले. त्या बाया आम्हांला शिव्या देत देत त्यांचं सामान घेऊन गेल्या. खरं म्हणजे ती जागा त्यांची नव्हतीच. ज्यू कुटुंबानं मोकळ्या केलेल्या जागेत ते घुसले होते.

हा सगळा प्रकार पाहून मी धास्तावून गेले. गाडगीळ त्याच रात्री अहमदाबादला परीक्षेच्या कामासाठी जाणार होते. माझ्या धाकट्या मामाला मी रात्री झोपायला व सोबतीला बोलावलं. घरात धड बल्बही लावलेले नव्हते.

स्वयंपाकघरात एक मोठा ओटा होता व त्यावर चुलीसारखं काही होतं. खाली विटांची चूल होती. ज्यू लोक शनिवारी स्वयंपाक करीत नसत. आदल्या दिवशी स्वयंपाक करायचा व तो त्या तापलेल्या विटांवर ठेवायचा. दुसऱ्या दिवशी शनिवारी विस्तव पेटवायचा नाही. अगदी चहाही ते लोक हॉटेलातून मागवत. त्यांचा तो सबाथ डे असायचा.

मी कसाबसा स्वयंपाक केला. तेव्हा बाहेरून काही आणायचं माहीत नव्हतं. शिवाय जागाही नवीन, कुठे काय मिळतं ते धड माहीत नव्हतं. गाडगीळ आपली बॅग घेऊन निघून गेले. अशा अडचणींच्या वेळी पुढंही गाडगीळांची अनुपस्थिती असायची

व मला एकटीलाच प्रसंगाला तोंड द्यावं लागत होतं.

त्या ब्लॉकला बाहेर जायचे तीन दरवाजे होते. शिवाय गॅलरीचा दरवाजा. सर्व दरवाजे बंद केले. पण रात्री ते लोक आले तर काय करायचं याची धाकधूक होतीच. त्या रात्री मला मुळीच झोप आली नाही. कल्पनाला जवळ घेऊन मी पडले होते. एक तर जागा नवखी आणि तिथं एक मोठं घड्याळ होतं भिंतीवर. रात्रभर ते भयाण ठणठण ठोके देत होते. अकरा-बारा-साडेबारा-एक-दोन. सारखे ठणठणीत ठोके रात्री ते मोठ्यानं ऐकू येत होते. कधी एकदा उजाडतं असं झालं होतं.

जागा साफसूफ करून आम्ही त्या घरात राहिलो. नंतर कोणी त्रासबीस दिला नाही. विटांच्या चुली मी काढून टाकल्या. नागपाड्याला आम्ही पंधरा वर्षं होतो. ही वर्षं फार सुखाची गेली. निरनिराळ्या नवीन घटना त्या घरात घडल्या.

आम्ही नागपाड्याला राहायला आलो, त्या अगोदर आम्ही ठाणं सोडून मुंबईला यायचं बघत होतो. माटुंगा स्टेशनसमोरच एका नव्या बिल्डिंगमधे आम्ही थोडे पैसे भरून जागा बुक केली होती. पण नंतर नागपाड्याची जागा मिळाली व दोन जागा असल्यास आहे ही जागा जायची भीती होती. त्या जागेचं करारपत्र गाडगीळांनी आपल्या वडिलांकडे दिलं होतं. कायदेशीर रीतीनं ते पैसे वसूल करणार होते. नंतर काही दिवसांनी त्यांनी वडिलांना विचारलं. त्यांनी थातुरमातूर उत्तरं दिली. ते पैसे काही आमच्या दृष्टीस पडले नाहीत.

आम्ही नागपाड्याला राहायला आलो, तेव्हा कल्पना दहा महिन्यांची होती. घर खूप मोठं होतं. धुण्याभांड्याला तिथलीच गौबाई मिळाली होती. रात्रंदिवस घरात राहणारा नोकर आम्हांला हवा होता. अनेक लोकांना आम्ही नोकराबद्दल सांगून ठेवलं होतं. नोकरांचे आम्हांला अनेक अनुभव आले. त्यांतला हा पहिला होता.

आम्हांला मराठी नोकर पाहिजे होता. पण नागपाड्याच्या वस्तीत तसा नोकर मिळणं कठीण होतं. मामानं त्याच्या ओळखीनं एक पंधरासोळा वर्षांचा मुलगा आणला. त्याला मी ठेवून घेतला. कपडालत्ता अंथरूण-पांघरूण दिलं. कधीही नोकर आला की तो नेसत्या वस्त्रानिशी येतो. मुलगा कामाला बरा होता. पण शिकवावं लागत होतं. माझ्यावरचा ताण कमी झाला. तो गॅलरीत झोपायचा.

एकदा रात्री आमचं जेवण झाल्यावर त्याला जेवायला बोलवायला बाहेर आले. पाहते तर तो गॅलरीत नव्हता. मला वाटलं, बाथरूममध्ये वगैरे गेला असेल. पण घरात शोधलं तर तो कुठेच नव्हता. गॅलरीचं दार उघडं होतं. गाडगीळांनी आपल्या टेबलाचा ड्रॉवर उघडला तर त्यात घड्याळ, पैशाचं पाकीट, काही भारी पेनं नव्हती. तेव्हा चोरी करून तो पळाला हे आम्हांला समजलं.

लगेच गाडगीळ पोलीस स्टेशनवर गुन्हा नोंदवायला गेले. पोलीस इन्स्पेक्टर

गाडगीळांना ओळखत होते. आमच्या हीरजी गोविंदजी बिल्डिंगमध्ये पोलिसांचे बारा-चौदा फ्लॅट होते.

ते म्हणाले, "असल्या बारीकसारीक चोरीचा तपास आम्ही करीत नाही. मी तुमच्याबरोबर एक पोलीस शिपाई देतो. तुम्ही त्याला ज्यांच्याकडून आणला होता तिथं चौकशी करा."

गाडगीळ त्या शिपायाला घेऊन टॅक्सीने शिवाजी पार्कला गेले. मामा म्हणाला, "मी त्याला माझ्या हिंदू कॉलनीतल्या मित्राकडून आणला होता. आपण आता त्याच्याकडे जाऊन त्याच्या ठावठिकाण्याची चौकशी करू."

गाडगीळ, तो पोलीस शिपाई व मामा यांची वरात टॅक्सीनं हिंदू कॉलनीत मामाच्या मित्राकडे गेली. एवढ्या धावपळीत रात्रीचे अकरा वाजले होते. मित्र म्हणाला, "मला त्याचा ठावठिकाणा माहीत नाही. पण तो कोल्हापूरचा होता व बहुधा तो रात्रीच्या बाराच्या पॅसेंजरने गावी जाईल असा संभव आहे."

पुन्हा चौघांचं लटांबर दादर स्टेशनवर गेले. बाराच्या पॅसेंजर गाडीची वेळ झाली होती. दादर स्टेशनात गाडी पाच मिनिटं थांबत होती. तेवढ्यात सबंध गाडीत त्याला शोधणं कठीण होतं. भरल्या गाडीत त्याला ओळखायचं तरी कसं ? गाडगीळांना त्याचा चेहरा माहीत होता. पण बाकीच्या तिघांना तो नीट आठवत नव्हता. तरी चौघांनी धावत धावत गाडीभर फेरी मारली. तो नोकर कुठे दिसेना. एवढ्यात गाडगीळांना तो खिडकीजवळ बसलेला दिसला. त्यांनी व शिपायाने त्याला गाडीतून बाहेर काढला. एवढ्यात गाडी सुरू झाली. शेजारी बसलेल्या माणसानं त्याची सामानाची पिशवी खिडकीतून दिली तो म्हणू लागला, "ही माझी नाही."

सर्व मुद्देमाल त्या पिशवीत होता. आता बरोबरच्या शिपायाला जोर आला. त्याने चारपाच थपडा त्याला लगावल्या व त्याची गचांडी धरली. मग गाडगीळ, शिपाई व तो नोकर पुन्हा टॅक्सीनं नागपाडा पोलीस स्टेशनवर पोचले. इन्स्पेक्टरने त्याला लॉकअपमध्ये ठेवलं व मुद्देमाल नोंदी करून आपल्या ताब्यात घेतला. गाडगीळांच्या ताब्यात काही दिलं नाही. खरं म्हणजे तेव्हा त्याला दोन थपडा देऊन सामान गाडगीळांनी ताब्यात घेऊन त्याला सोडून द्यायला हवं होतं. पण त्यांना पोलिसी हिसका कुठं ठाऊक होता ? पुढं बरंच रामायण घडलं.

यथावकाश केस माझगाव कोर्टात उभी राहिली. फिर्यादी म्हणून गाडगीळांना कोर्टाच्या फेऱ्या लागल्या. केस काही पुढे सरकेना.

असेच एकदा गाडगीळ कोर्टाच्या बाहेर बाकावर बसले होते. तेव्हा मॅजिस्ट्रेट पी. डब्ल्यू. रेगे यांनी त्यांना पाहिलं. आश्चर्याने ते म्हणाले, "गाडगीळ, तुम्ही इथं काय करता ?"

गाडगीळ म्हणाले, "मी इथं एका चोरीच्या केसच्या संदर्भात आलो आहे."

ताबडतोब कारकुनाला सांगून गाडगीळांची केस त्यांनी पहिल्या नंबरला काढायला सांगितली.

आमचा नोकर गुन्हेगाराच्या पिंजऱ्यात दीनवाणेपणाने उभा होता. अंगावर शर्ट नाही. लेंगा व डोक्याला गांधी टोपी घालून तो उभा होता. उघडाच. काही दिवस लॉकअपमध्ये राहिल्यानंतर इतर कैद्यांनी त्याला शहाणं करून सोडलं होतं व काय बोलायचं ते पढवून ठेवलं होतं.

हात जोडून नम्रपणे तो म्हणाला, "ह्या लोकांनी मी त्यांची नोकरी सोडू नये म्हणून माझ्यावर हा चोरीचा आळ आणला. मी चोरी केलीच नाही. मी निरपराध आहे. माझ्यावर दया करा साहेब."

मॅजिस्ट्रेट रेगे असल्या अनेक केसेसमधून गेले होते व आरोपी काय म्हणणार हे त्यांना माहीत होतं. त्यांनी त्याला काय शिक्षा द्यायची ती देऊन गाडगीळांना मोकळं केलं. पण गाडगीळांचं पाकीट व घड्याळ (ते चांगलं रोलेक्सचं होतं) काही ताब्यात दिलं नाही. सर्व सामान पोलिसांकडेच होतं. रेग्यांनी सांगितलं तेव्हा महिना दोन महिन्यांनी माल गाडगीळांना मिळाला.

त्यानंतर मात्र त्यांनी धडा घेतला की पुन्हा म्हणून पोलीस स्टेशनची पायरी चढायची नाही. आमच्याकडे त्यानंतरही काही चोऱ्या झाल्या. पण आम्ही पोलिसांकडे तक्रार केली नाही.

जागा मोठी असल्यानं व गाडगीळांना उत्साह असल्यामुळे साहित्यिक सभा दर महिन्याला आमच्या घरी घेण्याचं गाडगीळांनी ठरवलं. महिन्यातून एकदा सर्वांनी जमून साहित्यावर चर्चा करायची, कोणीतरी साहित्यावर निबंध वाचायचा असं त्याचं स्वरूप होतं. पहिले काही महिने त्याप्रमाणे होत राहिलं. पु. शि. रेगे, वा. ल. कुलकर्णी, श्री. पु. भागवत, मंगेश पाडगावकर, वसंत बापट, विंदा करंदीकर, रा. भि. जोशी, माधव आचवल हे नेहमीचे लोक होतेच. शिवाय मौजेच्या गोतावळ्याचे लेखक यायचे. बाहेरगावचे लेखकही तेव्हा मुंबईत असले तर हजेरी लावायचे.

कधी नुसता चहा-फराळ व्हायचा, तर कधी जेवण. माझी बरीच धावपळ व्हायची. घरातलं कधी काही संपलं तर मागच्या दरवाजानं जाऊन जिन्नस आणायचे. कधी पैसे नसायचे. गाडगीळ तेव्हा मला दरमहा ठरावीक रक्कम देत असत. त्यातच भागवावं लागे. अजून कुटुंबाची जबाबदारी संपली नव्हती. मग कधी रद्दी, बाटल्या विकून पैसे उभे करायचे. कधी कल्पनाला आलेले खुळखुळे, वाळे वगैरे विकून मी वेळ निभावून न्यायची.

एकदा सानेगुरुजींची जयंती होती. दादरच्या बालमोहनमध्ये सगळे जमले होते. कोणी म्हणालं, "चला आता गाडगीळांकडे जाऊया."

सर्व मंडळी आमच्याकडे आली. ठरवून वगैरे कोणाकडे जायची पद्धत तेव्हा फारशी नव्हती. मौजेत आलेल्या लेखकांना श्री. पु. आमच्याकडे घेऊन यायचे. त्यात त्यांनाही काही वाटायचं नाही व आम्हांलाही. काय असेल त्यात मी भागवी.

तेव्हा एकदा पाडगावकर, बापट वगैरे मंडळींबरोबर नानासाहेब गोरेदेखील आले होते. त्यांनी ह्या साहित्यिक चर्चेबद्दल ऐकलं होतं. पण तो काही चर्चेचा दिवस नव्हता. शिवाय सानेगुरुजींच्या जयंतीचं गंभीर ओझंही होतं. त्यामुळे मंडळी रिलॅक्स व्हायला आली होती. टिंगलटवाळी, एकमेकांचे पाय ओढणं वगैरे चालू होतं. थोड्या वेळाने नानासाहेब एकदम भडकले, ''काय चालवलं आहे काय तुम्ही लोकांनी ? मी किती अपेक्षेनं इथं आलो होतो आणि तुमचा हा थिल्लरपणा !''

सगळे लोक एकदम गप्प झाले. अवाक् झाले. काय बोलायचं ते कोणाला सुचेना. क्षण दोन क्षण शांतता झाली. गाडगीळांची पंचाईत झाली. ते यजमान व नानासाहेब पाहुणे. गाडगीळ म्हणाले, ''नानासाहेब, आपण नुकतेच एका गंभीर सभेतून आलो आहो. त्यामुळे लोक जरा विषयांतर करून मोकळे होताहेत. या ठिकाणी हजर असलेला प्रत्येक साहित्यिक आपल्या परीनं मोठा आहे. प्रत्येकानं साहित्यात काहीतरी मोठं केलेलं आहे. साहित्यिक काय चोवीस तास साहित्यावरच बोलणार काय ?''

नानासाहेबांची बापट वगैरे लोकांनी समजूत काढली व ते पेल्यातलं वादळ जेवणावर संपलं.

अशा अनेक गमती-जमती होत. अनेक लोक येत-जात होते. रात्री बाराएकपर्यंत मोठमोठ्यानं हसणं व गप्पाटप्पा होत. शेजाऱ्यांना त्रास होईल असं कोणाला वाटत नसे. बाराच्या पुढं गप्पा गेल्या की खाली राहणारी ख्रिश्चन बाई मोठमोठ्यानं ओरडे. पण गप्पांच्या भरात तिकडे कोणाचं लक्ष जात नसे.

वामनराव देशपांडे आणि प्रिं. ढेकणे येत. त्यांच्या संगीतावर गप्पा होत आणि हळूहळू ते गाऊ लागत. रात्र होई तसे ढेकणे अंगावरचा शर्ट काढीत व वारंवार कंगव्याने केस विंचरत राहत. बहुधा चंद्रकौस राग आळवला जाई.

एकदा नागपूरचे ग. त्र्यं. देशपांडे जेवायला आले. ते कोट- धोतर घालीत. दिसायला गंभीर व भारदस्त. संस्कृत साहित्याचे ते व्यासंगी होते. मी आपलं शाकाहारी जेवण केलं. जेवायला बसल्यावर देशपांडे म्हणाले, ''हे काय ? तुमच्याकडे मासे खायला मिळतील म्हणून आलो. तर हा बामणी बेत ! ''

मी म्हणाले, ''तुमच्याकडे पाहून तुम्ही मासे खात असाल असं मला वाटलं नाही. पुढच्या वेळी नक्की लक्षात ठेवीन.''

पुढं कधीतरी मी ती कसर भरून काढली.

एकदा इरावतीबाई कर्वे आल्या होत्या. बाई उंच, गोऱ्यापान व करारी वाटत. त्या दिवशी सुट्टी होती. मी आज रजा आहे असं काहीतरी म्हटलं. तेव्हा त्यांनी सुट्टी व रजा

यांतला फरक मला नीट समजावून सांगितला. पण अजून तो मला समजला नाही व रजा आणि सुट्टी याचा घोटाळा अजून होतो. एकदा असंच 'ढेकर आला' असं मी म्हटलं. तशी त्या म्हणाल्या, 'ढेकर आली.' अशा माझ्या चुका व्हायच्या व तत्परतेने इरावतीबाई चूक दुरुस्त करायच्या. पण माझ्यात सुधारणा झाली नाही.

दुर्गाबाई भागवतही घरी येत असत. त्यांना अनेक विषयांत गती होती. तमाशापासून धर्मशास्त्रापर्यंत. कशिद्यापासून स्वयंपाकाबद्दल त्या बोलत. पुढं पदार्थ ठेवला की त्याच्या अनुषंगाने काय काय नवीन करता येतं ते सांगत. शिवाय टाकाऊतून टिकाऊ करण्यात त्यांचा हातखंडा होता. कशिदा काढताना कापडाचे दोरे मोजावे लागत. अगदी किचकट काम. कधी कधी त्या कसल्यातरी वादाच्या नादात असायच्या व त्यासंबंधाने पोटतिडकीने बोलत राहायच्या.

पु. शि. रेगे तर गाडगीळांबरोबर सिडनहॅम कॉलेजात होते. प्रथमदर्शनी ते कवी वाटायचे नाहीत. सावळे, ठेंगणे व जाडसर होते. चष्म्याआडून त्यांचे डोळे मोठे मोठे दिसत. ते डोळे गरगर फिरवत असत. व्यासपीठावर उभे राहिले की त्यांचे डोळे उघडमीट व्हायचे. त्यांचं आमच्यावर फार प्रेम होतं. सरिताबाई अतिशय प्रेमळ व लाघवी होत्या. दिसायलाही छान होत्या. एकदा त्यांनी मला निरोप पाठवून त्यांच्या घरी बोलवून घेतलं.

रेगे स्वभावानं अतिशय प्रेमळ होते. त्यांच्यासारखा कुटुंबवत्सल गृहस्थ मी पाहिला नव्हता. सरिताबाई म्हणायच्या, "मुलं मला झाली पण बाराव्या दिवसापासून यांनीच वाढवली. रात्रीचीसुद्धा मुलं यांच्याजवळ असायची."

माझ्यावर दोघांचंही प्रेम होतं. एकतर मी सारस्वत असून ब्राह्मणाच्या घरात फसले असं त्यांना वाटायचं. ते म्हणायचे, "गाडगीळ लुच्चा आहे. पण वासंती चांगली आहे."

आमच्या मुलांनाही त्यांनी फार प्रेमानं व आपुलकीनं वागवलं. त्यांचे लाड केले. पुढं ते सिडनहॅम कॉलेजच्या वसतिगृहाचे रेक्टर झाले व खंबाला हिलला राहायला गेले. तिथं त्यांनी भीमसेन जोशींचं गाणं केलं होतं. तेव्हा भीमसेन नुकतेच गाऊ लागले होते. काही साहित्यिक मंडळी जमली होती.

त्यांनी हौसेनं 'छंद' मासिक काढलं. अनेक वर्षं ते चालवलं. त्यात ते मनोमनी रमून गेले होते. 'छंद'ची सर्व कामं ते स्वत: करायचे. नंतर अनेक वर्षांनी 'छंद' बंद पडलं.

रेग्यांची कविता अल्पाक्षरी व नेमकी होती. तसंच ते सगळ्या गोष्टी करताना शॉर्टकट बघायचे. बोरीबंदरला कॉलेजात कोणत्या बाजूनं कमी अंतर असेल ते त्यांनी दोन्ही बाजूची पावलं मोजून ठरवलं. जेवणाची कोणतीही पंगत असली की पहिल्याने कुठून वाढणं होईल याचा त्यांना बरोबर अंदाज असायचा व त्याप्रमाणे ते ताट धरून बसायचे. मग 'लुच्चा गाडगीळ' त्यांच्या जवळची जागा पकडायचा.

गाडगीळांचं 'तलावातले चांदणे' वाचून काही मुली मला बघायला त्यांच्याकडे आल्या होत्या. बहुधा मला बघून त्यांची निराशा झाली असावी. लग्नाअगोदरही मला दाखवून झालं नव्हतं. पण असं बघायची पाळी माझ्यावर अनेकदा आली.

नागपाड्याला हीरजी गोविंदजीच्या तीन बिल्डिंग होत्या व त्या 'यू' या इंग्रजी अक्षराप्रमाणे होत्या. दोन बाजूला दोन बिल्डिंगी व मधली आमची बिल्डिंग. मध्ये रस्ता व पलीकडे दिवेचा ग्लास वर्क्स हा काचेचा कारखाना होता. त्या कारखान्याच्या मागे हीरजी गोविंदजी ही मोठी चाळ होती. मोठ्या तीन मजली दरवाजाने त्याचे दोन भाग केले होते. चाळ होती महंमदअली रोडच्या बाजूने. आमच्या घरी त्या मोठ्या दरवाजातून व दिवेच्या वर्क्सच्या बाजूनं येता येत असे. बसस्टॉप चाळीच्या समोरच होता. आमच्या घरी न्यू नागपाडा रोडने पण येता येत असे. त्या गल्लीतून.

हीरजी गोविंदजी ब्लॉक्समध्ये पोलिसांच्या बारा जागा होत्या. शेजारीच नागपाडा पोलीस स्टेशन होतं. शिवाय तिथं बरीच ज्यूंची वस्ती होती. त्यांचं डेव्हिड ससून सिनेगॉग शेजारी लागूनच होते. कोंबडी, बकरा वगैरे मारायचा असला तर सिनेगॉगमधून मंत्रून घ्यावा लागायचा. त्यांचे पुरुष छोटेमोठे व्यापार करायचे. त्यांच्या बायका मात्र नोकर-चाकर यांच्यावर अवलंबून असायच्या. आलेल्या गेलेल्या प्रत्येक फेरीवाल्याकडून त्या काहीबाही सारख्या विकत घ्यायच्या. सारख्या चरत असायच्या. लांब झग्याच्या खिशात नेहमी पैसे असत. घरात नवरा-बायकोची खूपदा भांडणं व्हायची व ती पोलीस ठाण्यावर पोहोचायची.

एकदा एका भांडणात नवऱ्याने रागाच्या भरात बायकोचं नाक चावलं. भळाभळा रक्त वाहू लागलं. बायको म्हणाली, चांगलं वाटीभर रक्त आलं. मग डॉक्टर आले. पोलीस आले. काही दिवस बाई नाकावर पट्टी लावून फिरत होती. पण मजा म्हणजे दुसऱ्या दिवशी तिचा नवरा भलं मोठं प्रेझेंट घेऊन आला व ती मलमपट्टी करून प्रकरण मिटलं. समेट झाला. त्या लोकांची भांडणंही मोठमोठ्यानं सार्वजनिक व्हायची. आमचं थोडंफार मनोरंजन होत असे. पण इस्राईल निर्माण झालं आणि त्यातले बहुतेक लोक इस्राईलला गेले. त्यांनी आपल्या जागा विकल्या. त्या जागा मुसलमानांनी व सिंध्यांनी घेतल्या. काही लोक इंग्लंड व ऑस्ट्रेलियातही गेले.

नागपाडा हे शिकाऊ इन्स्पेक्टरचं ठाणं समजलं जायचं. तिथं पैसा कमवायची खूप संधी होती. जवळच फोरास रोड होता. ती रेडलाईटची एरिया होती. महंमदअली रोडवरच्या गल्ल्यांमध्ये दररोज काही ना काही दंगाफसाद होत असे. अनेक तऱ्हेचे गुन्हे फोरास रोडमुळे होत असतच. त्यामुळे तिथल्या शिकाऊ इन्स्पेक्टरला अनेक प्रकारचे गुन्हे हाताळायला मिळायचे. गुन्हे दडपण्यासाठी पैशाची खैरात व्हायची. लवकरच हे नवशिके तरबेज व्हायचे. ह्यांत काही मराठीही लोक होते.

नवीन बिऱ्हाड आलं की त्यांचं सामान एका ट्रकमध्ये मावायचं, पण तीन वर्षांनी दुसरीकडे बदली झाली की दोन तीन ट्रक लागायचे. त्यांचा आम्हाला काही त्रास नसायचा. पण वस्तीला वचक असायचा.

आमच्या वरचा दुसऱ्या मजल्याचा ब्लॉक पोलिसांचा होता. त्या पंधरा वर्षांत अनेक बिऱ्हाडं आली गेली. बिऱ्हाडं बघायला येणारा अधिकारी आधी सर्व नळ सोडून पाणी आहे का पाहायचा. नळाला पाणी रात्रीच यायचं. जाताना ते नळ बंद करायला विसरायचे. मग आमच्या घरात वरून पाणी गळायचं. घराचं सिलिंग काँक्रीटचं नव्हतं. मोठमोठी लाकडी बहाले टाकून त्यावर मोठ्या लाद्या बसवल्या होत्या. घर तसं भक्कम होतं. पण जुनं झाल्यानं पाणी साठलं की खाली गळायचं.

पहिल्यानं बिऱ्हाड आलं आणि पाणी गळू लागलं. मी मुकाट्यानं पाणी पुसलं. पुन्हा काही वर्षांनी बिऱ्हाड बदललं. पुन्हा तेच. मग मला नवीन बिऱ्हाडकरू दिसला की मी त्यांना नळ बंद करायला सांगायची. पण ते पुन्हा विसरायचे.

एकदा असंच नव्या बिऱ्हाडाचं पाणी खाली आलं. मी वैतागले. पोलीस स्टेशनवर फोन करून आत्ताच्या आत्ता पाणी पुसून द्यायला सांगितलं. तो एक बेने इस्त्रायली इन्स्पेक्टर होता. फुल्ल कडकडीत ड्रेस घातलेला तो इन्स्पेक्टर जमिनीवर बसून हाताच्या ओंजळीने बादलीत पाणी भरू लागला. मलाच त्याची दया आली व पाणी पुसायला मी त्यांना फडकी दिली.

ह्या पोलिसांच्या बिऱ्हाडामुळे मला तीन चांगल्या मैत्रिणी मिळाल्या. बेहेरे, कोठारी व तिसरी माझी प्रिय मैत्रीण सुशीला कुलकर्णी. कुलकर्णी हे नागपाडा पोलीस ठाण्यातच राहत होते. त्यांची मावसबहीण सिडनहॅममधल्या प्रा. भीर यांच्या बायकोची मावसबहीण होती. आम्ही ठाण्याला राहत होतो तेव्हा भीर कुटुंब मुलुंडला राहत होतं व आमचं चांगलं येणं जाणं होतं. एक दिवस सुशीलाबाई मुद्दाम ओळख काढून आमच्या घरी आल्या. त्यांच्या गोड व लाघवी स्वभावामुळे आमची दाट मैत्री झाली. ती मैत्री दोन वर्षांपूर्वी त्या वारल्या तेव्हा संपली. त्यांच्या मुलासुनांशी माझा अजून संबंध आहे.

बेहेऱ्यांचं बिऱ्हाड आलं तेव्हा त्यांना वीणा ही तीनचार वर्षांची एकच मुलगी होती. कल्पना तेव्हा दीड-दोन वर्षांची होती. तिला खेळायला बरोबरच्या मुली नव्हत्या. ज्यू मुलींची भाषा तिला कळत नसे.

एकदा मी गॅलरीत उभी होते. इतक्यात वरून एक छोटं बुडकुलं दोरी बांधलेलं खाली आलं. मी तो दोर ओढून भांडं जप्त केलं. वीणा वर ओरडायला लागली. तिचा आवाज ठणठणीत होता. मी तिला दाद दिली नाही म्हणून वरून ती दाणदाण पाय आपटीत जिन्याने खाली आली व भांडं मागायला लागली. मी तिला म्हटलं, "तू जर आमच्या कल्पनाबरोबर खेळायला येशील तर भांडं देईन."

तिलाही खेळायला कोणीतरी पाहिजेच होतं. वीणाची व कल्पनाची गट्टी जमली. ती कल्पनापेक्षा तीन वर्षांनी मोठी होती व थोडीफार दादागिरी करत असे. पण मोठ्या बहिणीप्रमाणे तिची खूप काळजी घेत असे. ती कल्पनाच्या बाजूनं भांडतदेखील असे.

वीणाच्या आई बेळगावच्या. त्यांचे थोडे कानडी हेल होतेच पण आवाजही ठणठणीत होता. त्या म्हणायच्या, ''बेळगावला आमची घरं आगगाडीसारखी असतात. एका मागोमाग एक खोल्या. मागच्या बाजूनं बोललेलं पुढच्या दारात ऐकू जायला हवं. म्हणून आम्हांला मोठ्यानं बोलायची सवय आहे.''

नाना बेहेरे खूप उंच, धिप्पाड आणि गोरे होते. त्यांचा दरारा खूप होता. कुठेही जातांना वीणाबरोबर ते कल्पनाला घेऊन जायचे. अनेकदा कल्पना त्यांच्याकडेच जेवायची. वीणा मला कल्पनाचाय म्हणायची व शांता बेहेऱ्यांना आम्ही वीणाचाय म्हणायचो. बेहेरे कुटुंबाशी झालेली आमची मैत्री खूपच वर्षं टिकली. त्यांची जिथं जिथं बदली झाली त्या सर्व ठिकाणी मी मुलांना घेऊन जायची. शेवटी ते रिटायर होताना खेरवाडी पोलीस स्टेशनवर आले होते. आम्ही साहित्य सहवासमधे राहायला आलो होतो. पोलीस स्टेशनच्या वरच त्यांची राहायची जागा होती.

कल्पनाला नागपाडा नेबरहूडमध्ये मॉंटेसरीत घातलं. घरासमोर ह्यूम हायस्कूल होतं. पण ते काही चांगलं नव्हतं. कल्पनाला शाळेत कुठं घालायचं याचा आम्ही विचार करू लागलो. मला वाटलं की तिला माझ्या शाळेत किंग जॉर्जमध्ये घालावी. आम्ही दोघंही शाळेत गेलो. तिथं तिला ॲडमिशन मिळत होती. तेव्हा डोनेशनची भानगड नव्हती. पण त्यांची स्कूल बस परळच्या पुढे जात नव्हती. आम्ही तर भायखळ्याच्या पुढे राहत होतो. त्यामुळे ते जमलं नाही. क्लेअर रोडला दोन इंग्लिश मीडियमच्या शाळा होत्या. एक होती सेंट मेरी. ही कॅथलिक मुलींची शाळा होती व दुसरी होती ख्राइस्ट चर्च. ही प्रोटेस्टंट शाळा होती व मुलामुलींची होती. त्यामुळे आम्ही कल्पनाला ख्राइस्ट चर्चमध्ये दाखल केली.

कल्पनानंतर चार वर्षांनी अभिजित झाला. त्या वेळी जवळपास सूतिकागृह नव्हतं. त्यामुळे मी गिरगावात डॉ. अजिंक्य यांच्या सूतिकागृहात नाव घातलं. नागपाडा हे गिरगावापासून फार अंतरावर नव्हतं. ट्रॅमने एका आण्यात गिरगावात जाता येत असे. व दादरही बसने जवळ होतं. बोरीबंदरही जवळ होतं. तशी नागपाड्याची जागा सोईस्कर होती. कुठूनही कुठे जायला फार वेळ लागत नसे.

अभिजित झाला सप्टेंबर महिन्यात. धो धो पाऊस पडत होता. सकाळी सकाळी माझ्या पोटात दुखू लागलं. कल्पनाला बेहेऱ्यांकडे ठेवून गाडगीळ मला हॉस्पिटलमध्ये घेऊन गेले. सकाळची वेळ होती व लिफ्ट बंद होती. कसेबसे आम्ही जिने चढून दुसऱ्या मजल्यावर गेलो. मला नर्सच्या हवाली करून चहा घ्यायला गाडगीळ खाली

गेले. बहुधा समोरच्या कुलकर्ण्यांच्या प्रसिद्ध हॉटेलात. कल्पनाच्या वेळी मला जवळजवळ चोवीस तास लागले होते. ते लक्षात घेऊन चहापाणी घेऊन गाडगीळ वर आले. नर्सने सांगितलं की, तुम्हांला मुलगा झाला. आम्हांला मुलगा मुलगी काहीही चाललं असतं. पण आता एक मुलगी, एक मुलगा आहे, तर संततीनियमनाचं ऑपरेशन करून घ्यावं असं आम्ही ठरवलं. आम्ही तसं डॉ. अजिंक्य यांना सांगितलं. पण माझं ऑपरेशन करायला डॉ. अजिंक्य तयार झाले नाहीत.

ते म्हणाले, ''तुमच्यासारख्या सुशिक्षित व बुद्धिमान लोकांनी मुलं होणं बंद केलं तर चांगली प्रजा कशी होईल? झोपडपट्टीतल्या लोकांचा सुकाळ होईल.''

ते काही तयार होईनात व आयत्या वेळी बाळ-बाळंतीण घेऊन दुसरीकडे कुठे हॉस्पिटल शोधायचं?

माझे दिवस भरत असताना मी एक चोवीस तासांची बाई ठेवली होती. शिवाय नेहमीची धुण्याभांड्यांची बाई होतीच. रात्री पाणी वगैरे भरावं लागे. गाडगीळांना दुसऱ्या दिवशी कॉलेजात जायचं होतं. म्हणून त्यांनी मला दहाव्या दिवशी संध्याकाळीच घरी आणलं. पाहते तर बाई गायब. मग पाणी भरलं. सकाळी गाडगीळांना नास्ता दिला. कल्पनाची कुरकूर होतीच. कितीही नोकर ठेवले तरी आयत्या वेळी ते दगा देतातच.

अभिजित झाला, त्यानंतर एक महिन्याने आंबेडकरांनी धर्मांतर केलं. माझ्याकडे काम करणाऱ्या बाया महार होत्या, त्या बुद्ध झाल्या.

अभिजितही बेहेऱ्यांच्या घरीच जास्त राहत असे. त्याला ते 'बटाट्या' म्हणायचे. चार महिन्यांनी वीणाच्या आईलाही डॉ. अजिंक्यकडे जुळ्या मुली झाल्या. ते संयुक्त महाराष्ट्राचे दिवस होते. चळवळ जोरात होती. गिरगावात कर्फ्यू चालू होता. गिरगावात दंगा जाळपोळ झाली होती व बेहऱ्यांना ४८-४८ तास ड्युटी होती. बिचाऱ्या वीणाच्या आईला कोणी भेटायलादेखील गेलं नाही. त्यांच्या जुळ्या मुली शामा-शुभा झाल्यावरही 'बटाट्या' त्यांच्या घरी असे. बेहेरे कुटुंबानं आमच्या दोन्ही मुलांवर फार माया केली. नंतर बेहेऱ्यांची बदली झाली. मधे आमच्या वरच्या ब्लॉकमध्ये दोन-चार बिऱ्हाडं आली. त्यांच्याशी आमची जुजबी ओळख झाली. पण कोणाशी मैत्री मात्र झाली नाही.

काही वर्षांनी इन्स्पेक्टर कोठारी वर राहायला आले. हे कोठारी आमच्या आरवलीचे. कोठारीबाई नासिकच्या होत्या. त्यांना व त्यांच्या बहिणीला साहित्याची आवड होती. त्यामुळे आमची गट्टी जमली. कुठे सेल असला की आम्ही दोघी जायचो. पण मुख्य म्हणजे आमची हिंदी सिनेमाची आवड. सिनेमाला नेहमी आम्ही दोघी जायचो. त्यांच्याबरोबर खूप सिनेमा पाहिले. अगोदर तिकीट काढून सिनेमा बघणं त्यांच्या सवयीत बसत नव्हतं. त्या आयत्या वेळी जायच्या. मी म्हणायची, ''हाऊसफुल आहे. आपण परत जाऊ या.''

त्या म्हणायच्या, ''एकदा सिनेमाला म्हणून बाहेर पडलं की तो पाहिल्याशिवाय परत घरी जायचं नाही.''

मग त्या कोणाकोणाला विचारून ब्लॅकची तिकिटं मिळवायच्या. मला ते पटत नसे. आयुष्यात कधी मी ब्लॅकचं तिकीट घेऊन सिनेमा पाहिला नाही. पण कोठारीबाईंची नजर बरोबर ब्लॅकवाल्याला ओळखायची. आम्ही नेहमी अगोदर तिकिटं काढून सिनेमा पाहणारे लोक. गाडगीळ नेहेमी फोर्टमध्ये इंग्रजी सिनेमाला जायचे. तिकिटं अगोदर काढून. त्यांना हिंदी सिनेमा आवडायचे नाहीत.

कोठारींना एकच मुलगी होती. तिचं नाव स्वरूप. ती आमच्या चित्रापेक्षा तीन वर्षांनी मोठी होती. वीणात आणि कल्पनातही तेच अंतर होतं. तरी त्यांची खूप मैत्री होती. स्वरूपला तिचे आईबाबा खूप जपायचे.

अभिजित चांगला गुटगुटीत मुलगा होता. कल्पना नाजूक होती. पण का कोण जाणे तो रात्रभर झोपायचा नाही. गाडगीळांना त्याच्या रडण्याचा त्रास नको म्हणून मी त्याला मांडीवर घेऊन बसायची. हॉलमध्ये कोचावर बाजूला उशा वगैरे लावून अर्धवट पडायची. पण त्याला बिछान्यात ठेवलं की तो जागा होऊन रडायचा. मग मी पुन्हा त्याला मांडीवर घेऊन बसायची की झोपला. अधूनमधून मी त्याला रागानं मारायची. अशी मी सबंध रात्र बसून काढत असे.

मात्र सकाळी उठल्यावर गाडगीळ विचारायचे, ''अगं, झोपला ना तो ?''

म्हणजे तो झोपला असणार व मीही झोपले असणार ही त्यांची खात्री. पण नित्यनेमाने दररोज सकाळी हा प्रश्न ते विचारीत असत. जवळजवळ दोन वर्षं अभिजितनं मला जागवलं.

त्याला अनेक डॉक्टरांना दाखवलं. पण ते म्हणायचे, ''ही इज पिक्चर ऑफ गुड हेल्थ.''

लहानपणी रांगत रांगत तो भिंतीजवळ जायचा व भिंतीवर डोकं आपटायचा. जरा थांबून काय झालं ते अजमावायचा. मग पुन्हा डोकं आपटायचा. त्याचं डोकं खूप टणक होतं. एकदा गडी झोपला होता. त्याच्यावर त्यानं डोकं आपटलं तर तो गडी कळवळला.

एकदा गाडगीळ गावाला गेले होते. बहुधा अहमदाबादलाच. त्यांची टॅक्सी वळून कोपऱ्यावर गेली नाही तोच मोठा कडकड असा आवाज आला. मला वाटलं, भूकंप झाला की काय ? धाडधाड आमच्या बिल्डिंगच्या बाजूने आवाज येत होते. मी खिडकीतून पाहिलं तो बाजूला पाणी दिसायला लागलं. लगेच मुलांना घेऊन मी घराबाहेर आले. आमच्या बाजूलाच चार-सहा फुटांवर पाणी होतं. एका बुजवलेल्या विहिरीवरच बाजूची

जागा होती. घराच्या अगदी जवळ. फायरब्रिगेड व पोलीस आले. मालकालाही फोन करून बोलवून घेतलं.

विहीर उघडी पडली होती व काळं हिरवं पाणी आमच्या घराच्या नजीक दिसत होतं. मालकांनी इंजिनीयर आणले व ती विहीर बुजवून टाकली. पण तोपर्यंत लोक तर्कवितर्क चालवत होते. कुणी म्हणे, तुमच्या बिल्डिंगच्या खालीदेखील तळं आहे. पण सुदैवाने तसं काही नव्हतं व बिल्डिंग भक्कम उभी होती. पुढं अनेक वर्षं बिल्डिंगला काही धोका झाला नाही. पण ते चारआठ दिवस मी काळजीत काढले.

पण नेहमीप्रमाणे या कठीण प्रसंगी गाडगीळ गायब!

❖❖

९.

नागपाड्याला राहायला आल्यावर गाडगीळांच्या साहित्यिक चळवळी जोरात चालू झाल्या होत्या. नवकथेच्या बाजूने तर ते ढाल-तलवारींनी सर्वांशी लढत होतेच. पण गावोगावी व्याख्यानं द्यायला जाणं चाललंच होतं. त्यांना व्याख्यानाची खूप आमंत्रणं येत होती व उत्साहाने गाडगीळ सर्व ठिकाणी जात होते.

त्याच वेळी इंग्लंड अमेरिकेतले उदारमतवादी लोक भारतात येऊ लागले होते. ते तिथल्या लेखकांना इथल्या लेखकांना भेटायला पाठवत होते. हे लोक भारतात यायचे व ताजमहाल हॉटेलमध्ये उतरायचे. मराठी -हिंदी लेखकांना भेटायला बोलवत. त्यांच्याशी चर्चा करीत. आर्थर कोएस्लर, जॉन वेन वगैरे लेखक मुंबईला येऊन गेले. जॉन वेनला मी मुंबई फिरून दाखवली.

भारतातले उदारमतवादी लोकही एकत्र आले. पॅरिसला कमिटी फॉर कल्चरल फ्रीडम नावाची संस्था स्थापन झाली. भारतातही त्याची शाखा निघाली. प्रभाकर पाध्ये त्या संस्थेचे हिंदुस्थानातील सेक्रेटरी झाले व जगभर दौरा करू लागले.

गाडगीळ प्रथम प्रथम ह्या लेखकांना भेटायला जात असत. पण नंतर त्यांच्या लक्षात आलं की या परदेशी लेखकांचे भारतीय भाषांचं ज्ञान फार तुटपुंजं आहे. मराठी नावाची भाषा अस्तित्वात आहे हे देखील अनेकांना माहीत नव्हतं. अशा लोकांना भेटून फायदा काय ? कशाची देवाणघेवाण होणार ?

एकदा अशाच एका बड्या व्यक्तीशी बोलताना गाडगीळांनी आपल्या मनातील उद्रेक त्यांना बोलून दाखवला. त्यांनी श्री. पु. भागवतांकडे गाडगीळांविषयी माहिती विचारली. त्या वर्षी श्री. ना. पेंडसे यांना रॉकफेलर फाऊंडेशनची फेलोशिप मिळाली आणि पुढच्या वर्षी ती गाडगीळांना मिळाली.

अमेरिकेहून रॉकफेलर फाऊंडेशनची तार आली तेव्हा गाडगीळ व्याख्यानानिमित्त नागपूरला होते. मी त्यांना तारेनं ही आनंदाची बातमी कळवली. नंतर त्यांचं पत्र व नियमावली आली. गाडगीळांचा व माझा सर्व प्रवासखर्च फाऊंडेशन देणार होतं आणि

दर महिन्याला खर्चाला काही पैसे देणार होते. त्या वेळी डॉलरचा दर पाच रुपये असा होता. अरे बापरे, पाचशे रुपये! फारच झाले. गाडगीळांचा तेव्हाचा पगार अडीच-तीनशे होता. मी म्हणाले, ''मी नाही जात अमेरिकेला इथंच राहीन. ते पाचशे रुपये कुटुंबाकरिता होतील.''

गाडगीळांची कौटुंबिक जबाबदारी संपली नव्हती. एकाच बहिणीचं लग्न झालं होतं. भावांची शिक्षणं चालू होती. दोन भाऊ सांगलीला इंजिनीअरिंग कॉलेजमध्ये होस्टेलात राहून शिकत होते. तिसरा भाऊ कॉमर्सला सिडनहॅम कॉलेजमध्ये होता. धाकटा भाऊ शाळा शिकत होता. आम्हांला पैशांची गरज होतीच. शिवाय आम्हांलाही दोन मुलं झाली होती. त्यांचाही खर्च होताच. मुलांचा अमेरिकेत जायचा प्रवासखर्च फाऊंडेशन देणार नव्हतं. त्यामुळे मुलांना घेऊन मी मुंबईला राहायचं ठरवलं. पण गाडगीळांना ते पसंत नव्हतं. ते म्हणाले, ''मी परदेशात जायचं व तू इथंच राहायचं हे मला पटत नाही. पैसे काय, आज ना उद्या मिळतील. पण परदेशवारीची अशी संधी पुन्हा मिळणार नाही. तेव्हा आपण मुलांना घेऊन जायचंच. थोडीफार काटकसर करावी लागेल. काढू मुलांची तिकिटं.''

दोन मुलांची अर्धी तिकिटं म्हणजे एक फुल तिकीट झालं.

सिडनहॅम सरकारी कॉलेज. तेव्हा कदाचित एक वर्ष परदेशात राहायला रजा मिळणार नाही, असं गाडगीळांना वाटलं. त्यांनी बिनपगारी एक वर्ष रजा मिळावी असा अर्ज केला. तेव्हा सुलभा पाणंदीकर या डायरेक्टर ऑफ एज्युकेशन होत्या. त्यांनी गाडगीळांचं नाव थोडंफार ऐकलं होतं. त्यांनी रजा मंजूर केली. खरं म्हणजे थोडी पगारी, थोडी अर्धपगारी रजा घेता आली असती. पण त्यात अडथळे आले असते. तेव्हा नकोच ती भानगड, असा गाडगीळांनी विचार केला.

आमची नागपाड्याची जागाही अकॉमॉडेशन ऑफ कंट्रोलरच्या ताब्यात होती. म्हणजे सरकारीच. हीरजी गोविंदजी बिल्डिंगचा मालक भातबाजारात मोठा व्यापारी होता. त्याचा मुलगा सिडनहॅममध्ये गाडगीळांचा विद्यार्थी होता. माझी भावंडं एव्हाना शिक्षणासाठी कांदिवलीला बिऱ्हाड करून राहत होती. भाऊ नोकरी करत होते व दोन बहिणी सकाळचं सिद्धार्थ कॉलेज करून नोकरी करीत होत्या. एक होती टेलिफोनमध्ये व दुसरी होती रेल्वेत.

आमची जागा घ्यायला खूप लोक टपले होते. पण एकदा कोणाला जागा दिली की परत मिळणं मुश्किल. म्हणून जागा माझ्या भावंडांना राहायला दिली. गाडगीळांचे दोन्ही भाऊ सांगलीला शिकत होते. त्यांची कॉलेजची फी व होस्टेलचा खर्च यांचे सर्व वर्षाचे पोस्ट डेटेड चेक दिले होते.

अशी थोडीफार व्यवस्था लावून गाडगीळ मे महिन्यात परदेशी रवाना झाले.

१९५७ साली परदेशप्रवासाची नवलाई होती. फारसे लोक परदेश प्रवास करत

नव्हते. त्यामुळे आम्हांला महिनाभर जेवणाची आमंत्रणं येत होती. त्यांत जवळजवळ सत्तावीस-अठ्ठावीस वेळा जेवणात पक्वान्न श्रीखंडाचं होतं. श्रीखंडाची आम्हांला मिठीच बसली होती. थोडेफार सत्कार वगैरेही झाले. प्रभाकर पाध्यांनी बहुतेक साहित्यिकांना आमंत्रित करून एका मोठ्या हॉटेलात आमच्या अभिनंदनाची पार्टी दिली होती. महिना सव्वा महिना खाऊन खाऊन ब्राह्मण तट्ट फुगले.

गाडगीळांना विमानतळावर पोचवायला बरेच लोक आले होते. श्री. पु.भागवत, वसंत बापट, मंगेश पाडगावकर, विंदा करंदीकर हे स्नेही तर होतेच, पण काही नात्याचे लोकही होते.

गाडगीळांनी आपल्या प्रवासाची रूपरेखा अत्यंत काळजीपूर्वक आखली होती. वर्षात काय काय करायचं, कुठे कुठे जायचं याला फाऊंडेशनचं बंधन नव्हतं. फक्त त्यांना आगाऊ कळवून त्यांची संमती घेणं गरजेचं होतं. गाडगीळांनी प्रथम इस्तांबूलपासून सुरुवात करून पुढे युरोप, इंग्लंड, अमेरिका, हवाई, जपान, बाली, सिंगापूर व मुंबई अशी स्थूलमानाने जगप्रवासाची रूपरेखा आखली होती.

आपली तयारी करून गाडगीळ निघून गेले. माझा पासपोर्ट वगैरे काढला नव्हता. मला बरीच धावपळ करून माझा व मुलांचा पासपोर्ट काढावा लागला. त्याकरता मला जन्माचा दाखला पाहिजे होता. मालवणहून आजोबांनी तो पाठवून दिला. तो होता मोडीमध्ये. त्याचं इंग्रजी भाषांतर करून घ्यावं लागलं. मुलांची नावं ती लहान असल्यानं माझ्याच पासपोर्टात येणार होती. त्याकरिता त्यांचेही जन्माचे दाखले महानगरपालिकेतून मिळवावे लागले. पण कल्पनाचा जन्म ठाण्याचा. मग ठाणा म्युनिसिपाल्टीकडून तिचा दाखला मिळवला. प्रवासाचा सर्व आराखडा अमेरिकन एक्स्प्रेसकडे द्यावा लागला. माझ्या प्रवासाचे पैसे रॉकफेलर फाऊंडेशन देणार होतं, पण मुलांचा खर्च आम्हांलाच करावा लागणार होता. तोच खर्च दहा हजार रुपये होता. सर्व शिल्लक संपून गेली.

गाडगीळ अगोदर पुढं निघून गेले. मागून मी दोन्ही मुलांना घेऊन जाणार होते. मला अनेक लोकांच्या सूचना — एकदम विमानात गेलात तर हवा बदलाचा मुलांना त्रास होईल. बोटीने हळूहळू गेलात तर ती रुळतील. मला काहीच समजत नव्हतं. पण एकदम परदेशी न जाता हळूहळू जाण्याची कल्पना मला आवडली. आम्ही लॉईड्स ट्रिस्टीनोच्या बोटीनं सुएज कालव्यामधून प्रथम इटलीला जिनोवा बंदरात जायचं व तिथून आगगाडीनं जिनिव्हाला स्वित्झर्लंडला जायचं. तिथं आम्हांला गाडगीळ भेटणार, असं ठरलं होते. लंडनला राहून ते जिनिव्हाला येणार होते.

मुलांना घेऊन मी बोटीनं निघाले. एडन येईपर्यंत खूप मळमळत होतं. बोट हलत होती. मुलांना सांभाळायला मला कठीण जात होतं. बोटीवर सगळी व्यवस्था होती. स्विमिंग पूल होता. मोठमोठे डेक होते. बार होता. मुलांना खेळायला जागा होती,

निरनिराळे खेळ खेळायची सोय होती. पण माझं डोकं वर होईना. चार दिवसांनी जेव्हा बोट सुएझ कालव्यामध्ये शिरली, तेव्हा ती स्थिर झाली व संथ चालू लागली. तेव्हा कुठे आम्हाला जेवणखाण सुचायला लागलं. प्रत्येक फॅमिलीला एक टेबल अलॉट केलं होतं व त्यावरच पुढचे चौदा दिवस ब्रेकफास्ट, लंच व डिनर होणार होतं. मला एक छोटीशी खोली दिली होती. तिला बाथरूम होती. छोटं ड्रेसिंग टेबल व कपडे ठेवायला कपाट होतं. पण बेड मात्र बंक होता. म्हणजे एकावर दुसरा बेड. मी अभिजितला घेऊन खाली झोपत होते व कल्पना वरच्या बेडमध्ये.

एडन सुटल्यावर बोट लागणं थांबलं. बोट सुएज कालव्यातून जाऊ लागली. बोट जसजशी पुढे जात होती तसतशी पाण्याची पातळी वाढवून ती पुढे सरकत होती. दोन्ही बाजूचे किनारे तर इतके जवळ होते की त्यांना हात लावता येईल असं वाटत होतं. बाजूबाजूने अरब लोक बोटीबरोबर लहान होडक्यांतून माल विकत होते. काही लोक तो माल घासाघीस करून स्वस्तात घेत होते. मी काही घेतलं नाही. पैसे पुरवून ठेवायला हवे होते. काही लोक पोर्टसैदला उतरून इजिप्तचे पिरॅमिड पाहून पुढं येऊन मिळणार होते. ती जादा ट्रीप मला परवडण्यासारखी नव्हती. पुढं ज्यांनी ज्यांनी अरबांकडून माल घेतला होता तो नंतर थंड डोक्यानं पारखून पाहिला तर काही शर्टांच्या बाह्यांची लांबी सारखी नव्हती. रंगांचीही सरमिसळ होती. एकूण सौदा महागातच पडला होता.

बोटीबरोबर काही भारतीय लोक होते. डेकवर फिरताना माझी काही लोकांशी ओळख झाली. बरेचसे विद्यार्थी होते व विमानापेक्षा बोटीचं तिकीट स्वस्त पडतं म्हणून आले होते. त्यात एक महाराष्ट्रीय जोडपं होतं. खानदेशाकडचं. दोघंही शिकायला जर्मनीला जात होती. त्यांनाही दोन मुलं होती. पण ती त्यांनी बायकोच्या आईकडे ठेवली होती. वडील शिक्षक होते. नंतर ते लोक मला मुंबईला भेटले, तेव्हा त्यांनी जर्मनीहून आणखी एक मूल आईच्या ओट्यात घातलं होतं. विमानानं एअर होस्टेसबरोबर ते मूल पाठवलं होतं. असं दोन-तीन वर्षं आपली मुलं दुसऱ्याच्या ताब्यात देणं मला रुचत नव्हतं. आपली मुलं आपल्याकडे हवीत. पुढे मुलांमुळे आम्हांला थोडा त्रास झाला, पण मुलांची काळजी करत बसण्यापेक्षा हे बरं.

मुलं व मी बोटीला रुळलो. मुलं कधी डेकवर, तर कधी नर्सरीमध्ये खेळायची. थोडीफार दंगामस्ती करायची, पण लगेच मला चिकटायची. कधीकधी मी डेकवरच्या लुडोत भाग घ्यायची. पण बहुधा हरायची. डेकवर आराम कर, कठड्याला टेकून समुद्राची गंमत पाहा, कधी उसळणारे डॉल्फीन पाहा, असा वेळ मजेत जात होता. जेवण काही मला आवडत नव्हतं. पण फळं, केक, आईस्क्रीम, बिस्किटं यावर भागत असे.

बोटीत तसा आराम असायचा. मजाही असायची. विश्रांती घ्यायची असेल तर बोटीच्या प्रवासासारखा प्रवास नाही.

प्रवास आता संपत आला होता. चौदा दिवस आम्ही बोटीतून जात होतो. दुसऱ्या दिवशी या प्रवासाचा शेवट इटालीतल्या जिनोवा बंदरात होणार होता व तिथून पुढे आगगाडीने मी स्वित्झर्लंडला गाडगीळांना भेटणार होते. मी अगदी आशेला आले होते या मुलांची जबाबदारी घेऊन.

पण रात्री बारा वाजता कल्पना वरच्या बेडवरून खाली पडली व ड्रेसिंग टेबलाचा कोपरा तिला डोक्याला लागला. भळाभळा रक्त वाहू लागलं. तिला घेऊन मी बोटीवरच्या डॉक्टरकडे गेले. त्याने केस थोडे काढले. व भलेमोठे बँडेज हनवटीवरून बांधले. कल्पना तर रडत होतीच, पण अभिजित माझ्या साडीचं टोक घट्ट धरून रडत होता. आता या रडतराउतांना घेऊन मी स्वित्झर्लंडला कशी काय जाणार याचीच मला चिंता वाटत होती.

दुसऱ्या दिवशी सकाळी जिनोवा बंदरात उतरले. कस्टम वगैरेचे सोपस्कार पार पाडले. अवजड सामान बोटीनं पुढं लंडनला पाठवलं. पापड, लोणची, मसाले, जास्तीचे कपडे, यांची खायची सुपारी वगैरे सामानांनी त्या बॅगा भरल्या होत्या. लंडनला पोचेपर्यंत लागणाऱ्या कपड्यांच्या दोन बॅगा बरोबर होत्या.

जिनोआतून आगगाडीने आम्ही स्वित्झर्लंडला निघालो. तिथं संध्याकाळी पोचणार होतो. तिथं पोचेपर्यंत दोन देशांच्या सीमा लागल्या. पुन्हा कस्टमतपासणी झाली. तिथले कस्टम ऑफिसर आमच्यासारख्या पौर्वात्य लोकांनाच प्रश्न विचारायचे, गोऱ्या लोकांना नाही. दिवस उन्हाळ्याचे होते. उजेड उशिरापर्यंत होता. दिवस मोठे होते.

प्रत्येक देशाचं चलन निराळं. माझ्याकडचे डॉलर मोडले तर उरलेले पैसे त्या देशाच्या चलनात मिळायचे. इतक्या देशांचे पैसे ओळखायचे आणि ते सांभाळायचे, हे नको वाटे. आगगाडी स्टेशनात थांबली की स्टेशनवर काहीबाही विकायला असायचं. मुलांना हवं असायचं. सारखं, 'आई, ते घेना! मला भूक लागली.' असं चाललं होतं. माझ्याजवळ बोटीतले काही खायचे जिन्नस होते, थोडी खेळणीही होती. पण त्यांना विकतच्या वस्तू हव्या असायच्या.

आमच्यासमोर एक युरोपिअन गृहस्थ बसले होते. ते मुलांना काहीबाही घेऊन द्यायचे. पण मला ते अवघड वाटायचं. कल्पनाचं भलंमोठं बँडेज पाहून लोकांना आमची दया यायची. लोक सारखे प्रश्न विचारायचे. मला खूप ओशाळं वाटायचं. कधी एकदा हा प्रवास सरतोय आणि गाडगीळांना भेटते असं वाटायचं.

बहुतेक लोकांनी साडीतली बाई पाहिली नव्हती. साडी कशी घातली यावरही प्रश्न असायचे. काही लोकांना माझ्या ढोपरापर्यंत लांब दोन वेण्यांचं आश्चर्य वाटायचं. माझ्यासमोरचे गृहस्थ म्हणाले, ''मी एवढे लांब केस कधी पाहिले नाहीत. मी तुझे थोडेसे केस आठवण म्हणून कापून घेऊ का?''

मला काय म्हणावे ते कळेना. नाही तरी कसं म्हणावं ? ताबडतोब त्या गृहस्थांनी आपल्या खिशातून एक छोटी डबी व छोटी कात्री काढून माझ्या केसांची छोटी बट कापून डबीत टाकली. हा सरंजाम ते नेहमी बाळगत असावेत.

•

संध्याकाळी आम्ही जिनिव्हाला जाऊन पोचलो. हुश्श करून मी सामान व मुलं घेऊन गाडीतून उतरले. इथं मला गाडगीळ भेटणार होते व इथपर्यंत एकटीनं केलेला प्रवास संपणार होता. स्टेशनवर गाडगीळ नव्हतेच. मी अगदी घाबरून गेले. ह्या परक्या देशात जखमी मुलगी व रडणारा मुलगा घेऊन मी कुठं जाणार होते ? सामान घेऊन मी बाकावर बसून त्यांची वाट पाहू लागले. बघता बघता स्टेशन रिकामं झालं. मी बापडी मुलांना जवळ घेऊन केविलवाणी बसले होते. येता जाता लोक चौकशी करीत होते. पण तिथं भाषेचा प्रश्न आला. जिनिव्हाला फ्रेंच आणि जर्मन भाषा बोलली जायची. मी हातवारे करून इंग्रजीत खरी परिस्थिती सांगण्याचा प्रयत्न केला व मी माझ्या नवऱ्याची वाट पाहत आहे एवढं त्यांना कळलं.

मग मी अमेरिकन एक्स्प्रेसला फोन केला. माझी व गाडगीळांची व्यवस्था त्यांनीच केली होती. तेव्हा कळलं की गाडगीळ सकाळी त्या ऑफिसात आले होते. चला, म्हणजे गाडगीळ या गावात आहेत हे समजलं. असा बराच वेळ गेला. कधी कोणी कुठच्याही काळ्या माणसाला पकडून आणायचे आणि 'हा तुझा नवरा का' असं विचारायचे. पण माझा नवरा काही येत नव्हता. एवढ्यात एक प्रौढ गुजराती गृहस्थ आले व माझी चौकशी करू लागले. तेही मुंबईचे होते. मला माहेरचा माणूस भेटल्याचा आनंद झाला. मी कोण, इथं काय करते आहे सगळं त्यांनी विचारून घेतलं. डोळ्यांचं पाणी थोपवून मी त्यांना सगळी हकिकत सांगितली. शिवाय केविलवाणी कल्पना दया येण्यासारखीच होती. गृहस्थ सज्जन निघाले. रात्रीकरता कुठे जागा मिळेल का याची मी चौकशी केली. पण ते दिवस कॉन्फरन्सचे होते व जिनिव्हा हा कॉन्फरन्सचा अड्डाच. त्यांनी फोनवर काही हॉटेलांची चौकशी केली. पण जागा नाही. तेव्हा ते म्हणाले, "मी माझ्या कुटुंबासमवेत इथं आलो आहे व समोरच्याच हॉटेलात उतरलो आहे. आमच्याकडे दोन-तीन खोल्या आहेत. बॅगा इथंच ठेवू, तुम्ही आमच्या हॉटेलात रात्रीपुरते राहा. मग उद्या बघू काय करायचं ते."

दुसरा काही इलाजच नव्हता. मी पुन्हा अमेरिकन एक्स्प्रेसमध्ये फोन करून त्यांच्या हॉटेलचं नाव व पत्ता सांगितला. मला खात्री होती की गाडगीळ तिथं चौकशी करतील, तेव्हा त्यांना आमचा ठावठिकाणा लागेल.

आम्ही त्या गृहस्थांच्या हॉटेलात कसेबसे पोचलो. त्यांच्याबरोबर लेकी, सुना, बायको, लहान नातवंडं असा परिवार होता. त्यांनी मुलांना खाऊ दिला. मला काही खायला जाईना. तिथं आम्ही रात्र काढली. माझ्या डोळ्याला डोळा लागला नाही.

तळमळत होते.

सकाळी सहा वाजताच गाडगीळ धापा टाकीत तिथं आले. आम्ही सहाव्या मजल्यावर होतो. लिफ्ट होतीच. पण गाडगीळ इतके काळजीत होते की ते सहा मजले भरभर चढून आले. त्यांना पाहून इतका वेळ कोंडून धरलेले अश्रू भरभर वाहू लागले. मला सारखं रडू येत होतं. त्या कुटुंबाचे आभार मानून आम्ही गाडगीळांनी रिझर्व केलेल्या हॉटेलात गेलो. स्टेशनवरचं सामानही घेतलं. युरोप व अमेरिकेत तुमच्याबरोबर मुलं असली तर त्यांच्यासाठी नेहमी दुसरी खोली घ्यावी लागते. मुलं आदल्या दिवशीच्या प्रसंगानं खूप घाबरली होती. त्यामुळे ती निराळ्या खोलीत झोपायला तयार नव्हती. पुढील सर्व प्रवासात त्यांना जरी निराळी खोली असली तरी रात्री ती आपली पांघरूणं घेऊन आमच्या खोलीत यायची.

गाडगीळांची व माझी चुकामूक कशी झाली ते त्यांनी नंतर मला सांगितलं. दुपारी ते एका हॉटेलात रस्त्याजवळच्या टेबलावर जेवत होते. तिथं एक भारतीय माणूस आला. तो बंगाली होता. एअर इंडियात नोकरी करत होता. फुकट मिळणाऱ्या पासावर तो जिनिव्हाला आला होता. पण फुकट पासवाल्यांना विमानात जागा असली तरच प्रवास करायला मिळतो. दोन-तीनदा तो विमानतळावर जाऊन जागा नाही म्हणून परत आला. तेव्हा प्रवासाकरिता रिझर्व बँक मोजकेच पैसे देत असे. त्याने आपल्या घड्याळाला एक सुरेख पट्टा घेतला होता. त्यात त्याचे पैसे संपून गेले होते. जेवणासाठीही त्याच्याकडे पैसे शिल्लक नव्हते. गाडगीळांनी त्याला जेवायला तर घातलंच, पण वर पंचवीस डॉलर्स दिले. तो खरं बोलतोय असं त्यांना वाटलं. त्यानं आमचा मुंबईचा पत्ता घेतला. मुंबईला आम्ही वर्षानं जाणार होतो. पुढे त्यानं पैसे परत केले की काय ते आठवत नाही. एकदा माधव वाटवे आमच्याकडे आले असताना त्यांनी ही गोष्ट आम्हांला सांगितली. ही हकिकत सांगताना तो बंगाली गृहस्थ अतिशय गहिवरला होता म्हणे.

दोन दिवस आम्ही जिनिव्हात फिरलो व नंतर पॅरिसला आलो. मुलांना घेऊन जितकं फिरता आलं तेवढे फिरलो. पण रात्रीच्या शोला मुलांना नेता येत नव्हतं. व रात्रीचं जीवन बघितल्याशिवाय पॅरिसची यात्रा पूर्ण होत नाही. आम्ही एक बेबीसिटर पाहिली व मुलांना हॉटेलात ठेवून आम्ही पॅरिसची रंगिली रात्र पाहिली.

दुसऱ्या दिवशी कल्पना म्हणाली, "आई, अभिजितनं त्या बाईला लाथा मारल्या. तो सारखा किंचाळत होता."

कल्पना पुष्कळशी शहाणी होती आणि अभिजित दीड वर्षाचा होता. मुलं कशी काय वागली याची आम्ही बेबीसिटरकडे चौकशी केली. बाईनं काही तक्रार केली नाही. मुलं छान वागली, असंच सांगितलं.

नंतर आम्ही बोटीने साऊदम्प्टनला डोव्हर खाडी ओलांडून गेलो. व्हाईट क्लिफ्स ऑफ डोव्हर पाहिले. लंडनला आम्ही एका महाराष्ट्रीय कुटुंबाच्या घरात राहिलो.

उन्हाळा असल्यानं ते कुटुंब भारतात आपल्या गावी गेलं होतं. त्यांच्या घरात मराठी नोकर होता व आम्हांला ब्रेकफास्ट व रात्रीचं जेवण देत असे. दुपारी आम्ही बाहेरच काही खातपीत असू. लंडनला आपल्या आपण फिरणं सोपं होतं. एक दिवसाचा किंवा आठवड्याचा ट्यूबचा पास काढला की दिवसभर कितीही फिरा, तो चालत असे. शिवाय हा पास बसलाही लागू पडत असे.

कपडे धुवायला मात्र लॉन्ड्रीमॅटमध्ये जावं लागे. अभिजितला उचलून घेऊन पुन्हा कपड्यांचं ओझं घेऊन जाणं जमत नसे. मग आम्ही अभिजितकरिता एक प्रॅम भाड्यानं आणली. तरी मधून मधून तो 'उचू उचू' करीत असे. त्याला सांभाळणारी बाई त्याला नेहमी उचलून घेत असे.

लंडनला असताना कल्पनाच्या डोक्याचे टाके काढायचे होते. डॉक्टरकडे गेल्यावर कल्पना रडायला लागली. 'मला डॉक्टरचा वास येतो,' असं म्हणून पळू लागली. टाके काढताना डॉक्टरांना तिथं लाथा मारल्या. डॉक्टरांची फी विचारल्यावर ते म्हणाले, "मिळाली मला फी."

लंडनमध्ये वैद्यकीय सेवा फुकट होती.

लंडनमध्ये एक महिना छान गेला. हवाही चांगली होती. न्यूयॉर्कला आम्ही बोटीनं गेलो. ट्रान्स अटलांटिक बोट असल्यानं तिथं आमच्या इटालिअन बोटीपेक्षाही जास्त सुविधा होत्या. बोटही मोठी होती. खाण्यापिण्याची चंगळ होती. त्यांतली काही फळं मी साठवली होती. म्हटलं, न्यूयॉर्कला उपयोगी पडतील. पण कस्टमने ती सर्व फळं समुद्रात टाकून दिली. अमेरिकेत फळं, फुलं न्यायला बंदी आहे.

न्यूयॉर्कला आम्ही एका हॉटेलातला फ्लॅट घेतला होता. त्यात स्वयंपाकाची सोय होती. भांडीकुंडी, कपबशा, प्लेट्स वगैरेही होत्या. इथं नाटकाला किंवा गाण्याच्या कार्यक्रमाला जायचं म्हणजे बेबीसिटर पाहावी लागे. तिथं जवळपास राहणाऱ्या एक भारतीय बाई होत्या. त्या मुलांना सांभाळायच्या. त्या शाहू मोडक यांच्या नातेवाईक होत्या.

आता सप्टेंबर महिना आला. त्या वेळी अमेरिकेतली कॉलेजेस सुरू होत असतात. गाडगीळांनी हार्वर्ड युनिव्हर्सिटीत एक सेमिस्टर रायटर वर्कशॉपच्या कोर्सला ॲडमिशन घेतली होती. आम्ही केंब्रिजमध्ये जागा घेतली. तिथून हार्वर्ड जवळ होतं. कल्पनाला मी घराजवळच्या कॉन्व्हेन्टमध्ये घातलं होतं. कल्पनाला त्या शाळेत घातलं याचं तिथल्या नन्सना खूप आश्चर्य वाटलं. हिंदू लोकसुद्धा आपल्या मुलांना कॉन्व्हेंटमध्ये घालतात, ह्याचं तर त्यांना फार नवल वाटलं. अमेरिकेत फक्त कॅथलिक लोक आपली मुलं कॉन्व्हेंटमध्ये घालत, बाकीच्या लोकांची मुलं पब्लिक शाळांत घातली जातात. प्राथमिक व माध्यमिक शिक्षण तिथं फुकट मिळतं. आम्ही कल्पनाला शाळेत घालताना

ती घराच्या जवळ आहे हीच सोय पाहिली.

त्या शाळेत कल्पनाला नन्सनी चांगलं वागवलं.

हॉर्वर्डमध्ये काही भारतीय लोक होते. काही विद्यार्थी आमच्यासारखे कुटुंबवत्सल होते. त्यांतल्या काही बायकांशी माझी ओळख झाली होती. त्यांच्याबरोबर बॉस्टनला मी शॉपिंगला जायची. तिथंही तिकीट काढलं की रेल्वेत टोकन मिळायचं व पुढे ते बसलाही चालायचं. बॉस्टनला खूप मोठं स्टोअर्स होतं. ते लंडनच्या दुकानांपेक्षा मोठे होते. बेसमेंटमध्ये माल स्वस्त मिळायचा.

मुंबईत मी मुलांचे कपडे घरी शिंपी बसवून शिवून घेतले होते. तेवढाच खर्च वाचला. पण इथं आल्यावर ते कपडे विचित्र दिसायला लागले. आमच्या मुलांचे कपडे निराळे दिसत. त्यामुळे मला अशा बार्गेन बेसमेंटमध्ये मुलांचे कपडे घ्यावे लागले. दुपारच्या जेवणाऐवजी मी बनाना स्प्लिट घेत असे. भल्यामोठ्या आडव्या डिशमध्ये केळे उभे कापून त्यावर निरनिराळ्या प्रकारचे चार-पाच आइस्क्रीमचे गोळे घालत असत. वर पुन्हा चॉकलेट टॉपिंग असायचं. ती एक डिश खाऊन पोट भरायचं.

कधीकधी हार्वर्ड स्क्वेअरमध्ये जायचो. तिथं जगातले सर्व देशांचे विद्यार्थी दिसत. निरनिराळ्या प्रकारची हॉटेलं तिथं होती. शिवाय स्नॅकबारही असायचा. हार्वर्ड स्क्वेअरमधून लगबगीने चाललेली तरुण मुलं बघायला मजा यायची. त्या वेळी बहुतेक विद्यार्थी हार्वर्ड बॅग नावाची पडशी घेऊन हिंडत. वाइडनर लायब्ररी म्हणजे हजारो लाखो पुस्तकांचे आगार. ती लायब्ररी जगप्रसिद्ध होती. गाडगीळ सकाळपासून तिथं बसून वाचन करायचे.

डिसेंबरमध्ये पूर्व अमेरिकेत बर्फ पडायचे. मुलांना त्रास होईल म्हणून आम्ही पश्चिमेला ऊबदार प्रदेशात जायचं ठरवलं. कॅलिफोर्नियात स्टॅनफोर्ड युनिव्हर्सिटीत गाडगीळांनी पुन्हा रायटर वर्कशॉपचा कोर्स केला. दुसऱ्या सेमिस्टरमध्ये. पण पश्चिमेला जाताना मध्ये शिकागोला एक आठवडा राहिलो. तिथंही निरनिराळी म्युझियम्स पाहिली. लेक मिशिगन ह्या जगातल्या मोठ्या तळ्याभोवती फिरायला मजा यायची. लेक कसलं समुद्रासारखंच होतं ते. दुसरं टोक दिसत नसे. हजारो लाखो होड्या तिथं नांगरलेल्या दिसत. शिकागोला वाऱ्याचं शहर म्हणतात.

स्टॅनफर्डला आम्ही आलो पण राहायची जागा शोधणं, कल्पनाची शाळा पाहणं ह्या मुख्य गोष्टी होत्या. एका अमेरिकन बाईनं आम्हांला विमानतळावरून एका घरात आणून सोडलं. ते घर एका प्रोफेसरचं होतं. ते नाताळच्या सुट्टीत एक आठवडा बाहेरगावी गेले होते. ते परत येईपर्यंत आम्हांला त्यांचं घर राहायला दिलं होतं. आणि ह्या आठ दिवसांत काहीतरी राहायची सोय होईल असं वाटत होतं. त्या प्रोफेसरने फोनवर आम्हांला आपलं घर वापरायची परवानगी दिली व घराची किल्ली दारातल्या

पायपुसण्याखाली आहे, असं सांगितलं.

आम्ही ती किल्ली घेऊन घरात गेलो. घर मोठं होतं व आधुनिक सोयींनी सुसज्ज होतं. घराच्या भोवती मोठं आवार होतं. परदेशात राहून आम्हांला फ्रीज, वॉशिंग मशीन, मिक्सर वगैरे वस्तू माहीत झाल्या होत्या. पण डिशवॉशर आम्ही पाहिला नव्हता. मी म्हटलं, "तो कसा वापरायचा ते माहीत नाही. मी आपली हातानं भांडी धुवीन." पण गाडगीळ म्हणाले, "बघूया तरी वापरून." मग संयुक्तपणे आम्ही त्यात काचेची भांडी, डिशेश, ग्लासं वगैरे घातली. त्यात साबण घातला आणि तो सुरू केला. थोड्या वेळानं 'धडाम, धडाम' असा आवाज यायला लागला. आम्हाला वाटलं आतली काचेची भांडी फुटली. म्हणून तो बंद केला व उघडून पाहिला. तर काय, सर्व स्वयंपाकघरात साबणाचं पाणीच पाणी झालं होतं. ते पुसता पुसता माझ्या कमरेचा काटा ढिला झाला. नंतर भांडी काही फुटत नाहीत हे पाहून तो वापरू लागलो.

त्यांच्या घरात एक मोठा कुत्रा होता. तो इतका दांडगा होता की मला त्याची भीतीच वाटे. कुत्रा दिवसभर त्यांच्या घरात असायचा व रात्री आवारात फिरायचा. अभिजित खुशाल त्याच्या अंगावर झोपायचा. पण तो काही करायचा नाही. गुपचूप पडून राहायचा. त्यांच्या मुलीचा एक घोडा होता. त्या कुत्र्याला व घोड्याला जेवूखाऊ घालायला एक शेजारची मुलगी यायची. त्यांच्या कोंबड्या होत्या, त्यांना मात्र आम्हांला दाणे घालावे लागत. संध्याकाळी त्यांची मोजदाद करून त्यांना त्यांच्या खुराड्यात घालणं हे आमचं काम.

त्या घरात आमचं चांगलं बस्तान बसलं. तोवर राहायच्या जागेचा शोध चालू होता. आठ दिवस झाल्यावर आम्ही त्यांच्या घराची चावी पुन्हा पायपुसण्याखाली ठेवली. प्रोफेसरांची व आमची काही भेट झाली नाही. जाताना आम्ही त्यांचं घर जमेल तेवढं साफसूफ करून ठेवलं. ते गृहस्थ परत आल्यावर त्यांनी आम्हांला फोन करून आपलं घर छान ठेवल्याबद्दल आमचे आभार मानले. हा अमेरिकन चांगुलपणा. आपण काही यांच्याकरिता केलं याचा उच्चार करायचा नाही.

तिथून आमची वरात एका मोटेलमध्ये गेली. जागेचा शोध चालूच होता.

आम्हांला काही योग्य घर मिळालं नाही. जास्त भाडं द्यायची आमची कुवत नव्हती. हे सर्व पाहून गाडगीळांचे स्नेही डॉ. रॉबर्ट नॉर्थ यांनी मदतीचा हात दिला. डॉ. नॉर्थ यांनी चार महिन्यांसाठी आपल्या घराचा अर्धा भाग आम्हांला भाड्यानं देऊ केला. डॉ. नॉर्थ भारतात एक वर्ष होते व गाडगीळांची आणि त्यांची भेट झाली होती. स्टॅनफर्ड युनिव्हर्सिटीत ते पोलिटिकल सायन्सचे प्रोफेसर होते. एम. एन. रॉय यांच्यावर ते पुस्तक लिहीत होते व त्यावर संशोधन करण्यासाठी ते हैद्राबादला राहिले होते. त्यांना तीन मुली होत्या व त्यांचा मुलगा रॉबिन हा हैद्राबादला जन्मला होता. डॉ. नॉर्थ गमतीनं म्हणायचे,

"रॉबिनला शाळेत घातला तेव्हा इतर मुलांचे बर्थ सर्टिफिकेट एक पानाचं होतं. पण माझ्या मुलाचं सर्टिफिकेट मात्र लांबलचक होतं."

अमेरिकेत रॉबर्ट नाव असलं की त्याचं बॉब होतं. बॉबनं आम्हांला राहायला जागा तर दिलीच, पण फर्निचर-भांडीकुंडी वगैरे घ्यायला मदतही केली. ज्या दुकानातून आम्ही फर्निचर घेतलं होतं. त्यांनाच चार महिन्यांनी ते निम्म्या किंमतीला विकायची बोली ठरली. आम्ही एक टीव्ही पण घेतला. बॉबकडे टीव्ही नव्हता.

आता प्रश्न राहिला शाळेचा. बॉबच्या तिन्ही मुली ज्या शाळेत जात होत्या तिथंच कल्पनाला घालायचं ठरवलं. कल्पना त्यांच्या सर्वात धाकट्या मुलीएवढी होती. अभिजित शाळेत जायच्या वयाचा नव्हता. शाळा लांब, शिवाय आमच्याकडे गाडी नव्हती. तेव्हा कल्पनाची शाळेत पोचवायची जबाबदारीदेखील बॉबने घेतली. कधी बॉब, तर कधी त्याची बायको ओशा मुलांची शाळेत ने-आण करीत असत. मलाही सामान, भाजी वगैरे आणायला ओशाच घेऊन जात असे.

आता राहिला प्रश्न गाडगीळांना युनिव्हर्सिटीत नेण्या-आणण्याचा. युनिव्हर्सिटी घरापासून लांब होती. मग जायचं कसं? मग गाडगीळांनी एक सायकल घ्यायची ठरवलं. बॉबबरोबर जाऊन त्यांनी एक जाडजूड मजबूत सायकल घेतली. बॉब सांगत होता, "इतक्या काही मजबूत सायकलची जरुरी नाही. एखादी हलकीशी घ्या."

पण घ्यायची ती वस्तू मजबूत आणि टिकाऊ हवी हा खास भारतीय बाणा. आपणाला इथं चारच महिने राहायचं आहे ही गोष्ट गाडगीळांनी लक्षात घेतली नाही. मग कुलूप शोधू लागले. बॉब म्हणाला, "कुलूप कशाला?"

गाडगीळ म्हणाले, "कुणी सायकल चोरलीबिरली म्हणजे?"

तेव्हा अमेरिकेत गाड्या तशाच ठेवायचे. चोरीबिरी होत नसे.

मग कुलपाची शोधाशोध झाली. बरं कुलूप साधं तरी घ्यायचं. पण नाही. चोराचा पक्का बंदोबस्त करण्यासाठी त्यांनी कॉम्बिनेशन लॉक निवडलं. त्याच्या आकड्यांची कॉम्बिनेशन नीट लिहून खिशात ठेवली.

म्हणाले, "आता मी स्वतंत्रपणे युनिव्हर्सिटीत जाऊ शकतो. कोणाचा मी बांधील नाही. मी स्वतंत्र."

बॉब त्यांना आपल्या गाडीतून न्यायला तयार होता. त्यांनाही तिथंच जायचं होतं. पण, 'आम्ही बुवा कोणावर अवलंबून नाही... आम्ही स्वतंत्र...' असा गाडगीळांचा स्वभाव.

दुसऱ्या दिवशी गाडगीळ सायकलीवरून युनिव्हर्सिटीत जायला निघाले. बॉबच्या मोटारीने जवळ वाटणारी युनिव्हर्सिटी सायकलीने भलतीच लांब वाटू लागली. वाटेवरच्या चढावावर गाडगीळांची दमछाक होऊ लागली. 'हॉफ हॉफ' करून एकदाचे कॉलेजात

पोचले. मग त्यांनी आपले सुप्रसिद्ध कॉम्बिनेशन लॉक काढले. लॉक नीट लावून हाशहुश करीत लायब्ररीत गेले. संध्याकाळी ते कुलूप खालच्या बाजूला गेले होते. गाडगीळ खिशातील कागद पाहून लॉकचं कॉम्बिनेशन काढायचा प्रयत्न करीत होते. गाडगीळांची खटपट पाहून विद्यार्थी गोळा झाले. मदतीचा हात देऊ लागले. एकजण तर जमिनीवर झोपून लॉक काढू लागला. शेवटी कसंबसं लॉक निघालं. सर्वांनी 'होऽऽ' करून टाळ्या वाजवल्या. येताना उतार होता. त्यामुळे गाडगीळांना सायकल चालवणं सोपं झालं. वाटेत ह्या गृहस्थाकडे लोक आश्चर्याने पाहत होते. काही तरुण मुलं थट्टा करीत होती.

बॉबच्या हे लक्षात आलं. त्यामुळे दुसऱ्या दिवशी त्यांनी पुन्हा गाडगीळांना लायब्ररीत न्यायची तयारी दाखवली. कालचा अनुभव गाठीला होताच. त्यामुळे त्यांनी तत्काळ होकार दिला. पण गाडगीळ म्हणाले, "माझी सायकल पण नेऊया. म्हणजे मला केव्हाही परत येता येईल."

मग रोज गाडगीळ व त्यांची सायकल बॉबच्या मोटारीतून युनिव्हर्सिटीत जाऊ येऊ लागली. आमच्या राहायच्या घरापासून आम्ही सर्वस्वी नॉर्थ कुटुंबावर अवलंबून होतो. पण त्यांनी कधी उपकाराची भाषा केली नाही. 'माय प्लेजर,' असं म्हणायचे.

स्टॅनफर्डला पण भारतीय विद्यार्थी होते. त्यांत काही महाराष्ट्रीय होते. आमची लहान मुलं पाहून त्यांना घरच्यासारखं वाटायचं. कधी ते जेवायला यायचे. कधी मुलांबरोबर खेळायला यायचे. कधी आम्हांला आपल्या सेकंड हँड गाड्यांमधून फिरायला घेऊन जायचे. असे दिवस चालू होते.

अभिजित दोन वर्षांचा झाला होता. पण अजून त्याला उचलून घ्यायला लागायचं. मी त्याला उचलून डाव्या हातावर घ्यायची. अभिजित चांगला गुटगुटीत व जड मुलगा होता. माझा हात दुखत कसा नाही, याचं सर्वांना आश्चर्य वाटायचं. बॉबलाही तो उचलून घ्यायला सांगायचा. तो नेहमी त्याच्या मांडीवर बसे. अमेरिकेत असं मुलांना मांडीवर घेत नसत. पण बॉब त्याला घ्यायचा मांडीवर.

अभिजितला काही शब्द इंग्रजीत येत होते. 'गिव्ह मी,' आणि 'नो,' या शब्दांवर त्याचं काम भागायचं. त्याला काही पाहिजे असेल तर तो 'गिव्ह मी,' म्हणायचा व त्याच्याकडे कोणी काही मागितले तर 'नो,' म्हणायचा. मोटारीत तो मागे उभा रहायचा. त्यामुळे रिअर व्ह्यू मिरर मध्ये बॉब व ओशाला मागचं काही दिसायचं नाही. मग मी त्याला 'खाली बस' म्हणून ओरडायची. अभिजित गाडीत उभा राहिला म्हणजे त्याला 'खाली बस' म्हणायचं एवढं मराठी नॉर्थ कुटुंबाला येऊ लागलं. कधी त्यांची मुलं व आईबाप मिळून कोरसमध्ये 'खाली बस' असं ओरडायचे.

वाटेत शेतात घोडा दिसला की अभी 'घोडा, घोडा' असं ओरडून उभा राहायचा.

म्हणून त्यांना 'घोडा' हा शब्द माहीत झाला. मग कुणालाही वाटेत घोडा दिसला की ते 'घोडा घोडा' म्हणून त्याला घोडा दाखवायचे.

आम्ही पालो आल्टोला राहायचो. गाडगीळांना कधी सॅन फ्रान्सिस्कोला वर्कशॉप असायचं. बरोबरचे विद्यार्थी त्यांना आपल्या गाडीतून न्यायचे. एकदा एका प्रोफेसरने आम्हांला सॅन फ्रान्सिस्कोची सफर घडवली. तिथल्या ट्रॅममध्ये बसवलं. आम्हाला काही ट्रॅम नवी नव्हती. पण सॅन फ्रान्सिस्कोच्या उंच सखल रस्त्यांची मात्र नवलाई होती. तसंच आम्ही रेडवूड फॉरेस्ट पाहिलं. शंभर दीडशे फूट सरळसोट रेडवूड म्हणजे नवलच होतं. एक झाड तर इतकं मोठं होतं की त्याच्यामधून रस्ता गेला होता. कोळ्यांचं फिशरमन्स व्हार्फही आम्ही पाहिलं व तिथं मासे खाल्ले.

एकदा डॉ. राधाकृष्णन् सॅन फ्रान्सिस्कोला आले होते. आम्ही काही मंडळी त्यांचं स्वागत करायला गेलो होतो. मी मुलांना घेऊन गेले होते. तिथं चहापाण्याची व्यवस्था होती. आम्ही तीस-चाळीस लोक होतो. बहुतेक विद्यार्थ्यांची त्यांनी चौकशी केली. मी अभीला कडेवर घेऊन मागे उभी होते. एकदम डॉ. राधाकृष्णन् माझ्यासमोर येऊन उभे राहिले. म्हणाले, "यंग लेडी, व्हॉट आर यू डुइंग हियर ?"

ते धपकन माझ्यासमोर येतील याची मला कल्पनाच नव्हती. त्यामुळे मी घाईघाईत म्हणाले, "नथिंग."

"असं कसं ? काहीतरी कारण असणार इथं येण्याचं ?"

मग मी थोडक्यात आमची हकिकत सांगितली व माझी सुटका करून घेतली.

एकदा म्हैसूरला गाडगीळांबरोबर मी PEN च्या कॉन्फरन्सला गेले होते. डॉ. राध्कृष्णन् PEN चे अध्यक्ष होते. जेवणाच्या वेळी मागे बसून शांतपणे मी जेवत होते. इतक्यात डॉ. राधाकृष्णन् माझ्यासमोर येऊन उभे राहिले. ते म्हणाले, "वेल यंग लेडी, व्हॉट आर यू रायटिंग ?"

पुन्हा आपली मी म्हणाले, "नथिंग."

तिसऱ्या वेळी मात्र १९६१ साली मुंबईत भरलेल्या ऑल इंडिया रायटर्स कॉन्फरन्सचे ते अध्यक्ष होते. त्या वेळी त्यांचं स्वागत करायचा व त्यांना पुष्पहार घालायची संधी मला मिळाली.

आम्ही टेलिव्हिजन सेकन्डहॅंड घेतला होता व आम्हाला त्याची चटक लागली होती. तोपर्यंत आम्ही टेलिव्हिजन पाहिला नव्हता. आम्हांला सर्व कुटुंबाला ती करमणूक नवी व आनंददायी होती. ल्युसीचा 'आय लव्ह ल्युसी' हा शो अत्यंत पॉप्युलर होता. लहान मुलांचे, मोठ्यांचे असे अनेक कार्यक्रम टीव्हीवर होते. पण खूपसे वेस्टर्न शोज जोरात होते. 'ॲनी गेट युवर गन' सारखे बरेच कार्यक्रम होत असत. घोडदौड करणारे

वेस्टर्न हिरो धाडधाड पिस्तुलं, बंदुकी उडवायचे. म्हणायचे, "हँडस् अप. अँड ड्रॉप युवर गन. आय शॅल कील यू."

अभिजितला ती घोडदौड फारच आवडायची. त्याच्या शब्दसंपत्तीत, 'हँडस् अप, ड्रॉप युवर गन' ह्या वाक्यांची भर पडली. कल्पनावर किंवा माझ्यावर तो आपलं खेळातलं पिस्तुल रोखून 'ड्रॉप युवर गन' म्हणायचा व आम्हाला मरून पडायला लावायचा.

टीव्ही बघताना जाहिराती आल्या की मी स्वयंपाकघरात काही करायची व पुन्हा टीव्हीसमोर बसायची. नंतर आम्ही जेवणदेखील टीव्हीसमोर करायचो. त्यासाठी आम्ही छोटी टीव्हीटेबल्स घेतली होती.

बॉबने टीव्ही घेतला नव्हता. कधी कधी त्याची मुलं आमच्याकडे यायची व टीव्ही बघत बसायची. कधी त्यांच्या न् आमच्या हॉलमधल्या काचेला चिकटून टीव्ही बघायची. बॉबला ते आवडत नसे. जाताना आम्ही टीव्ही नॉर्थ कुटुंबाला देऊन टाकला आणि त्यांनी तो स्वीकारला, बॉबच्या मनाविरुद्ध.

करता करता चार महिने संपले व कॅलिफोर्निया सोडायचे दिवस आले. पुढं आम्ही हवाईला जाणार होतो. घर बॉबचं होतं. दुकानदारानं आमचं फर्निचर ठरल्याप्रमाणे अर्ध्या किमतीला घेतलं. आल्या दिवशीच आम्ही फोन घेतला होता. बेल कंपनीला आम्ही गाव सोडणार म्हणून कळवलं होतं व बिल देऊन फोन काढून न्यायला सांगितलं. पण आम्ही जाईपर्यंत त्यांनी फोन काढला नाही. पुढं हिंदुस्थानात आल्यावर त्यांचं पत्र आलं. आम्ही काही डॉलर्स बिल देणं लागत होतो. तेव्हा रिझर्व बँकेतून डॉलर्स मिळवणं मोठं मुश्किलीचं काम होतं. गाडगीळांनी आपली अडचण बेल कंपनीला कळवली. त्यांचं पत्र आलं, डोन्ट वरी, फरगेट इट.

आमची सायकल मात्र फुकटसुद्धा घ्यायला कोणी तयार नव्हतं.

अमेरिकेतला आमचा शेर संपला होता. आम्ही आता परतीच्या वाटेला लागलो. पण त्या अगोदर रॉकफेलर फाऊंडेशनचं पत्र गाडगीळांना आलं होतं. त्यांनी आणखी एक वर्षापर्यंत फेलोशिप वाढवून दिली होती. पण गाडगीळांना ती स्वीकारणं शक्य नव्हतं. अगोदरच बिनपगारी रजा घेतली होती. त्यातही राहण्याची जागाही सरकारी होती. शिवाय कुटुंबाची जबाबदारीही होती. घरात कोणी मिळवतं नव्हतं. त्यामुळे त्यांनी ती फेलोशिप नाकारली. खरं म्हणजे आणखी एक वर्ष अमेरिकेला राहिलो असतो, तर चार पैसे वाचले असते. पण त्यांनी भारतात परत जायचा निश्चय केला. त्या वेळी खरं तर ग्रीनकार्ड वगैरे काही नव्हतं. आणखीही राहता आलं असतं.

सॅन फ्रान्सिस्को ते हवाई प्रवास विमानानं केला. अटलांटिक ओलांडताना केला तो बोटीचा प्रवास शेवटचा. तो खरा आरामदायी झाला होता. पण नंतरचे सर्व प्रवास

आम्ही विमानानं केले.

विमानात बसल्यावर अभिजितला वाटायचं की आपण आगगाडीत बसलो आहोत व बाहेर जो पंख दिसतो तेच विमान आहे. तो नेहमी खिडकीतून त्या विमानात बसायचा हट्ट करायचा. विमानाची खिडकी उघडत नव्हती हे आमचं नशीब.

सॅन फ्रान्सिस्कोहून आम्ही हवाईला निघालो तेव्हा आम्हांला विमानतळावर पोचवायला काही हिंदी विद्यार्थी आले होते. त्यांनी आपल्या तुटपुंज्या पैशांतून मुलांना कपडे, खाऊ आणला होता.

हवाईला आम्ही समुद्रकिनाऱ्याच्या हॉटेलमध्ये उतरलो होतो. हवाईचे समुद्रकिनारे जगप्रसिद्ध होते. त्यांचं वर्णन खूप ऐकलं होतं. मी किनारे पाहिले त्यांवर काळी भरभरीत वाळू होती. पण आमच्या मालवणच्या चिवल्याच्या वेळेची सर त्याला नव्हती असं मला वाटतं. मालवणचा किनारा पांढऱ्याशुभ्र मऊ वाळूचा आहे व चांगला रुंदही आहे. पण कोकणचा पर्यटनाच्या दृष्टीने विकास मुळीच झाला नाही याचं वाईट वाटतं.

होनोलुलूला सगळीकडे अननसाच्या रसाचे फाऊंटन होते. हवा तेवढा रस प्या. शिवाय आइस्क्रीम व फ्रूट सलाडही अर्धं अननस कापून त्यात देत. भरपूर अननस खाल्ले, रस प्यायलो.

हवाईहून आम्ही टोकिओला गेलो. टोकिओला पाश्चात्त्य पद्धतीच्या हॉटेलमध्ये न राहता जपानी इनमध्ये राहिलो. काहीतरी निराळं. खोलीत फर्निचर जवळजवळ नव्हतंच. एक छोटंसं दीड दोन फूट उंचीचं बैठं टेबल होतं व त्याच्याभोवती उशीवर गुडघे टेकून बसून जेवायचं. आत ततामी घातल्या होत्या. खोलीत घालायला प्रत्येकाला किमोनो होते व खोलीतल्या चपला निराळ्या व खोलीबाहेरच्या निराळ्या. बाथरूम वगैरे नव्हतीच. एका खोलीत गरम पाण्याचा हौद होता आणि सर्व कुटुंबाने एकत्र स्नान करावं अशी पद्धत होती.

जपानी जेवण तर मला मुळीच आवडत नसे. भात जाडा जाडा व थंडगार असे. शितं मोकळी मोकळी असत. व तो भात चॉपस्टीकने खावा लागे. चॉपस्टीकच्या जोडीवरून जेमतेम एक शीत तोंडात जाई. शिवाय भाताबरोबर भाजी-आमटी नसे. शेवटी आपला हात जगन्नाथ हेच खरं. इथं आइस्क्रीम अगदी थोडं मिळायचं. अमेरिकन बनाना स्प्लिटसारखं ते पोटभरू नसे. मला कधी एकदा घरी परतेन असं झालं होतं.

तिथली प्रेक्षणीय स्थळं आम्ही पाहिली. प्रत्येक ठिकाणी तिथली छोटी छोटी मुलं भेटत. दिसायला गुटगुटीत व गोरीगोबरी असायची. शिवाय सगळ्यांचा सारखा निळा युनिफॉर्म. मुलं फार शिस्तशीर होती. माधव आचवलांनी आम्हांला 'एंपायर हॉटेल' हे जगप्रसिद्ध हॉटेल मुद्दाम पाहायला सांगितलं होतं. ह्या हॉटेलची रचना ही भूकंपाने

पडणार नाही अशी होती. अर्थात ते फार महागडं हॉटेल होतं. आम्ही ते पाहायला गेलो. तिथं आम्हांला एक सरदारजी दिसले. जपानमध्ये तेव्हा भारतीय लोक फार कमी येत. हिंदी मनुष्य म्हणून आम्ही त्यांना हॅलो केलं. तर ते आमच्याकडे रागानं पाहू लागले. उलट हॅलो त्यांनी केलं नाहीच, पण आम्ही जणू कीडामुंगीच आहोत अशा नजरेनं आमच्याकडे पाहिलं. नंतर आम्हांला कळलं की ते पतियाळाचे महाराज होते व काही क्रीडासमारंभाकरिता ते टोकियोला आले होते.

टोकियोवरून मी व मुलं सिंगापूरद्वारे मुंबईला जाणार होतो व गाडगीळ बाली, सुमात्रा, जावा, सिंगापूर करून दोन तीन आठवड्यांनी मुंबईला येणार होते. गाडगीळ तेव्हा सिगरेट ओढत असत. त्यांच्यासाठी व कोणाला देण्यासाठी मी सिगरेटची पाकिटं घेतली होती. कस्टममध्ये मला विचारलं, "तुम्ही सिगरेट ओढता का ?" मी "होय" म्हणून सांगितलं. नशीब त्यांनी मला सिगरेट ओढायला सांगितलं नाही.

मुंबईला आले तेव्हा मला खूप बरं वाटलं. पहिल्यानं सोलाची कढी व भात जेवले. बेचव जपानी भाताच्या तुलनेने तो मला अमृतासारखा वाटला. एक वर्ष परदेशी राहून आमची दृष्टी खूप बदलली होती. पूर्वी आमच्या घरी ब्रेकफास्ट नसायचा. चहा, पाव, बिस्कीट असं असायचं. दुपारच्याला पोहे, उपमा, शिरा असं असायचं. शिवाय आम्ही फळं खात नसू. केळी असायची व आंब्याच्या दिवसांत खूप आंबे. पण आता आम्ही फळं, कॉर्नफ्लेक्स, चीज वगैरे सकाळी खाऊ लागलो. ज्यूस काही परवडायचा नाही.

पूर्वी मुलं आमच्याच खोलीत झोपायची. पण वर्षभरात ती स्वतंत्र खोलीत झोपायला लागली होती. रात्री आठ वाजता त्यांनी बिछान्यात पडलंच पाहिजे. दहा-अकरापर्यंत जागायचं नाही, असा रिवाज होता. बहुतेक वेळा झोपताना त्यांना मी वाचून दाखवायची. तसंच त्यांनी पाहुण्यांसमोर यायचं नाही. अमेरिकेत त्यांना ही सवय लागली होती. ती पडद्याआडून बाहेरचं पाहायची. पण नंतर सवय झाली.

जून महिन्यात कॉलेज सुरू होत असे. सिंगापूरहून गाडगीळ जूनच्या पहिल्या दुसऱ्या आठवड्यात मुंबईला आले. आल्या आल्या भाऊ सांगत आला, "बाबा आजारी आहेत." त्यांना डायबिटीसची मोठमोठी गळवं आली होती. माझं लग्न झालं तेव्हा दोनचार महिन्यांनी त्यांना अशीच मोठी गळवं आली होती व ते डॉ. भाजेकरांच्या हॉस्पिटलमध्ये एक महिनाभर होते. त्या वेळी हॉस्पिटलची बिलं भागवता भागवता गाडगीळांची त्रेधा उडाली होती.

गाडगीळ लगेच त्यांना बघायला गिरगावात गेले. डॉक्टरांनी काही आशा नाही असं सांगितलं. आठ दिवसांच्या आत ते गेलेच. घरची परिस्थिती फार बिकट होती. मिळवणारं कुणीच नव्हतं. पण एका भावाचं शिक्षण नुकतंच पुरं झालं होतं. घराचं भाडं दोन

वर्षांचं थकलं होतं. खरं म्हणजे भाडं थकलं या सबबीवर गाडगीळांचे वडील त्यांच्याकडून वारंवार पैसे घेत असत. पण भाडं देत असतच असं नव्हतं. लखाणीकडून इंग्रजी पुस्तकांची रॉयल्टी घेऊन घरमालकाला थोपवलं. घरमालक नेमाणी सज्जन माणूस होता. पण इतकं भाडं थकलं तर तो तरी काय करणार ?

जगप्रवासाची धुंदी खाडकन उतरली.

कुटुंबाची व्यवस्था व भावंडांची शिक्षणं करताना गाडगीळांना तारेवरची कसरत करावी लागत होती. दोन बिऱ्हाडं तुटपुंज्या पगारात चालवणं ही गोष्ट सोपी नव्हती. नंतर एका भावाला नोकरी लागली व बहिणीनंही बेस्टमध्ये नोकरी धरली. त्यामुळे ते घर कसंबसं चालू लागलं. घराचं भाडंच नव्हे तर इतर अनेक कर्जं वडिलांनी करून ठेवली होती. वकिलांच्या नोटिसा वगैरे सारख्या येतच होत्या. त्यांना थोपवून धरण्यात सामंत वकिलांची फार मदत झाली. ते मालवणचे होते व मामांच्या ओळखीचे होते. त्यांनी एक-दोन वर्षं वकिली चातुर्य दाखवलं व बऱ्याच लोकांचे पैसे गाडगीळांनी फेडून टाकले. हा प्रकार नंतर दोन-तीन वर्षं चालला.

एवढ्यानंच झालं नाही म्हणून की काय, गाडगीळांच्या गैरहजेरीत त्यांची बदली धारवाडला करण्यात आली. तेव्हा कर्नाटक राज्य झालं नव्हतं. गाडगीळांना मुंबईचं फार प्रेम. त्यांचा जन्मच मुंबईचा. मुंबईबाहेर त्यांनी एक वर्ष सुरतेला नोकरी केली तेवढीच. त्यानंतर मुंबईच्या बाहेर नोकरी करायची नाही असं त्यांनी ठरवलं. आता धारवाडला जायचं नाही म्हटलं, तर दुसरी नोकरी आयत्या वेळी कुठं मिळणार ? शिवाय जागाही सरकारी. सुदैवानं त्या वेळी अ‍ॅकॉमोडेशन कंट्रोल गेलं होतं व जागा मालकाच्या ताब्यात जाणार होती. हीरजी गोविंदजी बिल्डिंगच्या मालकाचा मुलगा गाडगीळांचा विद्यार्थी होता. त्यानं जागा गाडगीळांच्या नावावर करण्यासाठी एकही पैसा घेतला नाही. शिक्षकी पेशाचा कधी कधी चांगला अनुभव येतो.

धारवाडला जाणं गाडगीळांना पसंत नव्हतं व परवडण्यासारखं नव्हतं. आमचं बस्तान नागपाड्याला एव्हाना चांगलं बसलं होतं. शिवाय दोन कुटुंबांची जबाबदारी.

लगेच गाडगीळ पुण्याला जाऊन डिरेक्टर ऑफ एज्युकेशनला भेटले. तेव्हाही सुलभा पाणंदीकरच त्या पदावर होत्या. गाडगीळांनी त्यांना आपली परिस्थिती सांगितली. तेव्हा त्यांनी बदली रद्द केली.

पण त्याचा परिणाम उलटाच झाला. आपल्यातलाच एक प्रोफेसर बायको-मुलांसमवेत जगप्रवास करतो याचा सल नाही म्हटलं तरी इतर लोकांना होताच. सकारण अकारण दुसऱ्याचा हेवा करणारी माणसं सर्वत्र असतातच. तेव्हा काही डॉ. मुरंजन किंवा धोंडगे यांच्यासारखे साहित्यप्रेमी प्रिन्सिपल नव्हते. डॉ. मर्चंट तेव्हा प्रिन्सिपल होते. ते गुजराती होते. संयुक्त महाराष्ट्राची चळवळ झाल्यापासून गुजराती मराठी अशी

थोडी तेढ होतीच. गाडगीळ दुसरी नोकरी शोधायला लागले. नोकरी मिळणं कठीण होतं. पण सुदैवानं रुपारेल कॉलेजमध्ये दुसऱ्या टर्मला नोकरी मिळाली. सिडनहॅम सोडायचं होतं म्हणून त्यांनी पगाराची घासाघीस केली नाही. त्याच पगारावर नोकरी करण्याचं ठरवलं.

❖❖

६.

रुपारेल कॉलेज सकाळचं होतं. नोकरी करणारे काही विद्यार्थी होते. बहुतेक मुलं शेवटच्या तासाला नोकरीवर पळत असत. सिडनहॅम कॉलेजमध्ये शिस्त होती. विद्यार्थ्यांचे लाड चालत नसत. तिथं खरं म्हणजे श्रीमंत मुलं येत. पण तास चालू असताना कोणी विद्यार्थी जर दारावरून गेला तरी त्याला शिक्षा होत असे. प्रिन्सिपल मुरंजन नेहमी प्राध्यापकांची बाजू घेत. विद्यार्थ्याला ठणकावत. प्रोफेसरांनी केलेली शिक्षा विद्यार्थी कितीही श्रीमंत असला तरी फिरवत नसत.

पण इथं पाहिलं तर मुलं वर्गात केव्हाही येत व केव्हाही उठून जात. शिस्त म्हणून नव्हती. प्रिन्सिपॉलना हे सांगितलं, तेव्हा ते म्हणाले, "त्यांना शिकायचं नसेल तर नको शिकू दे. तुम्ही कशाला काळजी करता?"

पण गाडगीळांना ते सहन होईना. आपण कोणाला शिक्षा केली तर ती फिरवली जाणार नाही याची खात्री वाटत नसे. त्यांनी त्यांच्या वर्गाला सांगितलं की, "तुम्हांला क्लास अटेंड करायचा नसेल तर माझी काही हरकत नाही. फक्त माझ्या तासाला ही ये-जा चालायची नाही."

काही दिवस मुलांनी तक्रार करून पाहिली. पण त्याचा काही उपयोग झाला नाही. वर्गात आल्यावर गाडगीळ वर्गाचं दार बंद करू लागले. नंतर क्लास गाठायला मुलं माटुंगा स्टेशनपासून धावतपळत यायला लागली. तासाला नीट वेळेवर येऊ लागली. मुलांना शिक्षा करणं त्या कॉलेजच्या प्रथेत बसत नव्हतं. लिबरल प्रथा होती. मुलं धावत जाताना दिसली की इतर प्रोफेसर म्हणायचे, "गाडगीळांचा तास दिसतोय."

रुपारेल कॉलेजात गाडगीळांनी विद्यार्थ्यांच्या कार्यक्रमांत फारसा भाग घेतला नाही. सिडनहॅममध्ये डॉ. मुरंजन होते तेव्हा 'कॉलेज डे'ला प्रोफेसरांच्या बायकामुलांना खास आमंत्रण असे. आम्ही मुलाबाळांना घेऊन मोठ्या हौसेनं जात असू. त्यामुळे इतर प्रोफेसरांच्या बायकांची ओळख होत असे व त्यांतील काही बायकांशी मैत्रीदेखील होत असे. प्रो. रेगे, प्रो. भीर, प्रो. कुलकर्णी यांच्याशी आमचे घरगुती संबंध होते.

रुपारेल कॉलेजात कधी प्रोफेसरांच्या बायकांना 'कॉलेज डे'चं आमंत्रण नसे. त्यामुळे जरी गाडगीळ त्या कॉलेजात साडेचार वर्षं होते तरी ते कॉलेज मी कधी पाहिलं नव्हतं. अलीकडे 'चतुरंग'च्या एका समारंभाच्या निमित्तानं ते पाहिलं व त्या कॉलेजचा परिसर मला फार आवडला.

हा प्रश्न सोडला तर गाडगीळांची तिथली चार साडेचार वर्षं चांगली गेली. सकाळचं कॉलेज असल्यानं अकरा वाजताच गाडगीळ घरी यायचे.

आमच्याकडे काम करणारी गौबाई एकदा मला म्हणाली, "बाई, साहेबांना नोकरी आहे की नाही ?"

मी म्हटलं, "तुला काय करायचं त्याच्याशी ? तुला तुझा पगार मिळतो ना वेळेवर ?"

कल्पना व अभिजितला ख्राइस्ट चर्च शाळेत घातले. शाळा जवळ होती. पण शाळेत मुलांना पोचवणं, आणणं, दुपारचं जेवण नेणं मला फार अवघड होऊ लागलं. आता अख्ख्या दिवसाची बाई ठेवली पाहिजे. माझ्याकडे काम करणाऱ्या गौबाईला मी तशी अख्ख्या दिवसाची बाई बघायला सांगितली.

तिनं तिच्या नात्याची तुळसा नावाची बाई आणली. पण तिला पाहून मला वाटलं की हिला ठेवू नये. कारण तिचा अगदी अवतारच होता. केस पिंजारलेले, लठ्ठ अशी ती होती. पण रात्रंदिवस राहायला ती तयार होती. नवऱ्यानं टाकलं होतं व तिला मूलबाळ नव्हतं.

कामावर ठेवल्यावर पहिल्याने तिला तेल, साबण व कपडे दिले. अंथरूण, पांघरूण काहीच तिच्याजवळ नव्हतं. एकच साडी होती. नुकतीच गावाहून आली होती. तिची भाषाही मला नीट कळत नव्हती. ती व गौबाई ह्या नासिककडच्या भागातल्या होत्या. त्या महार होत्या, पण नंतर बौद्ध झाल्या होत्या. नागपाड्यात तेच लोक कामाला होते.

हळूहळू शिकवून शिकवून तुळसाचं रंगरूप बदलून टाकलं. तिला नीटनेटकं राहायला शिकवलं. ती मुलांना शाळेत पोचवायची. दुपारी त्यांचं जेवण घेऊन जायची. अभिजित दोनला सुटायचा. पण जेवण झाल्यावर त्या सर्व लहान मुलांना एका हॉलमध्ये छोट्या छोट्या कॉटवर झोपायला लावायचे. त्यांच्यावर लक्ष ठेवायला एक मास्तर असत. तसंच जेवणाच्या खोलीतही मास्तर असतच. मुलं नीट जेवतात की नाही यावर त्यांचं बारीक लक्ष असे. ते हातात छडी घेऊन हिंडायचे. त्यामुळे मुलं शाळेत न कुरकुरता जेवत असत. कल्पना चार वाजता सुटायची. असं शाळेत चार वेळा जावं लागायचं. पण तुळसा नीट जायची व त्यांना सांभाळून घरी आणायची.

अभिजित शाळेतून घरी आला की एकएक भयंकर गोष्ट सांगायचा. कधी कोणी मुलगा रस्त्यावर गाडीखाली पडून मेला. कधी मुलानं वरून उडी टाकली आणि तो मेला; पण थोड्या वेळानं चालायला लागला. कधी सांगायचा की मुलानं गमची बाटली प्यायली. तो मेला आणि नंतर कुठे चिकटून बसला. ह्या भयंकर हकिकती नेहमी

ऐकून मी शाळेत गेले, पण कधी कोणी मेलं नव्हतं. अभिजितला मेलं म्हणजे काय ते कळत नव्हतं.

कल्पनाच्या बाईंनी तिला एकदा सांगितलं की, "अमेरिकची राजधानी न्यूयॉर्क आहे."

मी कल्पनाला म्हटलं, "असं कसं सांगतील बाई? अमेरिकेची राजधानी तर वॉशिंग्टन डी.सी.आहे. आपण ती पाहिली आहे."

कल्पना म्हणाली, "आई, तुला काय कळतं? आमच्या मिसना सर्व माहीत आहे. त्यांचंच बरोबर आहे." तरी शाळेत जाऊन बाईंना भेटायचं असं मी ठरवलं. कल्पना रडून रडून मला शाळेत जाऊन बाईंना भेटायला जाऊ देत नव्हती. म्हणायची, "तू आलीस आणि काही बोललीस तर मिस मला मारतील."

तरीही मी शाळेत गेले. बाईंना भेटले व नम्रपणे विचारलं, "मिस, काही दिवसांपूर्वी अमेरिकेची राजधानी वॉशिंग्टन डी.सी. होती. हल्ली ती बदलली का?"

मिसना असं कोणी विचारलं नव्हतं. पण मग त्यांनी आपली चूक कबूल केली. बहुधा कल्पनाला मार बसला असावा.

मुलांना खात्री असते की आपल्या आईला काही कळत नाही. त्यांच्या मिस ह्या सर्वज्ञ असतात. नंतर पुढं इतिहासाच्या वर्गात पेशव्यांची वंशावळ त्यांनी उलटीपालटी केली. पण कल्पनाच्या भीतीनं मी पुन्हा शाळेत जाऊन चूक सुधारली नाही.

गाडगीळांना वैयक्तिकदृष्ट्या व व्यावसायिकदृष्ट्या अनेक कठीण.प्रसंगांना तोंड द्यावं लागलं. पण त्यांनी त्याबद्दल कधी वाच्यता केली नाही. त्यांच्या जवळच्या मित्रांनादेखील गाडगीळांनी काही प्रॉब्लेम आहेत हे त्यांनी कळू दिलं नाही. गाडगीळांना काही प्रॉब्लेम नाहीत, अशी सर्वांची खात्री झाली होती.

माधव आचवलांनी चेंबूरला एक छोटासा प्लॉट घेतला होता व त्याच्या शेजारचा प्लॉट ते आम्हांला घ्यायला सांगत होते. तिथं त्यांनी माफक पैशात दुमजली छोटंसं घर बांधलं होतं व आम्हांलाही तेवढ्याच पैशांत घर बांधून देण्याची त्यांनी तयारी दाखवली होती. आमच्याकडे थोडे पैसे होते. पण कौटुंबिक अडचणी सारख्या येतच होत्या. असं काही अडलं तर आयत्या वेळी पैसे कुठून आणायचे? मग पैसे असूनही ती जागा आम्ही घेतली नाही. एक सोन्यासारखी संधी गमावली.

गाडगीळांचं कथालेखन व व्याख्यानांचे दौरे जोरात चालू होते. रुपारेल कॉलेज सकाळचं असल्यानं त्यांना दुपारचा वेळ रिकामा होता. प्रभाकर पाध्ये यांच्याबरोबर कमिटी फॉर कल्चरल फ्रीडमच्या चळवळीत ते भाग घेत होते. या चळवळीत जयप्रकाश नारायण, मिनू मसानी वगैरे मोठे लोक होते. मुंबईच्या ऑफिसचं काम वसंतराव कर्णिक हे कामगार चळवळीचे एक नेते पाहत असत. दुपारच्या वेळी गाडगीळ त्यांच्या आर्मी

नेव्ही बिल्डिंगमध्ये बसत असत व त्याबद्दल त्यांना छोटासा मेहनताना मिळत असे व वेळ सत्कारणी लागे.

संयुक्त महाराष्ट्र झाल्यावर यशवंतराव चव्हाणांनी साहित्यिकांना बक्षिसं द्यायची योजना काढली. पहिली दोन-तीन वर्षं त्यांना काही बक्षिसं मिळालीही. त्या वेळी अर्ज, फोटो असं काही लागत नसे. प्रकाशकांनादेखील पुस्तकं पाठवता येत असत. पुढं या बक्षिसांत राजकारण आलं. परीक्षक प्रादेशिक व जातीच्या तत्त्वावर नेमले जाऊ लागले. गाडगीळांनी सरकारला पत्र लिहून कळवलं की, परीक्षक कोण आहेत ते कळलं तरच मी ठरवीन पुस्तकं पाठवायची की नाही ते.

पुढं 'साहित्याचे मानदंड', 'खडक आणि पाणी' ही पुस्तकं प्रकाशकांनी पाठवली होती. ती त्यांनी काढून घेतली. १९६१ सालापासून आजतागायत गाडगीळांनी सरकारी पारितोषिकासाठी पुस्तकं पाठवली नाहीत. कोणत्याही पुरस्कारासाठी कधीही पुस्तकं पाठवली नाहीत. पुढं १९८१ साली काही लेखकांना सरकारी हस्तक्षेपाचा साक्षात्कार झाला व स्वतंत्र साहित्य संमेलन भरवून त्यांनी सरकारचा निषेध केला. पण पुढच्याच वर्षी त्या सर्वांनी आपली पुस्तकं अर्ज, फोटोसह पुरस्कारासाठी पाठवली व बक्षिसं स्वीकारली.

१९६१ साली गाडगीळांनी 'किर्लोस्कर'मध्ये एक लेख लिहिला होता. 'समाजवादाने भारताचे प्रश्न सुटतील का?' ह्या लेखानं खूपच खळबळ उडवली. आजही तो लेख सरकारी धोरणाच्या आराखड्याचे भवितव्य सांगणारा आहे. काळाच्या पुढं जाणाऱ्याला त्याची किंमत मोजावी लागतेच. ह्या लेखामुळे व कमिटी फॉर कल्चरल फ्रीडमच्या चळवळीत भाग घेतल्यामुळे समाजवादी व कम्युनिस्टांनी गाडगीळांच्या डोक्यावर प्रतिगामी असा शिक्का मारला. त्यामुळे पुढं अनेक मानसन्मान व पुरस्कारांना त्यांना मुकावं लागलं. त्याने काही बिघडलं नाही. तरीही काही पुरस्कार त्यांना कसे मिळाले याचंच आश्चर्य वाटतं.

तुळसा आमच्या घरात एव्हाना चांगली रुळली होती. मी तिला मराठी लिहायला वाचायला शिकवलं होतं. पण अभिजितबरोबर ती आपणहून इंग्रजी शिकू लागली. थोडीफार अक्षरओळख झाली व इंग्रजी संभाषण तिला कळू लागलं. घरातला स्वयंपाक वगैरे मीच करीत असे. पण थोडी मदत करणं व मागचं आवरणं हे ती करीत असे. पण मुख्य म्हणजे मुलांना शाळेत नेणं-आणणं हे तिचं महत्त्वाचं काम होतं. कधीकधी ती, मी स्वयंपाक करू का, असं विचारायची. कुठे काही नवीन पदार्थ करायचा प्रयत्न करायची. पण एका बाईवर सर्वस्वी अवलंबून राहू नये असं माझं धोरण होतं व अजूनही आहे. त्यामुळे धुण्या-भांड्याला, झाडू काढायला गौबाई होतीच.

तिला मुलंबाळं नव्हती व नवऱ्यानं टाकली असल्यानं तिचे पगाराचे पैसे माझ्याकडेच

होते. तिला मी त्या पैशांतून दागिने करून दिले होते. मी तिला साड्या घेऊन देत असेच, पण कधी कधी भारी साड्या घ्याव्या असं तिला वाटायचं. शिवाय हिच्याकडे पैसा आहे याचा सुगावा तिच्या नातेवाइकांना लागला होता व या ना त्या कारणाने ते तिच्याकडे पैसे उसने मागत असत, पण परत काही देत नसत.

ही प्रथा नंतरच्या चाळीस वर्षांत माझ्याकडे काम करणाऱ्या बायांच्या बाबतीत चालू आहे. पण आता त्यांना मी बँकेत खाती उघडून दिली आहेत. त्यामुळे त्यांचा थोडाफार पैसा शिल्लक राहतो.

१९६२ च्या डिसेंबरमध्ये आमच्या कौटुंबिक जबाबदाऱ्या संपल्या. गाडगीळांच्या सर्व बहिणींची लग्नं झाली व दोन भाऊ इंजिनीअर झाले. इतकी वर्षं मानेवर असलेलं ओझं कमी झालं.

गाडगीळांनी प्रथमपासून कुटुंबाकरिता आपल्या वैयक्तिक आयुष्यावर फार बंधनं घालून घ्यायची नाहीत असं ठरवलं होतं. त्यामुळे कुटुंबाच्या ओझ्याखाली आपलं जीवन जगायचं राहून गेलं असं त्यांच्या बाबतीत झालं नाही. ही फार अवघड गोष्ट आहे. तसंच त्यांच्या कुटुंबाकरता त्यांनी मला काही तोशीस लावली नाही. इतकंच नव्हे तर मी नोकरी करून त्यांचा भार कमी करण्याची तयारी दाखवली, पण मला त्यांनी नोकरी करू दिली नाही. आपणच समर्थपणे सर्व भार वाहिला. त्याकरिता आर्थिक नियोजनही काटेकोरपणे केलं. मला ते खर्चाला नेमके पैसे देत असत व त्यातच मला भागवावं लागे. उन्हाळ्यात थंड हवेला जाण्यासाठी ते हजारो पेपर्स तपासायचे.

अभिजित आता आठ वर्षांचा झाला होता. तुळसा म्हणायची, ‘‘बाई, अभिजित आता मोठा झाला. घरात एक लहान मूल हवं. मी करीन त्याचं सगळं.’’

त्यामुळेच नव्हे तर आता बिनधास्तपणे आपल्या मनासारखं एकतरी मूल वाढवावं असं मला वाटू लागलं. मनासारखे त्याचे लाड करावे, हौस-मौज करावी असं वाटू लागलं. कल्पना-अभिजितचे त्यांना चांगल्या शाळेत घालण्यापलीकडे काही लाड करता आले नव्हते. सगळ्या हौसेला आर्थिक अडचणीमुळे आळा बसत होता. पैशांची चणचण नेहमीच असे. मुलांच्या मागण्या फारशा नव्हत्याच, पण ज्या काही होत्या त्या आम्ही पूर्ण करू शकलो नाही.

नाही म्हणायला आम्ही बहुतेक दरवर्षी मे महिन्यात थंड हवेच्या ठिकाणी जात असू. सोबत पेपरांचे गठ्ठे घेऊन. तेव्हा आठ बारा आणे एका पेपराचे (Section) मिळत असत. पण शेकडो पेपर तपासले की खर्च भागत असे. कुठेही जायचं ते फर्स्टक्लासने असं गाडगीळांनी पहिल्यापासून ठरवलं होतं.

कल्पनाला घेऊन आम्ही एक महिना कोडाई कॅनॉलला राहिलो होतो. तिथं बोटक्लबचे मेंबर होऊन भरपूर बोटिंग केलं होतं. नंतर कल्पना- अभिजितला घेऊन सिमल्याला एक महिना राहिलो होतो. त्या वेळी प्रभाकर पाध्ये दिल्लीला होते व त्यांनी सिमल्याला आम्हांला जागा मिळवून दिली.

सिमला उंचावर होतं. त्यामुळे तिथं अन्न लवकर शिजत नसे. म्हणून आम्ही प्रेशर कुकर घेतला होता. पुढं तो आम्ही मुंबईलाही वापरू लागलो होतो. बरेच लोक म्हणायचे, कुकरच्या अन्नाला चव नाही. कोळशावर, स्टोव्हवर केलेलं अन्न चवदार लागतं. पण असं म्हणणाऱ्या सगळ्यांकडे नंतर प्रेशर कुकर आले. तीच गोष्ट गॅस घेण्याची. आम्ही १९५९ सालीच गॅस घेतला. तेव्हा चर्चगेटला खंबाटांकडे गॅस मिळत असे व सिलिंडर सोळा रुपयांत मिळायचा. डिपॉझिट तेवढेच होते. आम्ही रेफ्रिजरेटरदेखील घेतला. अमेरिकेतून आल्यावर तेव्हा बेस्टमध्ये रेफ्रिजरेटर भाड्यानं मिळायचे. पण आम्ही गोदरेजचा फ्रीज विकत घेतला. तेव्हाही लोक टीका करायचे की फ्रीजमुळे शिळं अन्न खावं लागतं. ताज्या अन्नाची सर काही वेगळीच. ते खरंही होतं. पण फ्रीजमुळे शिल्लक राहिलेलं अन्न वाया जात नसे आणि पाहुणे येणार असले तर आधीपासून तयारी करायला मिळत असे. आता घरोघरी गॅस व फ्रीज ही गरजच झाली आहे.

सिमला हे टेकड्यांचं गाव. सारखं वर खाली जावं लागायचं. मुख्य रस्ता जो मॉल त्यावर वाहनांना बंदी होती. त्यामुळे पायी फिरून सावकाश रेंगाळत दुकानांचा व हॉटेलांचा परामर्श घेता येत होता. ब्रिटिशांच्या काळात सिमला ही हिंदुस्तानाची उन्हाळी राजधानी होती. त्यामुळे तिथं सगळ्या सोयी होत्या. तिथं व्हाइसरॉयचा व्हाइसरीगल लॉज होता. स्वातंत्र्यानंतर तिथं राजधानी नव्हती. पण पंजाबचे गव्हर्नर उन्हाळ्यात तिथं जात.

आम्ही सिमल्याला होतो तेव्हा काकासाहेब गाडगीळ पंजाबचे गव्हर्नर होते व ते राजभवनमध्ये राहत होते. आम्हांला त्यांनी एकदा जेवायला बोलावलं होतं. काकासाहेब अगदी साधे राहत होते. गाडगीळांचे वडील व काकासाहेब बरोबरच गरिबीत शिकले होते. गव्हर्नर असूनही राजकारण्यांचा डामडौल काकासाहेबांत नव्हता. त्यांचे चिरंजीव विठ्ठलराव व गाडगीळ रुपारेलमध्ये होते, हाही योगायोग. विठ्ठलराव लॉ कॉलेजात होते, त्यामुळे गाडगीळांच्या संपर्कात होते. नंतर ते राजकारणात पडले. ते इंग्लंडहून बॅरिस्टर होऊन आले तेव्हा काकासाहेब केंद्रीय मंत्री होते. एकदा ते काकासाहेबांबरोबर पुण्याला गेले. काकासाहेब सरकारी पहिल्या वर्गात गेले व विठ्ठलरावांना त्यांनी नोकराच्या पासावर थर्ड क्लासनं नेलं. पंजाबचे गव्हर्नर म्हणून ते रिटायर झाले तेव्हा तिसऱ्या वर्गानं पुण्याला आले व टांग्यानं घरी गेले. आता ही दंतकथा वाटेल. आता केंद्रीय मंत्री, गव्हर्नर यांचा किती बडेजाव असतो.

१९६३ सालच्या डिसेंबरमध्ये PEN ची कॉन्फरन्स म्हैसूरला भरली होती. डॉ.

राधाकृष्णन् त्याचे अध्यक्ष होते. गाडगीळांबरोबर मीही जायचं ठरवलं. सोबत माधव आचवल होतेच. १९५० साली मी दक्षिण भारतात गेले होते, तेव्हा कल्पना पोटात होती व १९६३ साली म्हैसूरला गेले तेव्हा चित्रलेखा पोटात होती.

आम्ही तिघंही म्हैसूरला गेलो. तिथं राहण्या-जेवण्याची सोय चांगली होती. प्रतिनिधीचे पैसे अगोदर भरले होते. माधवना मजा करायची कल्पना सुचली. ते म्हणाले, "माझा एक विद्यार्थी आहे. त्याच्याकडे आपण थोडी दारू घेऊ."

आम्ही त्या विद्यार्थ्याच्या घरी गेलो. घर लहानसं होतं. बाटलीची व्यवस्था माधवनी केली होती. त्यांनी यजमानांना ग्लास आणायला सांगितले. त्यांनी फुलपात्रं व पाण्याचा तांब्या आणला. फुलपात्रातून तांब्यातले पाणी घेऊन त्यांनी थोडीशी व्हिस्की कशीबशी घेतली. पण किक आली नाही व सगळी मजाच गेली. वातावरण योग्य नसलं तर त्यात मजा येत नाही. तो विद्यार्थी व त्याच्या घरची मंडळी आता पुढं काय होणार म्हणून मोठमोठे डोळे करून त्या अजब प्रकाराकडे पाहत होती.

गाडगीळ म्हणाले, "ह्या घराच्या भिंतीच आपल्याला सांगत आहेत की त्यांनी असा प्रकार कधी पाहिला नाही. आपण इथून जाऊ या. इथं दारू घ्यायच्या अगोदरच ती उतरली. माझ्या एका मित्राचा इथं बंगला आहे. त्याच्याकडे जाऊ."

मग आम्ही गाडगीळांच्या खानोलकर नावाच्या मित्राकडे गेलो. त्या घराला या प्रकाराची सवय होती व सारा साग्रसंगीत सरंजाम तयार होता. गप्पाटप्पांत वेळ छान गेला.

खरं म्हणजे त्या विद्यार्थ्याचा त्यात काहीच दोष नव्हता. दारू त्यांना माहीत नव्हती. बिचारा सात्त्विक डाळभात खाणारा होता. मला आठवलं, माझीही पहिल्यानं अशीच अवस्था झाली होती.

गाडगीळांना लग्न झाल्यावर दारू न घेण्याची शपथ घालायचा प्रयत्न मी केला होता. तेव्हा मुंबईत दारूबंदी होती. त्यामुळे तसा प्रसंगच आला नाही.

गाडगीळांचा एक मित्र नेव्हीनगरमध्ये राहत होता. त्यांना भरपूर दारू मिळत असे सवलतीनं. त्यांनी एकदा गाडगीळांना आपल्या घरी ड्रिंकसाठी बोलावलं. गाडगीळांनी मला व माधवला बरोबर नेलं. दारूविषयी माझी समज पुस्तकी होती. 'एकच प्याला'तलं सिंधूचं उदाहरण पुढं होतंच. आपला नवरा दारू प्यायला म्हणजे पहिल्यानं आपल्या मंगळसूत्राला हात घालणार व नंतर गटारात पडणार. सगळ्या संसाराचा विध्वंस होणार. अशाप्रकारे दारूबद्दलची माझी समज 'एकच प्याला'च्या पुढं गेली नव्हती.

त्यामुळे मंगळसूत्र घट्ट पकडून मी दबकत त्यांच्याबरोबर कुलाब्याला गेले. माझ्या कल्पनेबद्दल ते आपल्या मित्राला बोलले असावेत. ते मला म्हणाले, "वहिनी, तुम्ही आत बसा व आम्ही काय बोलतो, कसे वागतो ते पाहा व नंतर तुमचं मत बनवा."

दुसऱ्या खोलीत बसून मी त्यांच्याकडे धास्तीनं पाहू लागले. मोठ्या मजेनं छान छान विषयावर संभाषण चाललं होतं. थट्टामस्करी चालली होती. हळूहळू तब्येतीनं ते व्हिस्की घेत होते. मधूनमधून हशा उसळत होता. कोणी झिंगलं नाही, वेडंवाकडं बोललं नाही. त्यामुळे मला त्यात काही वावगं वाटलं नाही. बाकी काही नाही, पण मी आता कधीमधी वाईन तेवढी घेते.

मग मला कवि अनिलांचं वाक्य आठवलं. ते म्हणायचे, ''चांगला नवरा चांगली दारू पिऊन चांगल्या बायकोला चांगलंच वागवतो व वाईट नवरा, वाईट दारू पिऊन वाईट बायकोला वाईट वागवतो.''

आणि ते खरंच आहे. इतकी वर्षं आमच्याकडे पार्ट्या होत असतात, पण कधी कोणी काही वावगं वागलं नाही.

ह्या दारूवरून मला एक मागची गोष्ट आठवली. तेव्हा मोरारजीभाईंचं राज्य होतं. राज्यात दारूबंदी होती. गाडगीळ तेव्हा सिडनहॅममध्ये होते. एकदा काही प्रोफेसरांनी ठरवलं की आपण औरंगाबादला जायचं. तेव्हा तिथं दारूबंदी नव्हती. जिवाची चैन करायची, असं त्यांनी ठरवलं.

त्याप्रमाणे ते चौघं आगगाडीनं औरंगाबादला गेले. गाडीत झोपण्यासाठी होल्डॉल व पत्र्याची बॅग प्रत्येकाजवळ होती. ठरल्याप्रमाणे त्यांनी जिवाची चैन केली. पण नंतर त्यांना थोडं अपराधी वाटू लागलं. त्यांना कोणीतरी सांगितलं की इथं औरंगाबाद सिल्कच्या छान साड्या मिळतात. आपण एकट्यानंच मजा केल्याची अपराधी भावना त्यांना होतीच मग चौघेही साड्यांच्या दुकानात गेले व आपापल्या बायकांना साड्या घेतल्या.

इतक्यात त्यांचा एक विद्यार्थी त्यांना भेटला. हवापाण्याच्या गप्पा झाल्यावर तो म्हणाला, ''औरंगाबाद मुंबई विमानसेवा हल्लीच सुरू झाली आहे. तुम्ही विमानानं मुंबईला का जात नाहीत ? ''

त्यांच्या हाय स्पिरिटला ती कल्पना फारच आवडली. पण पैसे पुरेसे नव्हते. तो दुकानदार त्या विद्यार्थ्याच्या ओळखीचा होता, त्यालाही ती कल्पना आवडली. त्यालाही ह्या लोकांना विमानानं मुंबईला पाठवायची खुमखुमी आली. तो म्हणाला, ''मी ह्या साड्या व्ही. पी. नं मुंबईला पाठवतो. तुम्हांला साड्यांचे पैसे परत देतो. ''

त्याने पैसे परत दिले व सर्व मंडळी उत्साहाने विमानानं जायला निघाली. मला वाटतं की तो विद्यार्थी विमानाचा एजंट होता. कारण या सर्वांच्या होल्डॉल व ट्रंका त्यानं विमानात चढवल्या.

विमानात एअरहोस्टेस त्यांना चहा, चॉकलेट वगैरे देऊ लागले. पण या लोकांनी ते नाकारलं. त्यांना वाटलं की याचे पैसे द्यावे लागतील. काही न घेता ते बसून राहिले. कारण त्यांचे सर्व पैसे संपले होते.

सांताक्रूझला विमानातून उतरून त्यांनी आपापलं सामान घेतलं. विमानाची बससेवा होती व बसने सर्व लटांबर आर्मी नेव्ही बिल्डिंगमध्ये उतरलं व सगळे टॅक्सीने आपापल्या घरी निघाले. त्यांच्याजवळ टॅक्सीला द्यायलाही पैसे नव्हते. पण ते घरून देता येतील असे म्हणून ते टॅक्सीने घरी निघाले. आमचं घर तसं फोर्टच्या जवळ होतं. म्हणून गाडगीळ टॅक्सीने घरी आले. विचार असा की घरी मी असेन व टॅक्सीचे पैसे देईन.

पण मी घरी नव्हते. गाडगीळ ठरल्याप्रमाणे दुसऱ्या दिवशी आगगाडीनं मुंबईला येणार होते. म्हणून मी निर्धास्तपणे मुलांना घेऊन बाहेर गेले होते. मग कसेबसे शेजाऱ्यांकडून पैसे घेऊन टॅक्सीचं बिल दिलं. मी आल्यावर माफक ओरडणं झालं. पण त्यात माझा काही दोष नव्हता, हे गाडगीळांना पटलं. नंतर साड्या यथावकाश व्ही.पी.ने आल्या. असा झाला गाडगीळांचा पहिलावहिला विमान प्रवास.

मागच्या वेळेला १९५० साली आम्ही म्हैसूरला आलो होतो. पण तेव्हा काही खरेदी केली नव्हती पैशांअभावी. ह्या वेळी दुकानात जाऊन साड्यांची खरेदी करावी असं ठरलं. मंगेश विठ्ठल राजाध्यक्ष त्या वेळी कॉन्फरन्सला आले होते. विजयाबाईंनी त्यांना काळी कांजीवरम साडी आणायला सांगितलं होतं. म्हणून तेही आमच्याबरोबर साडी खरेदीला दुकानात आले. काळी कांजीवरम साडी मलाही आवडली. म्हणून राजाध्यक्षांनी व मी एकसारख्या साड्या खरेदी केल्या.

बाळंतपणाच्या या तिसऱ्या खेपेला मी चर्नी रोडला डॉ. नार्वेकरांकडे नाव घातलं. नेहमीप्रमाणे तपासण्या औषधं चालू होती. माझं पोट या वेळी मुळीच दिसत नव्हतं. मला सात महिने झाले तरी माझ्या आईलासुद्धा मला दिवस गेले हे कळलं नाही.

गाडगीळांना या सुमारास एक चांगली संधी चालून आली. एक दिवस त्यांचे सिडनहॅम कॉलेजमधले सहाध्यायी प्रो. घाटलिया यांचा गाडगीळांना फोन आला. प्रो. घाटलिया मुंबईतले नामांकित चार्टर्ड अकाउंटंट होते. ते गाडगीळांना म्हणाले, "विलेपार्ले केळवणी मंडळ नवीन कॉमर्स कॉलेज काढत आहे. त्यांना एका चांगल्या अनुभवी प्रोफेसरांची प्रिन्सिपल म्हणून नेमणूक करायची आहे. त्यांना मी तुझं नाव सुचवलं आहे."

विलेपार्ले केळवणी मंडळ ही एक नावाजलेली संस्था होती. त्यांचं मिठीबाई हे आर्ट्स व सायन्स कॉलेज होतं. शिवाय भागुबाई पॉलिटेक्निक हेही कॉलेज नुकतंच सुरू केलेलं होतं. शिवाय त्यांच्या काही शाळाही होत्या. त्यांच्या या नव्या कॉमर्स कॉलेजमध्ये गाडगीळांची नेमणूक प्रिन्सिपल म्हणून झाली. कॉलेजच्या इमारतीचं बांधकाम चालू होतं. गाडगीळांनी सिडनहॅममधले आपले काही सहकारी तिथं नेमून घेतले.

आता कॉलेजचा लोगो करायचा होता. ते काम त्यांनी त्यांचे चित्रकार मित्र शाम जोशी यांना दिलं. त्या निमित्ताने त्यांचं आमच्या घरी येणं जाणं सुरू झालं. असेच एकदा संध्याकाळी ते आले व रात्री जेवून गेले. दुसऱ्या दिवशी ते लोगोचे डिझाईन

दाखवायला आले, तेव्हा त्यांना घरी मी दिसले नाही. त्यांनी माझी चौकशी केली.

गाडगीळ म्हणाले, ''वासंती हॉस्पिटलात आहे.''

शाम जोशी उडालेच. ते म्हणाले, ''आँ ? त्यांना काय आजार आहे ? कालच तर मी त्यांच्या हातचं जेवलो.''

गाडगीळ म्हणाले, ''वासंतीला मुलगी झाली.''

शाम जोशी चकित झाले. माझं पोट वगैरे दिसत नव्हतं व मी घरातली कामं वगैरे नेहमीसारखीच करीत होते.

ह्या तिसऱ्या वेळी पाऊस नव्हता. तो एप्रिल महिना होता. कल्पना झाली ऑक्टोबरमध्ये, पण त्या वेळी धो धो पाऊस पडत होता. हॉस्पिटल थोडं लांब होतं. हॉस्पिटलात फेऱ्या घालून गाडगीळ वैतागले. अभिजित झाला तो सप्टेंबर महिना पावसाचाच. ह्या तिसऱ्या खेपेला मला थोडा त्रास झाला. शिवाय संतती नियमनाचं ऑपरेशनही करून घ्यायचं होतं. त्याप्रमाणे तिसऱ्या दिवशी ते ऑपरेशन झालं.

अकराव्या दिवशी मी मुलीला घेऊन घरी आले. तुळसा तर होतीच. पण दुसरी एक बाईही होती.

आपल्या घरात एक लहान मूल हवं, असं म्हणणारी तुळसा मात्र मी घरी आल्याच्या तिसऱ्याच दिवशी म्हणाली, ''बाई, मी एक महिना गावी जाते.''

खरं म्हणजे मला खूप राग आला होता. मी अडचणीत होते. मी तिला आता जाऊ नको वगैरे काही म्हणाले नाही व तिला गावी जाऊ दिलं.

अशा अकस्मात अडचणी नेहमी येतात. अभिजित झाला तेव्हा गाडगीळांनी मला दहाव्या दिवशी संध्याकाळीच घरी आणलं. कारण त्यांना कॉलेजला वेळेवर जायचं होतं. गाडगीळ कधी रजा घेत नसत. नेहमी कॉलेजात जात.

मुलाला घेऊन घरी आले तर बाई गायब. तिनं घरात रुळावं म्हणून आधी दोन महिने तिला कामावर ठेवलं होतं. पण आयत्या वेळी ती आलीच नाही. आणि घरी आल्या आल्या मला पाणी भरून ठेवावं लागलं. नागपाड्याला पाणी रात्रीचं येत होतं.

आताही तुळसा आमच्या घरातल्यासारखी असताना तिनं असं का करावं ते मला कळेना. वाटलं, कदाचित मी आता अडचणीत आहे तेव्हा पगार वाढवून पाहिजे असेल. पण मी जिद्दीची बाई होते. मी अशी अडवणूक सहन करणारी नव्हते. मी तिला काही बोलले नाही. कशीबशी ती वेळ निभावून नेली.

एक महिन्यानं तुळसा आली. मी तिला दोन महिन्यांचा पगार दिला व आता मला तिची गरज नाही म्हणून सांगितलं. मी असं काही करीन याची तिला कल्पनाच आली नाही. ती चित्रलेखाला मांडीवर घेऊन बसली. हलेचना. मग रडूभेकू लागली. पण माझं मन एकदा कोणावरून उडालं की त्याला परत कामावर ठेवणं मला शक्य होत नाही. जिला आपलं मानलं तिनं असा आयत्या वेळी धोका द्यावा हे मला सहन होईना.

मला संताप आला होता व वाईटही वाटत होतं. वृंदा लिमये यांना घरात एक बाई पाहिजे होती. म्हणून तुळसाला सायनला त्यांच्या घरी लावून दिली.

त्यानंतर प्रत्येक मुलाच्या वाढदिवसाला तुळसा फोन तर करायचीच; पण मुलांना खाऊ, छोटंसं बक्षीस आणत राहिली. काही दिवसांनी वृंदाबाईंचं काम तिनं सोडलं व कुलाब्याला एका सिंधी कुटुंबात कामाला राहिली. तिथं ती स्वत:चा मराठी पेपर घेऊन वाचत असे व गाडगीळांचं नाव पेपरात छापून आलं की ते अभिमानानं त्या सिंधी कुटुंबाला दाखवत असे. त्या वेळी गाडगीळांचे काही मुलांच्यासाठी नाट्यप्रयोग झाले. त्या प्रयोगांना तुळसा पुढचं महागडं तिकीट काढून हजर !

तुळसा अधूनमधून घरी यायची. वृंदा लिमयेंकडची गवारीची उकडून फोडलेली भाजी ती करून दाखवायची. कधी सिंध्यांची 'लोली' म्हणून खूप कांदा, कोथिंबीर व खूपसं तूप घातलेली जाडसर पोळी करायची. तिनं दाखवलेल्या या गोष्टी मी अजूनही करते. आमच्यावर तिचं प्रेम होतं. नाहीतर काम सोडून गेलेली कोण बाई परत परत येत राहणार ?

इतकं प्रेम असून आमच्या अडचणीच्या वेळी तिनं आमची अडवणूक का केली ते मात्र मला कळत नाही. बहुतेक नोकर असं करतात, हे मात्र खरं.

शेवटी तुळसाला काय बुद्धी झाली कोण जाणे. तिनं पुन्हा लग्न केलं. त्या माणसानं तिला लुबाडलं. मी करून दिलेले दागिनेही गेले. कुलाब्याला सिंध्याकडे चांगला पगार होता. ते साठवलेले पैसेही गेले व शेवटी ती गावाला गेली. तिथं वारली. एक ऋणानुबंध संपला.

तुळसा गेल्यापासून नोकरांचे आमच्याकडे बरेच नमुने आले आणि गेले. पण मनात कोणी रुजलं नाही.

असाच एक मुलगा आम्ही ठेवला. गाडगीळांना आपल्या वस्तू कडीकुलपात ठेवलेल्या आवडत नाहीत. त्यांच्या कपाटालाही कुलूप नसतं. आपले शिल्लक पैसे ते एका पाकिटात ठेवायचे व लागेल तसे त्यातून काढून घ्यायचे. पाकीट ते कोटाच्या खिशात ठेवत. तो कोट कपाट उघडायला लागू नये म्हणून खुंटीला टांगून ठेवायचे. आमच्या ह्या नोकराने ते पाहून ठेवलं होतं. संध्याकाळी मौजेत गेल्याशिवाय गाडगीळांना चैन पडत नसे. असेच गिरगावात जाताना त्यांनी कोटातून पैसे काढून आपल्या पाकिटात घातले व ते मौजेत गेले. ते गेल्यावर गड्याने माझ्याकडून मामाला भेटून येतो म्हणून रजा मागितली. संध्याकाळी फिरून गाडगीळ घरी आले. कोटाच्या खिशातलं पाकीट पाहिलं तर ते हलकं लागलं. मला म्हणाले, "तू यातून पैसे काढलेस का ?"

मी म्हटलं, "तुम्हांला सांगितल्याशिवाय मी पैसे काढीत नाही."

मग आम्ही तर्क केला की, हे बहुधा गड्याचंच काम असावं. म्हटलं, पैसे गेले

आणि गडीही गेला. आता कसचा येतो तो ?

पण तो आला. नवीन शर्ट घालून व हातात घड्याळ घालून तो आला. मी विचारलं, ''हा शर्ट व घड्याळ कुठून आलं ?''

म्हणाला, ''मामानं दिलं घेऊन.''

त्याच्या शर्टाच्या वरच्या खिशातच काही पैसे व घड्याळाची पावती मला सापडली. आम्ही ती काढून घेतली. मागच्या उदाहरणावरून आम्ही त्याला पोलिसांकडे वगैरे न देता काढून टाकलं.

अशीच एक चित्राला सांभाळायला एक ख्रिश्चन मुलगी ठेवली होती. दिसायला ती काळी कुरूप होती. चेहऱ्यावर देवीचे वण होते. काम नीट करायची. त्या वेळी आरेचं दूध बाटलीतून मिळत असे व ते सकाळीच मिळत असे. ती मुलगी सकाळचं दूध आणत असे. तिची काही भानगड असेल असा मला संशयही आला नाही.

एकदा दुपारी दोन अडीच वाजता मी बाहेर गेले. ही माझी वेळ बहुधा सिनेमा बघायची होती. त्यामुळे तिला वाटलं की मी बहुधा दुपारच्या सिनेमाला गेले असावे, आता तीन तासांची निश्चिंती. तिनं आपल्या एका मित्राला घरी बोलावलं. पण तिचा अंदाज चुकला. तासाभरात मी घरी परतले. हातातलं सामान स्वयंपाकघरात ठेवायला गेले. पाहते तर तिथं एक दांडगा माणूस उभा ! काय समजायचं ते मी समजले. त्याला जाब विचारला. तो त-त-प-प करायला लागला. संतापाच्या भरात कोपऱ्यात असलेली अभीची हॉकीस्टिक मी उचलली व त्याला दोन-चार रट्टे लगावले व स्वयंपाकघराचे दार कडी लावून बंद करून त्याला आत कोंडून ठेवलं.

नंतर मी वर राहणाऱ्या इन्स्पेक्टर कोठारी यांच्याकडे गेले. ते घरी नव्हते. पण त्यांचा आर्मीतला दांडगा मेहुणा होता. त्यांना मी ही हकिकत सांगितली. ते माझ्याबरोबर खाली आले. त्यांनी दार उघडून आत पाहिलं व दार लगेच बंद केलं.

आश्चर्यचकित होऊन ते मला म्हणाले, ''या दांडग्या माणसाला तुम्ही मारलंत ? आणि त्यानं तुम्हांला उलट काही केलं असतं तर ?''

अर्थात त्याला मारताना माझ्या मनात तसा काही विचारच आला नाही. मग आम्ही पोलिसांना फोन करून त्याला त्यांच्या ताब्यात दिलं.

दुसऱ्या दिवशी पोलिसांचा मला फोन आला. ''बाई हा मोठा खतरनाक तडीपार गुंड आहे. त्याच्यावर खुनाचा आरोप आहे.''

हे ऐकून मी गर्भगळीत झाले. मला ब्रह्मांड आठवलं. माझी दोन लहान मुलं शाळेत जात होती. त्यानं रागानं मुलांना काही केलं तर ? अगोदरच्या अनुभवामुळे मी केस वगैरे करायच्या भानगडीत पडले नाही. मी एफ.आय.आर. वगैरे काही केला नाही. पण पुढं आठ दिवस मुलांवर लक्ष द्यायला पोलीसस्टेशननं एक पोलीस दिला होता.

त्या मुलीला आम्ही जिथून आणली होती तिथं पोचवलं. त्यानंतर आठ-दहा दिवसांनी एक बाई त्या दांडग्या माणसाला घेऊन आमच्याकडे आली. मी घाबरलेच. म्हटलं, आता काय ही बला आली? पण ती बाई म्हणाली, "पड यांच्या आणि साहेबांच्या पाया. ही माणसं काही कोणाच्या अध्यातमध्यात नसतात. सरळ जातात येतात. पुन्हा जर तू यांच्या घरात पाय ठेवलास तर माझ्यासारखी बाई कोणी नाही."

ती बाई त्याची आई होती. ती जुने कपडे घेऊन भांडी देत असे. कदाचित मी तिच्याकडून भांडी घेतली असावीत. ती बाई आम्हांला ओळखत असावी व प्रोफेसरांबद्दल तिला आदर असावा.

तो दांडगा माणूस माझ्या व गाडगीळांच्या पाया पडला आणि पुन्हापुन्हा माफी मागू लागला. तो पाया पडत होता तरी मला त्याची भीती वाटत होती. ती मोलकरीण सकाळी दूध आणत असे, तिथं त्याचं सूत जुळलं असावं.

मग मात्र आम्हांला काही त्रास झाला नाही.

गाडगीळांना नरसी मोनजी कॉलेजचे प्रिन्सिपल म्हणून नोकरी लागली. रुपारेल कॉलेजपेक्षा दोन-तीनशे रुपये पगार जास्त होता. गाडगीळांना मोटारीची फार हौस. त्यांनी लगेच एक सेकंडहँड ऑस्टिन गाडी घेतली. ड्रायव्हिंग स्कूलमधून लायसन्स मिळवलं व सरावासाठी एक महिना ड्रायव्हर ठेवला. थोडी प्रॅक्टिस व्हावी म्हणून. मग महिन्यानं त्याला काढून टाकलं व स्वतः गाडी चालवू लागले. महंमदअली रोडचा तो ट्रॅफिक. त्यामधून गाडी चालवित ते पार्ल्याला कॉलेजमध्ये जायचे.

वाटेत कल्पनाला गावदेवीला सेंट कोलंबामध्ये सोडायचे व भारतीय विद्याभवनवरून पार्ल्याला जायचे. कल्पनाला सहावीत असताना आम्ही सेंट कोलंबामध्ये घातलं. तिला मराठी वातावरण व मराठी मैत्रिणी मिळाव्या म्हणून. तिथलं वातावरण मध्यमवर्गीय व मराठी होतं.

कल्पनाला घेऊन गाडगीळ सेंट कोलंबामध्ये ॲडमिशन घ्यायला गेले. त्या वेळी झकारिया म्हणून केरळीय ख्रिश्चन बाई प्रिन्सिपल होत्या. गाडगीळ तेव्हा 'इलस्ट्रेटेड विकली' मधून इंग्रजीत लिहीत होते. आपल्या कथांची तर ते भाषांतरे करीत होतेच, पण Bombay Beat म्हणून मुंबईच्या सांस्कृतिक जीवनावर एक कॉलम दर आठवड्याला लिहीत.

झकारिया बाई गाडगीळांना ओळखत होत्या, ते त्यांचं लिखाण वाचून. 'रोजमथायचं शिक्षण' या गोष्टीचं भाषांतर त्यांनी वाचलं होतं व त्यांना ते आवडलंही होतं. त्यांनी कल्पनाला ताबडतोब ॲडमिशन दिली. खरं म्हणजे ख्राईस्ट चर्चमध्ये कल्पना चांगली रुळली होती. पण तिला काही न विचारता सवरता आम्ही तिची शाळा बदलली. तिला ते आवडलं नसावं. तिच्यावर आम्ही थोडा अन्यायच केला होता.

तिचं सर्व शिक्षण इंग्रजीमधून झालं होतं. मराठी तिला येत होतं, पण फारसं वाचायला लिहायला येत नव्हतं. सेंट कोलंबामध्ये मराठी विषय होता. तिला तो जड गेला. एक दिवस ती सांगत आली, "आई, गदयाची एक व पदयाची एक अशा दोन वह्या बाईंनी आणायला सांगितलं आहे."

मला गद्या-पद्या काही समजेना. नंतर लक्षात आलं की ती गदया-पदया म्हणत असावी.

गाडगीळ गावदेवीला कल्पनाला शाळेत सोडायचे. पण व्हायचं काय की गाडी नेमकी तिच्या शाळेजवळ बंद पडायची. मग गाडगीळ गाडीशी खटपट करायचे. शाळेतल्या मुलींची ते पाहून करमणूक व्हायची. कल्पना गयावया करून 'नका मला शाळेत सोडू. मी बसनं जाते' म्हणायची. अभिजितला मात्र गाडीची फार हौस होती. तो गाडगीळांना आग्रह करून त्याला शाळेत सोडायला सांगायचा.

नरसी मोनजी कॉमर्स कॉलेज सुरू झालं खरं, पण त्यात मुलं नव्हती. कॉलेज नवं व बिल्डिंग बांधणं चालू. कोण येणार अशा कॉलेजात ? बहुतेक मुलं कुठंही ॲडमिशन मिळाली नाही की या कॉलेजात यायची. ४०-४५ टक्क्यांची. मग त्यांना ठाकूनठोकून त्यांच्याकडून अभ्यास करून घ्यायचा. अमेरिकेत पाहिलेल्या ट्युटोरिअल पद्धतीनं दर आठवड्यात त्यांना काहीतरी विषयात लिहायला लावायचं. अशा रीतीने मुलं हळूहळू सुधारू लागली. पुढं सात वर्षांनी गाडगीळांनी जेव्हा नरसी मोनजी कॉलेज सोडलं तेव्हा त्या कॉलेजचा रिझल्ट त्यावर्षी सिडनहॅम कॉलेजपेक्षा चांगला लागला.

नागपाड्याहून जरी गाडगीळ पार्ल्याला कॉलेजात जात होते तरी त्यांनी प्रिन्सिपलसाठी असलेली राहायची जागा घेतली नव्हती. साडेतीन वर्षं आम्ही नागपाड्यालाच राहत होतो. गाडगीळांना वाटे की आपलं जर पटलं नाही तर ही जागाही जायची. दुसऱ्या जागेची पक्की सोय झाल्याशिवाय नागपाडा सोडायचा नाही. गाडगीळ नव्या जागेच्या शोधात लागले.

अत्रे, काणेकर वगैरे साहित्यिकांनी लेखकांसाठी कॉलनी काढायचं ठरवलं. गाडगीळ त्यात होते. पहिल्याने खारला जागा घ्यायचं ठरत होतं. पण नंतर कलानगरजवळची जागा यशवंतरावांनी काणेकरांच्यामुळे दिली. जागा कसली, पाणीच होतं तिथं. तो भाग दलदलीचा होता. दळणवळणाचं काही साधन नव्हतं. वांद्रे स्टेशन जवळ होतं. पण तिथं जायला धड रस्ता नव्हता.

गाडगीळांनी सर्व्हेअर सोबत होडीतून खुंट्या ठोकून जागा ताब्यात घेतली व जागेत भराव घालायचं ठरवलं. पाणी पाहून कोणी सभासद व्हायला तयार व्हायचे नाही. पहिल्याने कलानगर सारखे बंगले बांधायचा विचार होता. पण तेवढे सभासद मिळाले

नाहीत व जे होते त्यांच्याकडे पैसे नव्हते. तेव्हा सरकारी कर्ज घेऊन फ्लॅट बांधायचं ठरलं. जेमतेम तीन इमारतींसाठी सभासद मिळाले. फ्लॅट बांधायचे खरे, पण त्याकरिता काय करावं लागतं, म्युनिसिपालिटीच्या कशा परवानग्या आणाव्या लागतात, याची कोणाही लेखकाला माहिती नव्हती. तेव्हा पार्ल्याला बाबूराव परांजपे यांनी अल्प किंमतीत घरं बांधून मध्यमवर्गावर उपकार केले होते. कोणाजवळ सुरुवातीला भरायचे पैसे नसले, तर ते पदरचे पैसे देऊन त्यांची सोय लावत असत.

गाडगीळ बाबूरावांकडे गेले. पण बाबूरावांना सरकारी कर्जाची भानगड नको होती. त्यामुळे त्यांनी नकार दिला. तेव्हा पी. व्ही. गाडगीळ नावाच्या गृहस्थांनी काही सोसायट्या बांधल्या होत्या व तो त्यांचा धंदा होता. कर्ज कसं मिळवायचं, परवाने कसे काढायचे हे त्यांना माहीत होतं. काणेकरांनी त्यांची मदत घेऊन सोसायटी बांधायचं ठरवलं. पुरेसे साहित्यिक मेंबर मिळाले नाहीत, म्हणून पत्रकारांना घ्यायचं ठरलं. अडचणींवर मात करून पी. व्ही. गाडगीळांनी दोन तीन इमारती उभ्या केल्या.

ज्यांनी पहिल्याने पैसे भरले त्यांना जागा निवडायचा हक्क होता. काणेकर, करंदीकर, गाडगीळ यांचे पहिले नंबर होते. आम्ही पहिला मजला नाकारला, कारण खाली गाड्या ठेवायची जागा होती व आवाज फार आला असता रहदारीचा. आम्ही दुसऱ्या मजल्यावरची जागा निवडली. तांत्रिकदृष्ट्या तो पहिला मजला होता.

चार वर्षांनी जेव्हा साहित्य सहवासची जागा तयार झाली तेव्हा आम्ही नागपाडा सोडून विलेपार्ले इथं कॉलेजच्या जागेत राहायला जायचं ठरवलं. गाडगीळांचं असं म्हणणं होतं की राहायची स्वतःची जागा, आपला टेलिफोन, आपलं वाहन व आपली वर्तमानपत्रं असावीत. म्हणजे आपण त्याकरिता कोणावर अवलंबून राहू नये. मी अनेक प्रिन्सिपल पाहिले आहेत की रिटायर झाल्यावरसुद्धा त्यांची स्वतःची जागा नव्हती. कॉलेजचाच फोन व वर्तमानपत्रं ते वापरीत असत. आणि कधीकाळी रिटायर होऊ याची त्यांना जाणच नसे. मग रिटायर झाल्यावर धावाधाव!

कल्पना एस.एस.सी.ला बसली आणि त्या उन्हाळ्याच्या सुटीत आम्ही पार्ल्याला कॉलेजच्या जागेत राहायला यायचं ठरवलं. प्रिन्सिपलची जागा कॉलेजच्या वरच होती. घरी जायला व विद्यार्थ्यांना जिना एकच होता व तो कॉलेजमधून जात होता. एका बाजूला मिठीबाईचे प्रिन्सिपल याज्ञिक राहत होते व दुसऱ्या बाजूला आम्ही. दोघांच्याही स्वयंपाकघरात दार होते व त्यातून आम्ही एकमेकांकडे जात येत होतो. मिठीबाई कॉलेज व नरसी मोनजी कॉलेज ह्या दोन प्रिन्सिपलांच्या जागेनं जोडलेलं होतं व खाली संयुक्त कँटीन होतं. पुढं मुलांची संख्या वाढली आणि घरी जाणं कठीण होऊ लागलं.

पार्ल्याला गेल्यावर मुलांच्या शाळेचा प्रश्न आला. अभिजितला व चित्रलेखाला माहीमच्या बॉम्बे स्कॉटिशमध्ये घातलं. कल्पना एस.एस.सी.ला बसली होती आणि

निकालाची वाट पाहत होती. त्या सुटीत ती काश्मिरला ट्रिपला गेली.

पार्ल्याला आल्या आल्या आई म्हणाली, "गोव्यात आपल्या शर्वाणीदेवीचा ५००वा उत्सव आहे. स्पेशल मोटार करून खूप लोक त्या समारंभाला जाणार आहेत. तू येतेस का ?"

मी विचार केला, आयतं चार-सहा दिवस गोव्याला जायला मिळतंय तर का जाऊ नये. कल्पना काश्मिरला गेली होतीच. गाडगीळ चार-सहा दिवस कुठंतरी सेमिनारला गेले होते. नाहीतरी ते देवाला आलेच नसते.

ही गोव्याची ट्रिप संस्मरणीय ठरली. मी, माझी आई, अभिजित व छोटी चित्रा असे आम्ही त्या समारंभाला जायला निघालो. ही बस जयंत साळगावकरांनी ठरवली होती. त्यांचीही देवी शर्वाणीच होती. तीस-पस्तीस माणसांनी बस फुल भरली. तिकीट होतं तीस रुपये.

सर्व माणसं बहुधा साळगावकरांच्या ओळखीचीच होती. शिवाय देवीच्या दर्शनाच्या नात्यानं ती एकमेकांना बांधली गेली होती. दिवस मे महिन्याचे होते. नंतर बहुतेक मंडळी आपापल्या गावी जाणार होती.

साळगावकरांचे तीन मुलगे व बायकोही आमच्याबरोबर होती. त्यांच्या बायकोची व माझी ओळख होती. ती मालवणची होती. बस रात्री निघणार होती. पण हा आला, तो येतोय, यात थोडा वेळ गेला व सुटली एकदाची बस.

बस काही मैल गेली नसेल तोच ती थांबली. काही मंडळींना तहान लागली होती. काहींना पाय मोकळे करायचे होते. साळगावकरांनी सर्वांना कोकाकोला दिला. कोकाकोला पिऊन लोक बसमध्ये बसले. तो फुकट मिळतो अशी समजूत करून कोणी पैशाचं विचारलं नाही. पुढे वडखळ नाक्यावर पोहे चांगले मिळतात, हे साळगावकरांना माहीत होतं. ते ह्या रस्त्याने नेहमी ये-जा करत असत व चांगलं खाण्याची त्यांना आवड होती. सर्वांना चहा-पोहे झाले. खाऊनपिऊन मंडळी बसमध्ये बसली. असंच अनेक ठिकाणी झालं. बस मधूनमधून थांबत होती. लोक खातपीत होते. पैशाची कोणी बातच काढली नाही. रमत-गमत बस चालली होती. बारा तासांच्या आत जी बस पोहोचली असती ती वीस-बावीस तासांनी पोहोचली. देवीदर्शनाचं पुण्य तर साळगावकरांना मिळालंच, पण २५-३० माणसांना खाऊपिऊ घातलं त्याचंही पुण्य त्यांना मिळालं.

पुढं दोन दिवसांचा देवीचा समारंभ संपला. साळगावकरांचा निरोपही न घेता मंडळी आपापल्या गावी गेली. राहिलो आम्ही व साळगावकरांची मुलं व बायको. पण त्यांनाही मालवणला सोडून आम्ही परतीच्या प्रवासाला लागलो. आम्ही चौघे व साळगावकर व एखादा माणूस अशी ५-६ माणसंच परत मुंबईला यायला निघालो. बस रिकामीच होती. बस परत मुंबईला जाणार, त्याच्या पैशांचं काय याची कोणीही चौकशी केली

नाही. तीस रुपयांत सगळं भागलं अशी त्यांनी आपली समजूत करून घेतली व देवदर्शनाचे पुण्य गाठीशी बांधून ती मंडळी आपापल्या गावी गेली.

आम्हां पाचसहा माणसांना घेऊन बस मुंबईला निघाली. वाटेत कोणी हात करत होते. बस थांबत होती, प्रवाशांना घेऊन ते आठबारा आणे देऊन आपल्याला हवं तिथं उतरत होते. वाटेत रत्नागिरीला आम्ही मुक्काम केला. हॉटेलचे सर्व पैसे साळगावकरांनीच दिले. बस जात असताना आम्ही 'मुंबई, मुंबई' असं ओरडून लोकांचं लक्ष वेधून घेत होतो. कोणी प्रवासी यायचे व आपल्या गावी जायचे. मुंबई येईतो आम्ही पाचसहा माणसंच बसमध्ये होतो. आमचे चौघांचे पैसे मी साळगावकरांना देऊ केले. पण ते पैसे घेईनात. म्हणाले, "इतके २५-३० लोक काही चौकशी न करता उतरून गेले. तुमचे तरी पैसे मी का घेऊ ?"

बसमध्ये साळगावकरांची मुलं आपापसात भांडत होती. माफक मारामारी करीत होती. अभिजितला त्यांचा हेवा वाटला. भावांशी जशी मारामारी करता येते तशी बहिणींशी नाही करता येत. तो म्हणाला, "मला एक जरी भाऊ असता तर मी पण छान मारामारी केली असती. ह्या बहिणींचा उपयोग काय ?"

सबंध प्रवासात अभीने आपण २५-३० कोकाकोला प्यायलो असं मला सांगितलं. कोकणी माणसांचा साळगावकरांना असा अनुभव आला. मला वाटतं की त्यांनी ह्याची अपेक्षाच केली असावी व ते ह्या प्रसंगाकडे खेळकर दृष्टीनं पाहत असावेत.

जून महिन्यात कल्पनाचा एस.एस.सी.चा रिझल्ट आला. तिला मार्क तर चांगले मिळालेच. पण ज्या गदया-पदयाचं तिला भय वाटत होतं त्या लोअर मराठीत तिला बोर्डाचं बक्षीसही मिळालं. तिला आर्ट्स घ्यायचं होतं. पण शेजारच्या मिठीबाईमध्ये जायचं नव्हतं. जिना उतरून कॉलेजात जाण्यात काय मजा! तिनं एल्फिन्स्टनमध्ये जायचं ठरवलं. तेव्हा आर्ट्सला ॲडमिशनची काही अडचण नव्हती. ते शिवाय पु. शि. रेगे एल्फिन्स्टनचे प्रिन्सिपल होते. ते कल्पनाला म्हणाले, "तुला काही कॉलेजमध्ये यायची गरज नाही. फॉर्म व पैसे माझ्या घरी देऊन ठेव. उगाच तुला रांगेत उभं राहायला नको."

पण कल्पनानं ते ऐकलं नाही. दोन तास रांगेत उभं राहून तिनं ॲडमिशन घेतली. तशी कल्पना तत्त्वनिष्ठ. माझी एकदा तिनं फजिती केली होती. बसला बारा वर्षांपर्यंत अर्ध तिकीट होतं. एकदा आम्ही दोघी बसनं चाललो होतो. सवयीप्रमाणे मी एक पूर्ण एक अर्धं तिकीट मागितलं. त्याच दिवशी तिचा वाढदिवस होता. तिला बारावं सरून तेरावं वर्ष लागलं होतं. ती तारस्वरात म्हणाली, "आई, आज मी बारा वर्षांची झाले ना. मला फुल तिकीट लागणार."

तिला आईची फजिती करायची होती की लवकर मोठं व्हायची तिला घाई झाली

होती, कोण जाणे! खरं म्हणजे सरळपणे, प्रामाणिकपणे वागणं हा तिचा स्वभाव होता आणि अजूनही तो तसाच आहे.

कॉलेजात इतक्या मुलांसोबत राहणं सोपं नव्हतं. मुलांना प्रिन्सिपलच्या खाजगी आयुष्याबद्दल कुतूहल असायचं. विद्यार्थ्यांचं माझ्यावर व मुलांवर बारीक लक्ष असे. लहानग्या चित्राचे ते फार लाड करत. मी कुठे जाते, काय भाजी आणते या गोष्टींवर तर त्यांचं लक्ष असायचंच; पण कल्पना, अभिजितवरही लक्ष असायचं. कल्पना त्यांच्या बरोबरीची. नुकतीच कॉलेजात जाऊ लागलेली. तिचा कोण बॉयफ्रेंड आहे का? ती काय करते? यावर ते लक्ष ठेवून असायचे.

कधी सांगत यायचे, आगगाडीत कल्पना फुटबोर्डावर उभी राहते. तिला नीट दम द्या. कधी कल्पना सिनेमाला गेली आणि तिला तिकीट मिळालं नाही तर आपलं तिकीटही द्यायचे. ते वाईट नव्हते. आपल्या प्रिन्सिपलविषयी व त्याच्या कुटुंबाविषयी त्यांना तारुण्यसुलभ कुतूहल होतं.

एकदा कल्पना इरॉसला अभिजित व त्याच्या मित्रांबरोबर सिनेमाला जाणार होती. थिएटरबाहेर ती उभी होती त्यांची वाट पाहत. कॉलेजच्या विद्यार्थ्यांनी तिला पाहिलं व तिनंही त्यांना आपल्यावर लक्ष ठेवून असलेलं पाहिलं. आता बरी सापडली असं त्यांना वाटलं व अपेक्षेनं ते तिथं उभे राहिले. त्यांना वाटलं ती आपल्या बॉयफ्रेंडची वाट पाहत आहे. पण जेव्हा अर्ध्या चड्डीतली ही दोन मुलं धापा टाकत आली, तेव्हा त्यांची निराशा झाली. अभिजित व त्याच्या मित्रांबरोबर आत जाताना कल्पनाने त्यांना ठेंगा दाखवला.

पार्ले पश्चिमेला एअर इंडियाचे खूप लोक राहत. त्या सर्वांचे बंगले होते. आम्ही राहायला आल्यावर त्यांनी एक मंडळ स्थापन केलं. सगळी कुटुंबं महाराष्ट्रीय होती. त्या मंडळाचं नाव 'गोंगाट मंडळ.' उद्देश काहीच नाही. दर महिन्याला एकत्र जमून गप्पा करायच्या, गोंगाट करायचा व पाळीपाळीनं जेवणं झोडायची.

ह्या मंडळींत हेरेकर, संझगिरी, देसाई, नेने वगैरे होते. त्यांच्या बायका कॉलेज चालू असताना माझ्याकडे यायला घाबरायच्या. मुलांचे लोंढे ओलांडून आमच्या घरी येणं दिव्यच होतं.

एकदा हेरेकरबाई माझ्याकडे येत होत्या. त्या उंच, सडपातळ व बॉबकट केस असलेल्या होत्या. मुलांनी त्यांना पाठमोरं पाहिलं व धावत पुढं जाऊन त्या कशा दिसतात ते पाहायला गेले. त्यांना पाहून एकजण हिरमुसून आपल्या मित्राला म्हणाला, "मम्मी छे!" त्यांना वाटलं कोणीतरी तरुण मुलगी असावी.

आमच्या शेजारी मिठीबाईचे प्रिन्सिपल याज्ञिक राहत होते. दोन्ही बाजूच्या स्वयंपाकघरातून आम्ही एकमेकांकडे ये जा करीत असू. त्यांची नात चित्राएवढी

होती. तिच्याशी ती खेळत असे.

गाडगीळांना पार्ट्या द्यायची मोठी हौस. आता तर जागा मोठी व हाताशी माणसंही होती मदतीला. असे पार्ल्याचे दिवस चांगले चालले होते. वेगवेगळे पाहुणे कॉलेजवर आणण्यात गाडगीळ मग्न होते. इथं पाहुणे बोलवायचे म्हणजे आठपंधरा लोकांनाही ऐसपैस वाटे. मलाही निरनिराळे जिन्नस करून लोकांना खाऊ घालण्याची हौस. तेव्हा आठ पंधरा दिवसांनी आमच्याकडे पार्टी असायची. शेजारच्या याज्ञिक बाई म्हणायच्या, "इतक्या पाहुण्यांना बोलवता. काय मिळतं तुम्हाला ?"

खरं म्हणजे असा विचार आम्ही कधी केला नव्हता. पाहुण्यांमुळे आम्हांला आनंद मिळत असे. गप्पाटप्पा होत व वेळ मजेत जाई. याज्ञिकबाईंच्या बोलण्याचा विचार करता माझ्या लक्षात आले की आपल्याला कोणी रिटर्न जेवायला बोलवत नाहीत. अमेरिकेत असताना आपल्याला जर कोणी जेवायला बोलावलं तर थोड्याच दिवसांत आपल्याला त्यांना जेवायला बोलवावं लागे. पण इथं काही लोकांना तसं वाटत नसे. उलट आम्हांला लोकांची कंपनी आवडे म्हणून आम्ही त्यांना बोलवायचो. यात परतफेडीची अपेक्षा नव्हती.

नागपाड्याहून पार्ल्याला येताना एक वारली मुलगी कामाला आणली होती. तिला मराठी फारसं येत नसे. ती आमच्या बरोबर पार्ल्याला आली, पण काही दिवसांनी ती कंटाळली. इथं तिला बोलायला कोणी नव्हतं. शेजारपाजार नव्हता. त्यामुळे तिला मी पोचवून दिली.

एवढ्यात आईनं गावाहून एक मुलगी आणली होती. ती कामसू व चुणचुणीत होती. ती आमच्या घरी राहिली. पण अगोदरचे विचित्र अनुभव असल्यानं मी तिला एकटी कुठे पाठवत नव्हते. नेहमी माझ्याबरोबर नेत असे. भाजीपाला वाणसामान मी तिला बरोबर घेऊन पार्ला स्टेशनजवळून आणत असे. ती मुलांच्या खोलीत झोपत असे. एकदा मला रात्री जाग आली. मी सहज मुलांच्या खोलीत डोकावले, तर ती मुलगी बिछान्यात नव्हती. पटापटा दिवे लावून सर्व खोल्यांत पाहिलं. ती कुठेच सापडेना. बाहेरच्या दाराला आतून कडी होती. म्हणजे ही कुठे बाहेर गेलेली नाही तर गेली कुठे ? इतक्यात ती खिडकीतून आत आली. खिडक्या फ्रेंच विंडोटाईप मोठ्या होत्या व त्यांना ग्रिल नव्हतं.

"कुठे गेली होतीस तू ?"

तरी ती काही बोलेना. मी तर तिला घराबाहेर कुठं जाऊ दिलं नव्हतं. त्यामुळे तिची कोणाशी ओळख वगैरे असण्याची शक्यता नव्हती.

मग मी तिला दरडावून विचारलं, तर म्हणाली, "खालच्या कँटीनवाल्यानं मला खाली नेलं."

"अगं पण पहिल्या मजल्यावर तो आलाच कसा ? तू दार न उघडता ?"

ती म्हणाली, "शिडी लावून त्यानं मला खिडकीतून खाली नेलं."

"तुझी त्याच्याशी ओळख कशी झाली ? तो मद्रासी."

"मी खिडकीत उभी असले की तो मला खाणाखुणा करायचा."

"अग तुझी भाषा कोंकणी. तो मद्रासी. मग जमलं तरी कसं ?"

आता ह्यापुढे बोलण्यात अर्थ नव्हता. तिच्यावर रात्रंदिवस लक्ष ठेवणं मला शक्य नव्हतं. तिला परत गावी पाठवायला हवी होती. मग आमचे नाना बेहरे हे सबइन्स्पेक्टर मदतीला आले. त्यांनी तिला बराच हिसका दाखवला.

मी म्हटलं, "आता काही मी हिची जबाबदारी घेणार नाही. हिला गावी पोचवून देते."

नानांनी एक शिपाई दिला व आमच्या कॉलेजचा एक प्यून अशी तिची वरात गावाला पाठवून मी तिच्या जबाबदारीतून मुक्त झाले. पुन्हा म्हणून पोरगी कामाला ठेवायची नाही, असं मी ठरवलं. पण कामाला तर कोणीतरी पाहिजे होतं. आमची आजूबाजूला ओळख नव्हती.

मग मला आठवलं की नागपाड्याला हिराबाई म्हणून एक बाई माझ्याकडे कामाला होती. तिचा नवरा रस्त्यावर चपला दुरुस्त करायचा. तिला एक मुलगा होता. तो उनाडक्या करायचा. शाळेत नीट जायचा नाही. सायकल फिरवत राहायचा. मी धाकदपटशा दाखवून त्याला शाळेत घातला होता. तो थोडंफार शिकला होता. व आता मोठा झाला होता.

हिराबाई पार्ल्यात यायला तयार झाली. तिला मी कॉलेजच्या मागे झोपडी घेऊन दिली व मुलाला कॉलेजात प्यून म्हणून लावून घेतला. पार्ला सोडीपर्यंत ती आमच्याकडे होती. पण वांद्र्याला ती जेमतेम एक महिना राहिली.

गाडगीळांनी आपली जुनी ऑस्टिन गाडी विकून नवी फियाट घेतली. त्या वेळी फियाटकरता नंबर लावावा लागे. चार हजार रुपये पोष्टात ठेवून नंबर यायची वाट पाहावी लागे. पण वालचंद कुटुंबातले भारतभाई गुलाबचंद मदतीला आले. शाळेपासून ते विल्सन कॉलेजपर्यंत ते व गाडगीळ वर्गमित्र होते. एकदा सहज आपल्या गाडीची हकिकत त्यांनी भारतभाईंना सांगितली. भारतभाई फियाटचे डायरेक्टर होते. त्यांनी आपल्या डायरेक्टर कोट्यामधून आम्हांला नवी फियाट दिली. तेव्हा सगळे मिळून सोळा हजार रुपये त्या गाडीला लागले. आमच्या नंबराची वाट चालूच होती.

एव्हाना गाडगीळ चांगलं ड्रायव्हिंग करू लागले होते. त्यांना ही नवी गाडी चालवायची मजा वाटत होती. तेव्हा उत्साहाच्या भरात आम्ही नवी गाडी घेऊन मालवणला जायचं ठरवलं. कल्पना आपल्या मैत्रिणीकडे गेली होती व अभिजित गोव्याला गेला होता.

माझ्या आईला घेऊन आम्ही मालवणला निघालो. पहाटे निघालो आणि कणकवलीला जेवायला थांबलो. तिथं एका लहानशा खानावळीत जेवण घेतलं. जेवण साधंच होतं. पण त्याची चव जिभेवर अजून आहे.

रात्री आम्ही मालवणला पोचलो तेव्हा गाडगीळांचे खांदे भरून आले होते. ते एकटेच गाडी चालवत होते. अगदी थकून गेले होते. खरं म्हणजे वाटेत कुठेतरी मुक्काम करायला हवा होता. व पुढचा प्रवास दुसऱ्या दिवशी करायला हवा होता. पण ते उशिरा सुचलं. मात्र परतीच्या प्रवासात आम्ही साताऱ्याला मुक्काम केला.

नंतर दोन वर्षांनी आमचा नंबर लागला, तेव्हा ती गाडी विकून आम्ही आमच्या नंबराची नवी गाडी घेतली. एव्हाना कल्पना गाडी चालवू लागली होती व ती फार चांगली गाडी चालवायची.

नरसी मोनजी कॉलेज चांगलं नावारूपाला आलं होतं. ॲडमिशन हवी म्हणून मंत्र्यांचे फोन यायचे. केळवणी मंडळातील संचालक ॲडमिशनसाठी गळ घालायचे. त्यांना काही कोटा होता. त्यांची चिठ्ठी आली तरच त्यांच्या सीटचा विचार व्हायचा. चिठ्ठी देऊन ॲडमिशन घेणं त्यांना अडचणीचं होतं. ॲडमिशन देणारी कमिटी होती व ती नियमांनुसार ॲडमिशन द्यायची.

एकदा 'कॉलेज डे'ला माधवराव आपटे प्रमुख पाहुणे होते. कॉलेजची शिस्त व एकंदर समारंभ पाहून ते चकित झाले. त्यांना एक इकॉनॉमिक ॲडव्हायझर नेमायचा होता. त्यांनी गाडगीळांकडे त्याबद्दल विचारणा केली. तेव्हा खरं म्हणजे गाडगीळांचं कॉलेज छान चाललं होतं. युनिव्हर्सिटीत गाडगीळांचा दबदबा होता. पण गाडगीळांना तेच तेच करायचा कंटाळा होता. ते म्हणायचे, कॉलेज माझ्याशिवाय चालू शकेल. पंचवीस वर्षं केलेली प्राध्यापकाची नोकरी सोडायचं त्यांनी ठरवलं. खरं म्हणजे वयाच्या एकोणपन्नासाव्या वर्षी चांगली बसलेली घडी सोडून अंधारात उडी घ्यायची म्हणजे ते थोडं रिस्की होतं. पण आपण इतकी वर्षं शिकवतो ते धंद्यात पडताळून पहावं, असा त्यांना मोह झाला.

त्याच वर्षी युनिव्हर्सिटीतर्फे ऑस्ट्रेलियाला जायचा योग गाडगीळांना आला. आपण पुन्हा परदेशी जाऊ असं गाडगीळांना वाटलं नव्हतं. येताना ते बाली, सुमात्रा, सिंगापूर असे देश पाहून आले.

कॉलेजची नोकरी सोडायची म्हणजे जागाही सोडायला हवी होती. नागपाड्याची जागा आता नव्हती. साहित्य सहवासची जागा १९६८ सालीच तयार झाली होती व त्याच वेळी आम्ही कॉलेजच्या जागेत राहायला गेलो. साहित्य सहवासची जागा खाली करून मागितली. पु. वि. गाडगीळ त्या जागा भाड्यानं वगैरे द्यायचे. पण

जास्त भाडं नव्हतं. जागा आमच्या ताब्यात आली. थोडी साफसफाई व रंगरंगोटी करून आम्ही साहित्य सहवासमध्ये राहायला आलो.

आमचं सामान बरंच वाढलं होतं. हौसेनं पुस्तकं घेतली होती व ती ठेवण्याकरिता कपाटंही केली होती. प्रत्येक मुलाला त्यांचं स्वत:चं टेबल होतंच. पण गाडगीळांचं भलंमोठं टेबलही होतं. पार्ट्या देत असल्यामुळे मोठं आठ माणसांचं डायनिंग टेबल होतं. ते सर्व सामान ह्या चार खोल्यांत मावलं नसतं. त्यामुळे त्यांतली टेबलं व कपाटं चेतना कॉलेजला दिली. काही पुस्तकं कॉलेजच्या लायब्ररीला दिली.

नवीन जागेत राहायला गेलं की, लोक सत्यनारायण करून शेजारीपाजारी ओळख करून घेतात. आमचा देवावर वगैरे विश्वास नव्हता. त्यामुळे आम्ही सत्यनारायण वगैरे काही केलं नाही. पण आम्ही निराळ्या प्रकारे शेजाऱ्यांशी ओळख करून घेतली.

प्रत्येक रविवारी आम्ही आमंत्रण पाठवून एकेका बिल्डिंगमधल्या लोकांना चहाला बोलवत होतो. सर्व शेजाऱ्यांची ओळख करून घेत होतो. खरं म्हणजे यांतले बहुतेक लोक आमच्या आधीपासूनचे ओळखीचे होते. त्यांतील अनेक लोकांना गाडगीळांनी आग्रह करून सभासद करून घेतलं होतं.

अ. का. प्रियोळकर सपत्निक आमच्याकडे आले होते. थोड्या वेळानं ते थोडे अस्वस्थ झाले. एकदम म्हणाले, "गाडगीळ, हे लेखकाचं घर. मग तुमची पुस्तकं कुठं आहेत ?"

आम्ही त्यांना आतल्या खोलीत नेऊन पुस्तकं दाखवली, तेव्हा त्यांचं समाधान झालं. अतिशय विद्वान व विद्याव्यासंगी असे प्रियोळकर होते. आमची आमंत्रणं व चहाचा मेन्यू ही काही काळ साहित्य सहवासची चर्चेची बाब होती.

आता गाडगीळांना आपटे समूहाच्या चर्चगेटच्या ऑफिसात जावं लागायचं. ड्रायव्हर नव्हता. नवीन नोकरीत रुळणं गाडगीळांना कठीण गेलं. कॉलेजात गाडगीळांची भली मोठी खोली होती. हाताखाली खूप माणसं होती. पण फोर्टमध्ये एवढी जागा मिळणं शक्य नव्हतं. आपटे यांनी इकॉनॉमिक ॲडव्हायझर म्हणून गाडगीळांची नेमणूक केली होती. पण वर्षानुवर्षं त्या उद्योगसमूहाची स्वत:ची म्हणून काही रीत होती. त्यात एकदम बदल करणं कठीण होतं. शिवाय आतले हेवेदावे, त्यांचे हितसंबंध याचाही त्यांना त्रास होत होता. वाटली तेवढी ही नोकरी आव्हानात्मक नव्हती. काही नवीन विचार त्यात जुळवून घेतले जात नव्हते.

शिवाय घरीही काही प्रश्न निर्माण झाले होते.

कल्पनाने अकिलशी लग्नं ठरवलं होतं. हे कळल्यानंतर सुरुवातीला मला खूप वाईट वाटलं. मी रागावले, रडले; पण अखेर त्यांच्या लग्नाच्या रजिस्ट्रेशनसाठी

रजिस्ट्रारकडे मीच त्यांच्यासोबत गेले. कल्पनाच्या लग्नाला पूर्वग्रहांमुळे माझा विरोध होता. पार्टिशनच्या वेळी मी निर्वासितांमध्ये काम केलं होतं. त्या अनुभवातून बनलेली काही मतं होती. पण अकिलच्या कुटुंबाशी परिचय झाल्यावर माझं मत बदललं. खेरीज व्यक्ती म्हणून पाहता, अकिल अतिशय हुशार होता. ऱ्होडस स्कॉलर होता. दोन वर्षं त्याला ऑक्सफर्ड युनिव्हर्सिटीत शिकायला जायचं होतं. त्यांचं घराणं हैद्राबादेत प्रतिष्ठित समजलं जायचं. अकिलचं कुटुंब सुशिक्षित व नावाजलेलं होतं.

लग्न झाल्यावर कल्पना अकिलबरोबर ऑक्सफड गेली. अकिलकडे फारसे पैसे नव्हते, त्यामुळे आम्हांलाच कल्पनाला थोडी मदत करावी लागली.

आता अभिजित आय.आय.टी.मध्ये गेला होता व चित्रा बॉम्बे स्कॉटिशमध्ये शिकत होती व शाळेच्या बसने जात होती.

अभिजितला आय.आय.टी.च्या परीक्षेत चांगले मार्क मिळाले होते. कुठलीही शाखा निवडण्याची त्याला मुभा होती. पण कोणती शाखा निवडावी हे त्याचं ठरत नव्हते. तो व त्याचे मित्र रोज 'टाइम्स' मध्ये नोकरीच्या जाहिराती पाहत होते. सर्वांत जास्त पगार कोणत्या शाखेत गेल्यानं मिळेल हे अजमावत होते. त्यांच्या मते केमिकल इंजिनीअरिंगमध्ये जास्त पगार मिळत होता. त्यामुळे त्यांनी केमिकल इंजिनिअरची शाखा निवडली.

तेव्हा आय.आय.टी.मध्ये डॉ. केळकर डिरेक्टर होते. अभिजितनं कोणती शाखा निवडावी याबद्दल गाडगीळांनी त्यांचा सल्ला विचारला.

ते म्हणाले, "आता केमिकल इंजिनिअरला मागणी आहे. पण पाच वर्षांनी जेव्हा त्याचं शिक्षण पुरं होईल तेव्हा कदाचित सिव्हिल नाहीतर मेकॅनिकल इंजिनिअरना मागणी असेल. पाच वर्षांनी काय होईल ते सांगता येणार नाही."

अभिजितने व त्याच्या मित्राने चांगल्या पगाराच्या जाहिराती बघून केमिकल इंजिनीअरिंगची शाखा निवडली. मला त्या मुलांचा राग आला. मी म्हटलं, "अरे तुम्हांला ज्या शाखेची आवड आहे ती शाखा निवडा ना. एव्हापासून पगार कसले बघता ?"

लहान असताना अभिजितला मी थट्टेनं विचारायची, "अभी, तुला नोकरी लागल्यावर मला पैसे देशील ना ?"

तो म्हणायचा, "आय काण्ट प्रॉमिस यू. मी मोठा होईन तेव्हा कदाचित सर्व नोकऱ्या संपून जातील. आताच कसं तुला वचन देऊ ?"

तो मोठा झाल्यावर नोकऱ्या संपल्या नव्हत्या, त्या ह्या देशातच नव्हे तर परदेशातही मिळत होत्या.

अभी मोठा झाला. आय.आय.टी.मध्ये तो अकरावीतूनच गेला. बाकीची मुले

बारावी झाल्यावर गेली. आय.आय.टी.च्या परीक्षेची काय तयारी करावी लागते याची त्याला कल्पना नव्हती. म्हणून त्याला अगरवालच्या क्लासमध्ये घातलं होतं. नाहीतर आमच्या मुलांना क्लास किंवा शिकवणी माहीत नव्हती. आय.आय.टी.च्या प्रवेश परीक्षेत अभिजितला चांगले मार्क मिळाले व तो सदतिसावा आला. त्याला कुठलीही शाखा सहज मिळाली असती.

कॉलेजच्या इंटरव्ह्यूसाठी सर्व मुलांचे आईबाप त्यांच्याबरोबर आले होते. मी मात्र एकटीच अभिजितबरोबर होते. कॉलेजची फीही जास्त नव्हती. पण होस्टेलमध्ये राहणं बंधनकारक होतं. पवईला तो पाच वर्षं होस्टेलमध्ये राहिला. अभीला होस्टेलला नंबर पाचमध्ये खोली मिळाली. ती होती तळमजल्यावर व जवळच संडास बाथरूम होतं. तिथं घाण वास यायचा. गाडगीळांनी त्याला विचारलं, ‘‘मी केळकरांना सांगून खोली बदलून देऊ का ?’’

तो म्हणाला, ‘‘पुढच्या वर्षी मी वरच्या मजल्यावर जाईन व तिथं मला चांगली खोली मिळेल. तुम्ही काही केळकरांना विचारू नका.’’

कुठे ओळखीपाळखीचा उपयोग करून फायदा मिळवणं आमच्या मुलांना कधीही आवडलं नाही. त्यामुळे त्याच खोलीत तो वर्षभर राहिला.

पवईचं कँपस खूप मोठं होतं. त्याला तिथं एक सायकल घेऊन दिली होती. पण त्यानं सायकलीवरून घरी येणं मला पसंत नव्हतं. जेव्हा तो अठरा वर्षांचा झाला तेव्हा त्याला मोटार सायकल घेऊन द्यायचं ठरवलं. पण तीही सहज मिळत नव्हती. त्या वेळी कंपन्याही कमी होत्या. मोटारसायकल मिळवायलादेखील नंबर लागले होते. त्या वेळी पुन्हा भारतभाई डोशी कामाला आले. त्यांनी एक नवी राजदूत मिळवून दिली. दर शुक्रवारी अभी घरी यायचा व सोमवारी सकाळी कॉलेजात जायचा. कँपसमध्ये तो सायकलीनं फिरायचा. पाच वर्षांत तो फक्त एकाच वीकएंडला घरी येऊ शकला नव्हता.

अभिजितला खेळांची खूप आवड होती. अकरावीनंतर पाच महिने त्याला सुटी होती. तेव्हा तो दररोज माटुंगा जिमखान्यात जायचा व टेनिस खेळायचा. क्रिकेट तर कॉलनीत चालायचंच. शिवाय पवईला सर्व खेळ खेळायची सोय होती. जमेल तेवढे खेळ तो तिथं खेळत होता.

त्याची अभ्यास करण्याची पद्धत थोडी गंमतीदार होती. सबंध दिवस तो खेळायचा, वाचायचा व मित्रांत रमायचा आणि रात्री मात्र निवान्तपणे अभ्यास करायचा. डायनिंग टेबलवर चहाचा थर्मास व फराळाचे डबे ठेवायला लागायचे. चहा पीत, खात खात त्याचा अभ्यास व्हायचा. रात्री दोनचार तास. खूप अभ्यास करून तो उशिरा झोपायचा व सकाळी उशिरा उठायचा. अभ्यास करताना त्याला रेडिओ लागायचा. पण झोपल्यावरही रेडिओ चालू असायचा. तो झोपला असं पाहून मी रेडिओ बंद करायची.

तर तो जागा होऊन पुन्हा रेडिओ लावायचा.

आय.आय.टी.त असताना तिसऱ्या व चौथ्या वर्षी त्यांना अनुभव घेण्यासाठी सुट्टीत नोकरी करावी लागे. असा तो एका ऑफिसमध्ये कामाला होता. तो त्याच्या टेबलावरून उठताक्षणी त्याच्या टेबलावर वरचा सिलिंग फॅन पडून चक्काचूर झाला. अभी थोडक्यात बचावला.

ह्या अगोदर त्याच्यावर असाच प्राणघातक प्रसंग आला होता. तेव्हा अभिजित तीन वर्षांचा होता. आम्ही नागपाड्यास राहत होतो. त्याला सांभाळायला एक बाई होती. बाईचा हात सोडून तो बाजूला गेला. इतक्यात एक गाडी आली व तो त्या गाडीखाली गेला. खाली बराच आरडाओरडा झाला. कल्पना पळत पळत घरी आली व म्हणाली, "आई, अभिजित मोटारीखाली पडला."

मी धावतच खाली गेले. लोक जमले होते. गाडी हलकेच मागे काढली. तर गाडीखाली तो सुखरूप होता. त्याला जराही लागलं नव्हतं. तिथं एक पार्शी गृहस्थ होता. तो मला म्हणाला, "बाय, तुझा मुलगा लय नशिबाचा आहे."

आणि ते खरंच निघालं.

आय.आय.टी.ला चौथ्या वर्षीच मुलं अमेरिकन युनिव्हर्सिटीत प्रवेश मिळविण्यासाठी अमेरिकन जीआरई व टोफेल ह्या परीक्षांना बसत. त्याशिवाय अमेरिकन युनिव्हर्सिटीत प्रवेश मिळत नसे. प्रत्येक अर्जाबरोबर प्रवेश फी म्हणून काही डॉलर पाठवावे लागत. ते फोर्टमध्ये काही विशिष्ट बँकांतच मिळत. अभिजितने सात-आठ ठिकाणी अर्ज केले होते. त्याची आय.आय.टी.तील चार वर्षांची कामगिरी व त्याचे जीआरईचे रिझल्ट बघून त्याला सर्व ठिकाणी प्रवेश मिळाला होता. पण स्टॅनफर्ड युनिव्हर्सिटी सोडून सर्व ठिकाणी स्कॉलरशिप मिळाली होती. इतर ठिकाणी फेलोशिपही होती. फ्लॉरिडामध्ये त्याला खूपच चांगली फेलोशिप मिळाली होती व टेक्सासमध्ये राईस युनिव्हर्सिटीतही चांगली फेलोशिप होती. फेलोशिप मिळाली की कॉलेजची टर्म फी माफ होऊन वर खर्चाला पैसे मिळायचे. त्याच्या केमिकल इंजिनीअरिंगसाठी राईस युनिव्हर्सिटी चांगली होती. तेलाच्या मोठमोठ्या कंपन्या टेक्सासमध्ये होत्या.

आमच्या मनात त्यानं स्टॅनफर्डला जावं असं होतं. पण त्यांची एका सेमिस्टरची फीही जबर होती. दुसऱ्या सेमिस्टरला त्याची कामगिरी चांगली झाली तर असिस्टंटशिप मिळायची शक्यता होती. मी त्याला सांगितलं की, "तुला जर स्टॅनफर्डमध्ये जायचं असेल तर पैशांची व्यवस्था आम्ही कशीतरी करू. मी माझे दागिनेसुद्धा विकू शकेन."

पण अभिजित म्हणाला, "तुम्हांला कर्जबाजारी करून मला तिथं जायचं नाही. राईस चांगली प्रायव्हेट युनिव्हर्सिटी आहे व ती माझ्या विषयाशी संलग्न आहे. शिवाय मला फेलोशिपही मिळते आहे. मी ह्यूस्टनला जाईन."

त्याला आय२० व व्हिसा मिळाला. पण डॉलर काही मिळाले नाहीत. त्याला फेलोशिप होती म्हणून. अमेरिकेसारख्या परक्या देशात जाताना त्याच्याकडे फक्त वीस डॉलर्स होते. तेही एअरपोर्टवर मिळाले. पण राईस युनिव्हर्सिटीत गेल्यावर त्याला आगाऊ त्या महिन्याचे पैसे मिळणार होते. शिवाय त्याला ह्यूस्टन एअरपोर्टवरून न्यायचीही व्यवस्था त्यांनी केली होती. अमेरिकन युनिव्हर्सिटीत आपल्या विद्यार्थ्यांची फार काळजी घेतात.

कल्पना तेव्हा अमेरिकेत होती. पण तिच्याकडेही पैसे नव्हते. अकिलच्या स्कॉलरशिपवर त्या दोघांचं जेमतेम भागत होतं. त्यामुळे कल्पनाही त्याला पैसे देऊ शकत नव्हती. पण अभिजितचं ह्यूस्टनला चांगलं चाललं होतं.

नव्या नोकरीत गाडगीळ रमत नव्हते. परिणामी त्यांचा मानसिक ताण वाढत होता. कॉलेजचा प्रिन्सिपल हा त्याच्या छोट्या साम्राज्याचा राजाच असतो. आता ह्या उद्योगसमूहाचा ते एक भाग होते व तो समूह आपल्या पुरातन परंपरेनं चालला होता. नवा काही बदल त्यांना नको होता. गाडगीळांचं आपटे समूहाबरोबर पाच वर्षांचं कॉन्ट्रॅक्ट होतं. अभिजित व चित्रा शिकत होते. गाडगीळांच्या तत्त्वज्ञानाप्रमाणे नेहमी एक वर्ष खर्च चालावा याची ते बेगमी करत असत. पण आता त्यांचं वय एकोणपन्नास होतं. ह्या वयात नवी नोकरी कुठे मिळणार ?

एकदा आम्ही न्यू एम्पायरला सिनेमाला गेलो होतो. नेहमी आम्ही फोर्टमध्ये सिनेमाला गेलो की मग जेवूनच घरी येत होतो. सिनेमा संपल्यावर आम्ही खालच्या रेस्टॉरंटमध्ये जेवायला गेलो. ऑर्डर दिली. पण गाडगीळ थराथरा कापायला लागले. आम्ही घाबरलो. जेवणाचं कुणाला काही सुचेना. जेवण टेबलावर तसंच पडलं होतं. वेटरच्या ते लक्षात आलं व तो जेवण पार्सल करायला लागला. पण आम्ही ते तसंच टाकलं व निघालो. गाडगीळांची स्थिती पाहून मॅनेजर येऊन काही मदत हवी का ते विचारू लागला. थोड्या वेळानं आम्ही बाहेर गाडीजवळ आलो. पण त्यांनी गाडी चालवणं आम्हांला योग्य वाटलं नाही. गाडी तिथंच ठेवून टॅक्सीनं आम्ही घरी आलो. डॉक्टरांना बोलावून घेतलं. दुसऱ्या दिवशी बरं वाटल्यानंतर जाऊन गाडगीळांनी गाडी घरी आणली.

असंच एकदा गाडगीळ खारला बी.पी. एम. शाळेत व्याख्यानाला गेले होते. पण व्याख्यान देता देता ते ब्लँक झाले. शाळेच्या हेडमास्तरांनी डॉक्टरांना बोलवलं व त्यांना टॅक्सीनं घरी पोचवलं. त्या शाळेत य. दि. फडक्यांच्या पत्नी शिक्षिका होत्या. दुसऱ्या दिवशी य. दि. फडके चौकशीला आले.

ह्या नोकरीत गाडगीळांना रस वाटत नव्हता. इथं काही आव्हानच नव्हतं. ह्या वयात नोकरी कुठे शोधायची ? मनावर खूप ताण होता. नवं काहीतरी करायची जिद्द

गाडगीळांना होती.

आपटे समूहाचं कॉन्ट्रॅक्ट पाच वर्षांनी संपलं. आता अर्थार्जनासाठी काहीतरी करणं भाग होतं. वयाच्या त्रेपन्नाव्या वर्षी पाटी कोरी होती. पण ह्या वेळीही त्यांच्या शाळेपासूनच्या मित्राची बाहुबली डोशी याची मदत झाली. ते गाडगीळांना म्हणाले, "तू आमच्याकडे का येत नाहीस ?"

गाडगीळ बॅलर्ड पिअरला हिंदुस्तान कन्स्ट्रक्शनमध्ये जाऊ लागले. आपटे समूहात व वालचंद ग्रूपमध्ये काम केल्याने गाडगीळांचा व्यापारी जगताशी जवळून संबंध आला.

विलेपार्ले इथं असताना गाडगीळ रोटरी क्लबचे मेंबर झाले होते. पुढं ते व्हाईस प्रेसिडेंट झाले व नंतर प्रेसिडेंटही झाले. या पुढची पायरी म्हणजे गव्हर्नरची. पण ते काम पैसेवाल्या उद्योगपतीचं. वर्षभर महाराष्ट्रात व रोटरी क्लबच्या हद्दीत हिंडायला पाहिजे होते. तेवढा वेळ व पैसा गाडगीळांकडे नव्हता.

आता ते महाराष्ट्र चेंबरच्या मॅनेजिंग कमिटीत गेले. नंतर बाँबे चेंबरमध्ये गेले. तिथं गाडगीळांचे विद्यार्थी गुणाजी सेक्रेटरी होते. तिथून ते दिल्लीला असोचॅममध्येही गेले. अनेक कमिट्यांत काम करायची संधी त्यांना मिळाली.

असोचॅममध्ये असताना त्यांची ग्रिन्डलेज बँकेत तीन वर्षांसाठी लोकल डायरेक्टर म्हणून नेमणूक झाली. रावळगाव शुगरचे ते अनेक वर्षं डायरेक्टर होतेच. ग्रिन्डलेज बँकेच्या बोर्ड मीटिंग्ज नेहमी कुठेतरी थंड हवेच्या ठिकाणी होत असत. त्यामुळे सिमला, काश्मिर, दार्जिलिंग, बंगलोर, हैद्राबाद, मद्रास येथे त्यांच्या मीटिंग्ज होत. पुष्कळ वेळा मीही त्यांच्याबरोबर ह्या ठिकाणी जात असे. माझं विमानाचं तिकीट मला काढावं लागे. पण इतर सोयींचा लाभ मला गाडगीळांबरोबरच घेता येत असे. सर्व व्यवस्था फाईव्ह स्टार हॉटेलमध्ये असे. दिमतीला स्वतंत्र गाडी असे. नाहीतरी एवढ्या महाग हॉटेलात राहणं कठीण होतं. असोचॅमच्याही मीटिंग अशाच असत. तिथंही मी अनेकदा गाडगीळांबरोबर गेले आहे.

या दौऱ्यांमुळे कॉर्पोरेट जगत म्हणजे काय याची त्यांना जवळून ओळख झाली. मराठी साहित्यात त्याची जाण फारच थोड्या लोकांना होती. मग त्या जगतावरचं लेखन ऐकीव माहितीवर व पूर्वग्रहदूषित व्हायचं. वालचंद ग्रूपमध्ये वयाच्या साठाव्या वर्षी रिटायर व्हावं लागत असे. त्यामुळे ती सात वर्षं खूप आनंदात गेली. खूप काही पाहिलं.

पुढं दहा वर्षं गाडगीळ साहित्य अकादमीत होते व ते उपाध्यक्षही झाले. त्यामुळेही बरंच फिरणं झालं. देशभर सेमिनार, व्याख्यानं झाली.

साहित्य सहवासात आल्यानंतर पहिल्याप्रथम मला व मुलांना महाराष्ट्रीय वातावरण व शेजार मिळाला. बहुतेक सर्व लोक पूर्वीपासूनचे ओळखीचे होते. अनेक लोकांना गाडगीळांनी आग्रहाने सभासद करून घेतले होत. के. ज. पुरोहित अमरावतीला होते व नेहमी मुंबईला मे महिन्यात थंड हवेचं ठिकाण म्हणून येत असत. तेही सभासद झाले.

सगळे लोक मध्यम वयाचे व साधारण एकाच आर्थिक गटाचे होते. साहित्य सहवासमध्ये तेव्हा तीनचारच गाड्या होत्या. मुलांची मैत्री पटकन झाली. इथं आल्याआल्या अभिजित आय.आय.टी.त गेला व पुढे तो अमेरिकेला गेला. चित्रलेखालाही मैत्रिणी मिळाल्या. मलाही बोलाचालायला सोबत मिळाली. संध्याकाळी दररोज शेजाऱ्यांच्या भेटी व्हायला लागल्या. त्यांच्या भिशीत मी सामील झाले. पण एका वर्षातच माझं मन त्यात रमेना. महिन्यातून एकदा पाळीपाळीनं कोणाकडेतरी भेटून चहापाणी व्हायचं, इतर काही व्हायचं नाही.

पार्ल्याला असताना आम्ही एक मंडळ चालवलं होतं. आठदहा बायका त्यात होत्या. दर महिन्याला एखाद्या पुस्तकावर चर्चा होई. नंतर काही महिने मी पाककृतींचं डेमॉन्स्ट्रेशन करीत असे. मी ते प्रत्येक सभासदाच्या घरी करीत होते. आदल्या आठवड्याला लागणाऱ्या जिनसाची यादी त्यांना द्यायची व नंतर पाककृती करून दाखवायच्या. त्यामुळे तिथला वेळ मजेत जायचा.

इथं विजया राजाध्यक्ष यांच्या आई दररोज अंगणातल्या पाण्याच्या टाकीवर बसायच्या. आल्या गेल्याची चौकशी करायच्या. त्या अगदी प्रेमळ होत्या. आपुलकीनं सर्वांची चौकशी करायच्या. माणसांमध्ये त्यांना खूप रस होता. त्यांना टाळून टाकीच्यापुढे कोणीच जाऊ शकत नसे. तो एक चौकशीनाकाच होता. पाच मिनिटं तरी प्रत्येकाची चौकशी व्हायचीच. त्यांना सर्वजण राजाध्यक्ष आजी म्हणायचे. त्यांचं आपटे हे नाव फारच थोड्यांना माहीत होते. मलाही त्यांच्याशी बोलल्याशिवाय चैन पडत नसे. कधी त्या मला गप्पा मारायला घरी बोलवायच्या, तर कधी एखादा खास जिन्नस चाखून बघायला सांगायच्या. त्यांचं वाचनही बरं होतं, त्यांच्या जाण्याचा माझ्यावर परिणाम झाला. उदास वाटलं. काहीतरी मोलाचं गमावल्यासारखं वाटलं.

तशाच प्रियोळकर आजी. अ. का. प्रियोळकरांच्या त्या पत्नी. त्यांनाही सर्व गोष्टींत रस असे. आमच्याबरोबर त्यांनी काही क्लासही केले होते. त्या जरा ठासून व जरबेत बोलायच्या. काही नवीन करायला त्या नेहमी पुढे असायच्या. मग तो कार्यक्रम सोसायटीच्या जेवणाचा असो, आनंदबाजारचा असो किंवा ग्राहक संघाचा असो. सर्वांत त्या भाग घ्यायच्या. त्यांचा सर्वांना थोडा धाकही असे.

साहित्य सहवासात जवळीक असणारं आणखी एक लोभसवाणं व्यक्तित्व म्हणजे

वसंतराव कर्णिक. खरं म्हणजे ते कामगार नेते. पण कामगार नेत्याचा आक्रमकपणा, उद्धटपणा, आग्रहीपणा, थोडासा हेकेखोर पणा हे गुण त्यांच्यात लेशमात्र नव्हते. अत्यंत मृदू बोलणं, दुसऱ्याचं नीट ऐकून घेणं व साहित्य सहवासच्या शक्य तेवढ्या कार्यक्रमांत उत्साहानं भाग घेणं हे त्यांचे मला भावणारे गुण.

वसंतरावांना आम्ही आता आपुलकीनं बाबासाहेब म्हणू लागलो होतो. त्यांची व गाडगीळांची जुनी ओळख होती. कमिटी फॉर कल्चरल फ्रीडम या संस्थेत दोघांनी बरोबर काम केलं होतं. त्यांच्यावर काही कौटुंबिक आपत्ती कोसळली. त्यामुळे त्यांना गिरगावातील त्या जुन्या जागेत राहणं कठीण होत होतं. त्याच वेळी गाडगीळ साहित्य सहवासासाठी सभासद जमा करीत होते. त्यांनी वसंतरावांना थोडा आग्रह केला व ते आमच्यात सामील झाले. आमच्या 'अभंग' बिल्डिंगमध्ये आमच्या वरच्या मजल्यावर राहायला आले.

कधीही गेलो तरी बाबासाहेब सस्मित स्वागत करायचे. आपलेपणानं दिलखुलास मृदू बोलायचे. अभंगचा काही कार्यक्रम असला तर आग्रहानं बाबासाहेब त्यात सामील होत. आम्ही तेव्हा बिल्डिंगमध्ये आळीपाळीनं जेवण करीत असू. कधी कोणाचं लग्न म्हणून, तर कधी कोजागिरी पौर्णिमेचा गच्चीवर कार्यक्रम असायचा. बाबासाहेब सर्व कार्यक्रमांत सामील होऊन आपल्यातर्फे एखादा जिन्नस आणीत असत.

बाबासाहेब रॉयिस्ट. गाडगीळ रॉयिस्टांची नेहमी थट्टा करीत. बाबासाहेब ती ऐकून हसत आणि त्या किरश्यांत आपली भरही टाकत. गाडगीळ अशी थट्टामस्करी करतात म्हणून ते रागावत नसत. आम्हाला ते कुटुंबप्रमुख वाटायचे व ते तसे वागायचेही. सोसायटीत काही कुरबुरी असत. त्यांत मध्यस्थी करायला बाबासाहेब तयार असत. आठ-दहा वर्षांनी बांधलेल्या नंतरच्या इमारतींना महागाईमुळे थोडे जास्त पैसे लागले. आमची इमारत पहिली बांधली होती. नंतरच्या इमारतींमधली मंडळी खर्चाबद्दल नाराज झाली. खरं म्हणजे त्या वेळी सहा वर्षांत एन. एस. सी.चे पैसे दुप्पट होत. पण सगळी आपलीच मंडळी आहेत, म्हणून काही तोड काढायचा विचार गाडगीळांनी मांडला. ज्यांना शक्य असेल त्यांनी सोसायटीला पाच हजार रुपये द्यावे अशी ती योजना होती. बाबासाहेबांनी पहिला चेक दिला. काही जुन्या सभासदांनीही पैसे दिले. असे बाबासाहेब दिलदार होते. त्यांचं वागणं गोड होतं. नेहमी ते सुहास्य मुद्रेनं बोलत असत. ते गेले तेव्हा कोणीतरी वडीलधारं गेल्यासारखं आम्हांला वाटलं.

साहित्य सहवासमधल्या ह्या तीन व्यक्ती काळाच्या पडद्याआड गेल्या आणि मला सोसायटीत एकदम पोरकं वाटलं. सोसायटीच्या कामांतला इंटरेस्ट गेला.

अगदी सुरुवातीपासून साहित्य सहवासाच्या बांधणीत गाडगीळांचा मोठा हात होता. दोन वेळा आलेल्या आपत्तीतून त्यांनी सोसायटी मार्गाला लावली व नंतर त्यातून पूर्णपणे अंग काढून घेतलं. सोसायटीत पैशांच्या व्यवहारात गाडगीळ नव्हते. अनेक

संस्थांमध्ये त्यांनी काम केलं, पण पैशांच्या व्यवहारात त्यांची कुठेही सही नाही.

लहानपणापासून गाडगीळांना आर्थिक टंचाईची झळ लागली होती. त्यामुळे आपल्याला पैसे मिळवायला हवेतच, पण ते राखूनही ठेवायला हवेत, हे त्यांच्या मनावर बिंबलं होतं.

रेडिओत काही दिवस नोकरी केल्याने त्यांच्या तिथं ओळखी होत्या. तिथंही ते काही नाटिका किंवा भाषणं देत असत व त्याचे माफक पैसे मिळत होते. बाळ कुडतरकर, सीताकांत लाड वगैरे त्यांचे स्नेही रेडिओत होते. कथांचेही थोडेफार पैसे मिळत. रेडिओ सोडल्यानंतर त्यांनी सुरतेला एक वर्ष नोकरी केली होती. नंतर आई व कुटुंबाची जबाबदारी यामुळे त्यांनी यापुढे मुंबईला नोकरी करायचं ठरवलं व पोदार कॉलेजमध्ये नोकरी धरली व तिथून सिडनहॅम कॉलेजमध्ये गेले. नरसी मोनजी कॉलेजचे प्रिन्सिपल झाले.

सिडनहॅममध्ये गेल्यापासून ते कंपन्यांचे शेअर विकत घेऊ लागले. तेव्हा नव्या नव्या कंपन्यांचे शेअर तर बाजारात येत होतेच, पण जुन्या कंपन्या पण आपले शेअर भांडवल वाढवण्याकरिता विकायला काढत होत्या. दोघांच्याही नावाने आम्ही खूप कंपन्यांना अर्ज करत होतो. कधी काही शेअर्स मिळायचे, कधी एकालाच काही शेअर मिळायचे, तर कधी दोघांचेही पैसे परत यायचे. पैसे तीन चार महिने अडकून राहायचे. पण शेअर स्वस्तात मिळायचे. हे शेअर्स घेणं १९८६ - ८७ पर्यंत चालू होतं. कधी बोनस शेअर मिळायचे, तर कधी राईट इश्यूचे शेअर मिळत होते.

त्या वेळी डिव्हिडंडवर टॅक्स भरावा लागेच, पण शेअर विकले तर कॅपिटल गेन्स टॅक्स भरावा लागे. शेअर्सच्या किंमती वाढत होत्या. गेल्या काही वर्षांत डिव्हिडंड व भांडवली नफा या वरचा टॅक्स सरकारने माफ केला आहे. मुलांकडे अमेरिकेला जायचं असेल, पैशांची गरज असेल किंवा आता उतार वयात कधी अडचण असेल, तर आम्ही शेअर्स विकून पैसे उभे करतो. कोणापुढे हात पसरावा लागत नाही – मुलांकडेसुद्धा!

❖❖

७.

मुलांचा खर्च वाढत होता. १९७१ साली आपटे समूहाचा पगार जास्त वाटला तरी १९७१ च्या बंगलादेशाच्या लढाईमुळे महागाई वाढत होती व तो पगार पुरेसा वाटत नव्हता. कल्पना अकिलबरोबर लग्न करून इंग्लंडला गेली होती. त्यांचं तिथं स्कॉलरशिपमध्ये जेमतेम भागत होतं. पण रिझर्व बँकेच्या परकीय चलनाबद्दलच्या नियमांमुळे आम्ही त्यांना काही मदत करू शकत नव्हतो.

दोन वर्षांनी कल्पना व अकिल मुंबईला आले. अकिलला आय. आय. टी.मध्ये फिलॉसॉफीचा प्रोफेसर म्हणून नोकरी मिळाली आणि कँपसवर राहायला छोटीशी जागाही मिळाली. त्याच वेळी अभिजित आय.आय.टी.त तिसऱ्या वर्षाला शिकत होता. वीकएंडनंतर सोमवारी परत कँपसवर जाताना तो कल्पनासाठी धान्यधुन्यं तर नेत असेच, पण इडलीचं पीठ, इतर वाटण, असे पदार्थही नेत असे. तेवढीच तिला मदत. शिवाय तिला गरजेची भांडीकुंडी व रेफ्रिजरेटरही आम्ही घेऊन दिला होता. कधी खूप सामान असलं तर आम्ही ते गाडीतून नेत होतो. आता अभिजित गाडीही छान चालवायचा. कल्पनाही चांगली ड्रायव्हर होती. दोघांनीही कधी गाडीला ओरखडासुद्धा काढला नाही.

अशी दोन वर्षं आय.आय.टी.मध्ये काढून अकिल अमेरिकेत शिकागो युनिव्हर्सिटीत डॉक्टरेटकरिता गेला. तिथं त्याला फेलोशिप होती. तीत दोघांचं जेमतेम भागे.

अभिजितच्या शिक्षणासाठी आम्हांला फारसे पैसे खर्च करावे लागले नाहीत. फी माफक होती. होस्टेलचा खर्च होता, पण तोही फारसा नव्हता. अभिजितचा नंबर केमिकल इंजिनीअरिंगच्या विद्यार्थ्यांत नेहमी दुसरा येत असे. पण वडिलांचे उत्पन्न जास्त असल्याने त्याला स्कॉलरशीप मिळत नसे. सर्टिफिकेट्स मात्र मिळत असत.

अमेरिकेत त्याला अनेक ठिकाणी स्कॉलरशिप व फेलोशिप मिळाली होती. शिवाय टाटा ट्रस्टमधून त्याला पैसे मिळाले होते. बॉम्बे डाईंगनेही पैसे दिले होते. जाताना तो त्यांतले पंधरा-सोळा हजार रुपये माझ्याकडे देऊन गेला. फॉरेन एक्सचेंजमुळे त्याला

अमेरिकेला काहीच पैसे नेता येत नव्हते. ह्यूस्टनच्या राईस युनिव्हर्सिटीत त्याला फेलोशिप होतीच. आपल्या दोन मित्रांसह युनिव्हर्सिटीच्या जवळ अपार्टमेंट घेऊन तो राहत होता. दोन -चार महिन्यांत थोडे पैसे साठवून त्याने सेकंडहँड गाडी घेतली होती. असा त्याचा चांगला जम बसला होता.

शिकागोला कल्पनाचंही बरं चाललं असावं असं मला वाटलं. तिची चांगली पत्रं येत होती. कधीमधी फोन येत असे. तेव्हा फोन महाग होता. सर्व काही तिच्या मनाप्रमाणे झालं असल्याने ती आनंदात असावी, अशी आमची कल्पना होती.

एकदा पु. शि. रेगे आमच्याकडे आले ते नुकतेच कॅनडाला जाऊन आले होते. ते म्हणाले की, तिथं जाऊन यायला आठ हजार रुपये लागतात.

तेव्हा डॉलर आठ रुपयाला होता. त्याच वेळी मला रात्री खूप अस्वस्थ वाटत होतं. नीट झोप येत नव्हती. गाडगीळांना मी म्हणाले की, "मी मुलांना माझ्या डोळ्यांनी पाहून येते. मला अमेरिकेला जावंसं फार वाटतंय."

कल्पनाला जाऊन तीन वर्षं झाली होती व अभिजित एम.एस.च्या सेकंड इयरला होता. दोघांनाही तिकिटं पाठवणं शक्य नव्हतं. पण आता आठ हजार रुपये आम्ही खर्च करू शकत होतो.

अभिजितने त्याच्या मित्राच्या मदतीने मला स्पॉन्सर केलं. मसाले, भांडी-कुंडी, डाळी, पिठं वगैरे सामानाच्या खच्चून बॅगा भरल्या. ६० किलो सामान व दहा किलोच्या हँडबॅग्ज् तेव्हा नेता येत. शिवाय तीन वर्षांतून एकदा प्रवासासाठी पाचशे डॉलर्स मिळत होते. दोघांसाठी थोडे कपडेही घेतले. माझ्या हातातल्या बॅगेचं वजन वीस किलो होतं, पण तिला चाकं होती.

गाडगीळ तेव्हा ग्रिंडलेज बँकेचे डायरेक्टर होते. त्यांची मीटिंग दार्जिलिंगला होती. चित्रा व गाडगीळ तिथं जाणार होते. गाडगीळांनी रात्री मला सांताक्रूझ एअरपोर्टवर सोडलं. ब्रिटिश एअरवेजच्या विमानाने मी ह्यूस्टनला लंडन - न्यूयॉर्क मार्गाने जाणार होते.

आपण हिला विमानतळावर सोडली म्हणजे ही अमेरिकेला जाणारच, असं गाडगीळांनी गृहीत धरलं. पण दुसऱ्या दिवशी पहाटे माझा फोन गेला. चित्रा म्हणाली, "आई, तू लंडनहून बोलतेस का?"

मी म्हटलं, "नाही, मी मुंबईलाच आहे. विमानात काही बिघाड झाल्याने आम्हाला जुहूला एका फाईव्हस्टार हॉटेलमध्ये ठेवलं आहे. माझ्या बॅगा ब्रिटिश एअरवेजकडे आहेत. आणि माझा पासपोर्ट व इमिग्रेशन कार्डही त्यांच्याकडेच आहे."

गाडगीळांना आपली दार्जिलिंगची मीटिंग रद्द करता येत नव्हती व रद्द करून फायदाही नव्हता. ते जाण्यापूर्वी मला हॉटेलात भेटून गेले. माझी जेवण्याखाण्याची व्यवस्था उत्तम होती. आमची धिंड दुसऱ्या दिवशी पुन्हा विमानतळावर गेली. सर्व सोपस्कार

पार करून एकदाची मी विमानात बसले. ब्रिटिश एअरवेजच्या माणसाला मी अभिजितचा फोन नंबर देऊन मी दुसऱ्या दिवशी त्याच वेळेला येते असं कळवायला सांगितलं होतं. पण बहुधा त्यांनी कळवलं नसावं. शिवाय मला माझे प्रवासी हक्कही तेव्हा माहीत नव्हते.

लंडनला विमान बदली करून वीस-बावीस तासांनी मी न्यूयॉर्कला गेले. मी अतिशय दमले होते. कस्टमची ब्याद संपवून माझ्या बॅगा घ्यायला मी गेले. बघते तर दोन्ही बॅगा गायब.

तिथं फॉर्म वगैरे भरून ह्यूस्टनचा पत्ता व फोन नंबर त्यांना दिला. कस्टममधून निघाल्यावर मी ह्यूस्टनच्या डोमॅस्टिक टर्मिनलकडे जायला निघाले. ते बरंच लांब होतं. तिथं आतून बसने पोचता येतं, हे मला माहीत नव्हतं. जड हँडबॅग ओढत मी बरीच चालून तिथं पोचले. बाहेर गार वारा सुटला होता. चांगली मैलभर तरी माझी फरफट निघाली. शेवटी त्या टर्मिनलला येऊन पोचले. आणि एकदम ओळखीचे सूर कानावर पडले. 'हम होंगे कामयाब' हे गाणं ज्या अमेरिकन ब्लूजवरून घेतलं होतं, तेच ते इंग्लिश गाणं. ते ऐकूनही माझा शीण थोडा कमी झाला. दोन दिवस मी प्रवासात होते व अगदी थकून गेले होते. तीन तासांत ह्यूस्टनला अभिजित भेटणार होता.

संध्याकाळी मी ह्यूस्टनला पोचले. अभिजितचे दोघे रूममेट ड्युटीफुली मला घ्यायला आले होते. आदल्या दिवशीही ते तिघं आले होते. ब्रिटिश एअरवेजनं त्यांना कळवलं नव्हतंच. पण अभीनं त्यांना फोन करून माहिती काढली होती.

घरी आल्यावर गरम पाण्याचा टबबाथ घेतला तेव्हा सगळा शीण गेला. अंग मोकळं मोकळं झालं. पण बदलायला कपडे कुठं होते? हँडबॅगेत मसाले व खायचे जिन्नस होते. पण अभीने कोणातरी मुलीकडून साडी परकर वगैरे आणून ठेवलं होतं. त्यानंतर परदेश प्रवास करताना मी कपड्यांचा एकतरी सेट हँडबॅगेत ठेवते.

दुसऱ्या दिवशी ब्रिटिश एअरवेजच्या माणसाने माझ्या जड बॅगा वरती आणून दिल्या. सामान सगळं जागच्या जागी होतं. मी लगेच स्वयंपाकघराचा ताबा घेतला. विळी, पोळपाट वगैरे माझ्याबरोबर होतं. पण तवा आणला नव्हता. फ्राईंग पॅनवर पोळ्या केल्या. सर्वांनी मिटक्या मारत जेवण केलं. आयतं जेवण मिळालं म्हणून त्यांना ते आणखी गोड लागलं.

अभिजितची आई आल्याची बातमी इतर भारतीय विद्यार्थ्यांत पसरली. आँटीला भेटायला दररोज कोण ना कोण येतच होतं. तेव्हा भारतीय जेवण अमेरिकेत फारसं मिळत नसे.

चारसहा दिवसांनी ग्रॅज्युएशन होतं. आदल्या वर्षी पास झालेली मुलं डिग्री घ्यायला

गावोगावहून आली होती. त्या मुलांचे नातेवाईकही आले होते. ग्रॅज्युएशनच्या वेळी युनिव्हर्सिटीत जवळची सर्व हॉटेलं बुक असतात व ती अर्धा एक वर्ष आधी बुक करावी लागतात. अमेरिकेतील मुलं बारावीपर्यंतच बहुतेक शिकतात. व बारावीचा ग्रॅज्युएशनचा समारंभ शानदार असतोच. पण मुलांचे आईबाप मोठी पार्टी देतात. कॉलेजात फार थोडी मुलं जातात. त्यामुळे कॉलेज ग्रॅज्युएशनला महत्त्व फार असतं. विद्यार्थ्यांचे नातेवाईक, मित्रपरिवार आवर्जून उपस्थित राहतात व आपल्या मुलाचं नाव आलं की जोरदार टाळ्या पिटतात.

राईस युनिव्हर्सिटी ही खाजगी व श्रीमंत युनिव्हर्सिटी आहे. स्टेट युनिव्हर्सिटीत फी थोडी कमी असते. समारंभ इतका प्रसन्न होता... सर्व आसमंत उंची सुगंधानं भरून गेलं होतं. उत्तमोत्तम ठेवणीतले कपडे ल्यालेले लोक आणि हिऱ्यामोत्यांनी लगडलेल्या बायका पाहूनच मन प्रसन्न होत होतं.

विद्यार्थ्यांना त्यांच्या त्यांच्या वर्गाप्रमाणे शिस्तीत बसवलं होतं. जगभराचे विद्यार्थी तिथं येत असल्यानं त्यांच्या नावाचा उच्चार स्पष्ट व्हावा असा नावं पुकारणाऱ्या स्त्रीचा प्रयत्न असतो. अभिजितचे मित्र समारंभानंतर जेवायला घरी येणार होते. अनेक लोकांकडून भांडी, डिशेश, काटे चमचे जमा करून ठेवले होते. मी भरपूर स्वयंपाक केला होता. पण तरुण वय व आनंदाचा प्रसंग त्यामुळे ते संपून गेलं. मी लगेच अभिजितच्या मित्रांच्या सहाय्याने पुन्हा जेवण केलं व त्यांना तृप्त केलं.

अभिजितने मला ह्यूस्टनचे मोठमोठे शॉपिंग मॉल तर दाखवलेच पण आजूबाजूच्या ठिकाणीही घेऊन गेला. न्यू ऑलिअन्स, ऑस्टिनमध्येही आम्ही गेलो. ऑस्टिन ही टेक्सासची राजधानी. टेक्सास राज्यही मोठं आणि त्यांना मोठेपणाचीही हौस. त्यामुळे त्यांनी आपली स्टेट बिल्डिंग वॉशिंग्टनच्या बिल्डिंगपेक्षा थोडीशी उंच ठेवली आहे. ऑस्टिनमध्ये आम्ही अभिजितच्या मित्राच्या डॉर्ममधे एक रात्र राहिलो.

तिथं मुलं मुलींच्या खोल्यांच्या मधे बाथरूम होती, व दोन्ही बाजूने ती उघडत होती. पण त्या बाथरूमला कडीच नव्हती. ह्या बाजूला मुलगा व पलीकडे मुलगी होती. अशा कडी नसलेल्या बाथरूममधे जायला मी काचकूच करू लागले. तर तो मित्र म्हणाला, "आंटी काळजी करू नका. बाथरूममध्ये कोणी गेलं की दिवा लावतात व बाहेर गेलं की दिवा काढतात. दाराच्या खाली थोडी फट असते त्यातून दिवा दिसला की समजायचं आत कोणी आहे. दिवा बंद झाला की आपण आत जायचं."

मला काही ते पटेना. पण एक रात्र काढली कशीबशी.

असे तीन आठवडे ह्यूस्टनला राहून मी कल्पनाकडे जायला निघाले. कल्पनाशी अधूनमधून बोलणं होत होतंच. मी निघाले तेव्हा अभिजित मला बाजूला घेऊन म्हणाला,

"आई, तुला शॉक बसेल, पण अकिल व कल्पना वेगळे झाले आहेत."

मला एकदम धक्काच बसला. इतक्या उत्कटतेनं मला अमेरिकेला जावंसं का वाटलं ते मला आता समजलं. मला सारखं वाटत होतं की कल्पनाला काहीतरी अडचण असावी. तिची पत्रं, फोन नेहमीसारखे येत होते.

कसाबसा धीर गोळा करून मी शिकागोला गेले. कल्पना गाडी घेऊन मला घ्यायला आली होती. ती दुसऱ्या दोन अमेरिकन मुलींबरोबर राहत होती. बेड नव्हताच. एक मोठी गादी जमिनीवर होती. आम्ही दोघी त्याच्यावर झोपत होतो. खिडकीच्या काही काचा निघाल्या होत्या. त्याला कल्पनाने पुठ्ठे लावले होते. ते बघून मी खिन्न झाले. ते दिवस उन्हाळ्याचे होते म्हणून ठीक. पण शिकागोच्या कडक थंडीत व बर्फ पडत असता कशी राहत असेल ती?

मी तिला सांगितलं की, "तू मुंबईला ये. तुला आम्ही स्वतंत्र जागा घेऊन देतो. तुला कुठेही प्रोफेसरची नोकरी सहज मिळेल."

पण ती मुंबईला यायला तयार झाली नाही. म्हणाली, "आई, तू यात पडू नकोस. माझे प्रश्न मीच सोडवीन."

मुंबईला पवईला दोन वर्षं असताना तिनं फिलॉसॉफी घेऊन एम. ए. केलं होतं. तिचा पेपर विल्सन कॉलेजमधल्या एका पार्शी प्रोफेसरकडे तपासायला होता. तो पेपर पाहून ते प्रोफेसर फार प्रभावित झाले. युनिव्हर्सिटीतून त्यांनी तिचा पत्ता व नाव शोधून काढला व तिला रिझल्टच्या अगोदरच आपल्या डिपार्टमेंटमध्ये नेमून घेतलं. अमेरिकेला जायच्या आधी तिनं विल्सन कॉलेजमधे दोन महिने नोकरी केली होती. केंब्रिजला अकिलचा विषय होता फिलॉसॉफी. तिचं त्या विषयावर खूप वाचन झालं होतं. तिला मुंबईला कधीही नोकरी मिळाली असती.

एकदा लग्न होऊन स्वतंत्र राहिल्यावर पुन्हा आईबापांकडे राहणं फार अवघड होतं. लग्नाअगोदरची गोष्ट वेगळी असते. मला याची जाणीव होती. म्हणून आमच्या घराजवळ कुठेतरी तिला जागा घेऊन देता येईल, असं वाटलं होतं. पण मुंबईला परत येण्याचं तिनं नाकारलं.

दोन आठवडे मी तिच्याकडे राहिले. अकिलने आमच्याकरिता नाटकाची दोन तिकिटं पाठवली होती. शिकागो कल्पनाने फिरून दाखवलं. थोडीफार खरेदीही केली. अतिशय खडतर परिस्थितीत तिनं दिवस काढले. एक कोर्स करायला तिला साठ मैल जा ये करावी लागत होती. पण तिनं आमच्यावर जराही भार टाकला नाही. मुंबईहून रिझर्व बँक पैसे पाठवू देत नव्हती. मला प्रवासाचे पाचशे डॉलर्स मिळाले होते व नंतर तीन वर्षं काहीच मिळणार नव्हते. कल्पनाच्या परिस्थितीची मला काहीच कल्पना नसल्याने मी ह्यूस्टनला थोडी खरेदी केली होती. येताना मला कल्पनाबद्दल फार वाईट वाटत होतं. पण त्या मानी मुलीनं माझ्याकडून काही पैसे घेतले नसते,

म्हणून येताना मी उरलेले पैसे तिच्या उशीखाली ठेवून आले व एअरपोर्टवर तिला ते सांगितलं.

इकडे चित्राचं शिक्षण आरामात चाललं होतं. कल्पना, अभिजितला मी फारच धारेवर धरलं होतं. पहिल्या तीन नंबरांत आलंच पाहिजे, असं बंधन त्यांच्यावर होतं. शिवाय घरच्या परिस्थितीचा राग मी त्यांच्यावर काढत असे. त्यांना मी बरंच छळलं व मारलं होतं. पण चित्रा आमची कौटुंबिक जबाबदारी संपल्यावर झाली होती. तिला मी कधी वर नंबर काढ वगैरे सांगत नसे. उलट थट्टेनं मी म्हणायची, "चित्रा, तू शिकली नाहीस तरी हरकत नाही. तुला मी चांगला श्रीमंत नवरा पाहून देईन. तू दिसायला छान आहेसच."

तशी ती लाडातच वाढत होती. लाडोबाच म्हणा ना. ती लवकर झोपायची. सकाळी उठल्यावर ठप-ठप आवाज करून पुस्तकं लावायची. पुस्तकं ओळीनं लावणं हा तिचा जणू अभ्यासाचा भागच होता. रात्रभर अभ्यास करून अभिजित त्या खोलीत उशिरापर्यंत झोपत असे. पुस्तकांच्या आवाजानं त्याची झोपमोड होऊ नये म्हणून मी तिला रागावत असे. ती कधीही फारशी अभ्यास करत नसे. पण चांगल्या मार्कांनी पास व्हायची. शाळेत दुपारच्या वेळेला ती डबा न्यायची. पण बसची वाट पाहत सोसायटीच्या दाराशी ती थांबत असे. सोसायटीचा काळू नावाचा कुत्रा होता. डब्यातली निम्मी चपाती ती काळूला टाकत असे. दुपारी जेवणाच्या वेळी काय खायची, देव जाणे. पण काळूची रोज भर व्हायची. मला ते कोणीतरी सांगितलं. मग आमचा वॉचमन लक्ष्मण याला मी तिला ओरडायला सांगितलं.

शाळा-कॉलेजातून ती घरी आली आणि मी घरी नसले तर तिचा घोर अपमान व्हायचा. पाय आपटत राहायची. दूध प्यायला नकार द्यायची. आमच्या तिन्ही मुलांना ती पदवीधर होईपर्यंत दूधच प्यावं लागायचं. रविवारी सकाळी फक्त त्यांना चहा मिळे. मग दूध गारच झालं, दुधावर सायच आली, गाळून दे, दूध फारच गरम आहे... असं तिचं रोज चालायचं. आता ती स्वत: मात्र तिच्या मुलांना जन्मापासून फ्रिजमधलं गार दूध देते.

ती पोदार कॉलेजला कॉमर्सला गेली. बारावीत गेल्यावर सगळी मुलं क्लासला जात. काहीतर सातवी-आठवीपासूनच क्लास लावत असत. वर्षाची फी भरून मी चित्राला शारदा क्लासमध्ये घातली. माझ्या धाकानं ती जेमतेम एक महिना क्लासला गेली. नंतर म्हणाली, "आई, मी तुला चांगले मार्क मिळवून दाखवले म्हणजे झालं ना? मी नाही त्या क्लासला जाणार."

आणि क्लासला न जाताच तिनं चांगले मार्क मिळवले व ती सिडनहॅम कॉलेजला गेली.

कल्पना, अभिजित परदेशी गेल्यानंतर ती एकटीच आमच्याजवळ राहिली. आमच्याबरोबर अनेक ठिकाणी ती येत असे. गाडगीळांचा मोठेपणा हा ती आपलाच मोठेपणा समजेल की काय, याची मला धास्ती वाटत होती. बी. कॉम.च्या शेवटच्या वर्षी तिनं जी. आर. ई. व टोफेलच्या परीक्षा दिल्या होत्या. आम्हांला लोक म्हणायचे, "ही तरी तुमच्याबरोबर राहू द्या. कशाला पाठवता तिला परदेशी ?"

तिचा बी. कॉम.चा रिझल्ट आला व तिला सेकंडक्लास मिळाला, हे पाहून आम्हांला धक्काच बसला. फर्स्ट क्लासमध्ये यायची तिला अपेक्षा होती. शिवाय अकाऊंट्सचे सर्व पेपर तिला उत्तम गेले होते. नंतर युनिव्हर्सिटीत गेल्यावर तिच्या पेपरांची फेरतपासणी करावी, असा अर्ज तिनं केला. तेव्हा असं आढळलं की अकाउंट्सचा तिचा एक पेपर तपासायचाच राहिला होता. त्यामुळे ती एकदम बिथरली. म्हणाली, "मला आता इथं राहायचं नाही. मी अमेरिकेला जाणार."

तिनं काही अमेरिकन युनिव्हर्सिटीत अर्जही केले. शिवाय मॅनेजमेंटच्या परीक्षेतही तिला चांगले मार्क मिळाले होते व एन. एम. इन्स्टिट्यूट ऑफ मॅनेजमेंटमध्ये तिचा इंटरव्ह्यू झाला होता. तिला ॲडमिशनही मिळाली होती. तिथले प्रिन्सिपल म्हणाले, "तू प्रोफेसर गाडगीळांची मुलगी का ? मग अगोदर सांगायचे होते."

पुढे ती अमेरिकेला गेली तेव्हा तिचे फीचे पैसे कॉलेजने परत केले.

अमेरिकेत बिझनेस मॅनेजमेंटच्या कोर्सला आर्थिक मदत मिळत नसे. निदान एक टर्मची तरी फी भरावीच लागे. गाडगीळ चित्राला म्हणाले, "तुला अमेरिकेला जायचं आहे ना, तू जा. पैशांचं आम्ही पाहू."

रिझर्व बँकेनं तिला बारा हजार डॉलर्सची परवानगी दिली. त्यामुळे पैसे न्यायची चिंता नव्हती. तिला युनिव्हर्सिटी ऑफ मॅसॅचुसेट्सच्या ॲमहर्स्टमध्ये बिझनेस मॅनेजमेंट कोर्सला ॲडमिशन मिळाली. दुसऱ्या वर्षाचेदेखील पैसे पाठवायची परवानगी होती. ती अमेरिकेला गेल्यावर तिचा बी. कॉम.चा सुधारित रिझल्ट आला. तिला ६५ टक्के मार्क मिळाले होते!

चित्रा अमेरिकेला जायच्या अगोदर दोनतीन दिवस अगोदर तिच्या ज्योती नावाच्या मैत्रिणीची आई एकाएकी वारली. वेळात वेळ काढून चित्रा एक रात्र तिच्याकडे राहिली. ज्योती अनंत केरळी होती. तिच्या जवळचे कोणीच नातलग मुंबईत नव्हते. चित्रा अमेरिकेला गेल्यावर तिचं माझ्याकडे जाणंयेणं जास्तच वाढलं. चित्राची उणीव तिनं थोडीफार भरून काढली. आता तर ती माझी तिसरी मुलगीच झाली आहे.

कल्पनानं घटस्फोटानंतर जॉशुआ गटमन याच्यासोबत दुसरं लग्न केलं. तो तेव्हा शिकागो इथं फिलॉसॉफीत डॉक्टरेट करीत होता. तो नॅशनल स्कॉलर होता. त्याचे कुटुंबीय न्यूयॉर्कच्या स्कार्सडेल या ठिकाणचं होतं. हे कुटुंब श्रीमंत होतं. जॉशचे

आजोबा न्यूयॉर्कला स्टॉक एक्सचेंजचे सभासद होते व वडील स्वेटर परदेशी पाठवण्याचा व्यवसाय करीत होते. कुटुंबात दोन्ही मुली व जावई वकील होते व ते कॉलेजात शिकवत असत. जॉश हा जीन व ॲलन गटमन यांचा एकुलता एक मुलगा होता.

कल्पना त्या कुटुंबात सामावली गेली होती व आम्हांलाही ते त्यांच्या परिवारातील समजत होते. कल्पना व जॉश शिकागोला एका अपार्टमेंटमध्ये राहत होते. त्या वेळी आम्ही शिकागोला आठदहा दिवस त्यांच्याकडे राहिलो होतो. कल्पनाला शिक्षकी पेशा पसंद होता व ती पुन्हा एम. ए. करत होती.

त्यांच्या घरात काहीच फर्निचर नव्हतं. फक्त एक डायनिंग टेबल व खुर्च्या होत्या. ते जमिनीवरच गादी घालून झोपत असत. आम्हांलाही तसं झोपायला ना नव्हती. पण एखादी आरामशीर खुर्ची बसायला मिळावी अशी गाडगीळांची इच्छा होती. त्यांच्याकडे सोफासेट, टीव्ही नव्हता. बातम्या ते रेडिओवर ऐकायचे. झाडं कापून कागद करतात म्हणून वर्तमानपत्रही नव्हतं. जॉशने गाडगीळांसाठी कुशन असलेली खुर्ची आणली. त्या खुर्चीवर बसून गाडगीळ स्वत: विकत आणलेलं वर्तमानपत्र वाचत असत. पण गंमत अशी की गाडगीळ त्या खुर्चीवरून उठले की जॉश-कल्पना त्या खुर्चीवर पटकन बसू लागले. खुर्ची रिकामी नसेच.

कल्पनाकडे गाडी होती. पण अमेरिकेत जन्मलेला, श्रीमंतीत वाढलेला जॉश मात्र तोपर्यंत गाडी चालवायला शिकला नव्हता. पण नंतर त्यानं गाडी घेतली आणि तो ड्रायव्हिंग शिकला. त्याला दिशांचं ज्ञान उत्तम होतं, त्यामुळे तो कुठंही शॉर्टकट काढून लवकर व कमी रहदारीच्या रस्त्यानं इच्छित स्थळी जात असे. काही दिवस मिशिगनला प्रोफेसरची नोकरी करून जॉशने बॉस्टनमध्ये नोकरी धरली. त्यांनी आर्लिंग्टनला घर घेतलं. कल्पना शिकत होती. हे घर शंभर वर्षांचं जुनं होतं व ते हेरिटेजमध्ये गेलं होतं. ते फार छान होतं. पण त्या भागात बहुधा सिनियर सिटीझन जास्त प्रमाणात होते, त्यामुळे त्या भागातील शाळांना जास्त उत्पन्न मिळत नसे.

नंतर बॉस्टनच्या न्यूटन सेंटर ह्या रम्य भागात ती दोघं राहायला आली. त्या वेळी त्यांना नेथन गोपाळ हा मुलगा झाला होता व मुलाला चांगलं शिक्षण देणारी वस्ती त्यांना निवडायची होती. शिवाय त्या भागात जॉशची बहीण ज्युडीचं कुटुंब राहत होतं. कल्पनानं मुलाचं नाव दोन्ही पणजोबांची नावं घेऊन ठेवलं. गोपाळ हे गाडगीळांच्या वडिलांचं नाव. आईच्या आजोबांचं नाव मुलाच्या नावाला जोडायचं, असा त्या कुटुंबाचा रिवाज होता. त्यामुळे नेथनचं नाव नेथन गोपाळ असं झालं.

न्यूटन सेंटर शांत सबर्ब होतं. त्या भागातील स्कूल सिस्टीम चांगली होती. पुढे कल्पनानं तिथल्या शाळेत नोकरी धरली. या घराभोवती कल्पनाने सुंदर बाग केली होती. घर मोठं होतं. खाली हॉल, स्टडी, डेन व डायनिंग रूम आणि स्वयंपाकघर होतं. वर पाच बेडरूम होत्या. त्यांत चांगलं फर्निचर होतं. बसायला सोफासेट होते.

घराएवढंच मोठं बेसमेंट होतं. त्यातही त्यांनी बाथरूम व खोल्या केल्या होत्या. ह्या घरात आम्ही अनेकदा राहिलो व ते राहणं सुखाचं व आरामदायी होतं. गाडगीळांना फिरायला चांगले रस्ते होते. तलावांभोवतीही फिरायला जाता येई. जॉशला स्वयंपाकाची आवड होती. भारतीय पदार्थ तर तो आवडीने खात असेच, पण त्यात काय काय मसाले आहेत ते अचूक ओळखायचा. तो मांसाहारी जेवण बनवायचा. कल्पना जन्मापासून शाकाहारी होती. चित्राही शाकाहारी आहे. पण अभिजित त्या दोघींची कसर भरून काढणारा पक्का मांसाहारी आहे.

गटमन कुटुंब अगदी घट्ट कुटुंब होतं. एखाद्या जुन्या भारतीय कुटुंबासारखंच. फक्त ते राहत होते वेगवेगळ्या घरांत, एवढंच. एकमेकांच्याच नव्हे तर आपलं मानलं त्यांच्याही ते उपयोगी पडत असत. जीन व ॲलनच्या न्यूयॉर्कच्या घरीही आम्ही दोनतीनदा राहिलो होतो.

जॉशची आजी पूर्वी स्कार्सडेल या श्रीमंत सबर्बमध्ये राहत होती. पण पुढे वय झाल्याने ती न्यूयॉर्कला चांगली सिक्युरिटी असलेल्या अपार्टमेंटमध्ये राहायला लागली. त्यांच्या घरी हाऊस किपर बाई होती. शनिवार-रविवार तिची रजा असे. त्या वेळी आजी जीनकडे, त्यांच्या मुलीकडे यायची. त्यांचा एक ठरलेला टॅक्सी ड्रायव्हर होता. तो आजींना शनिवारी स्कार्सडेलला सोडायचा व सोमवारी परत न्यूयॉर्कला सोडायचा. त्यांच्याकरता तळमजल्यावर स्वतंत्र व्यवस्था होती. त्या सकाळी ब्रेकफास्टच्या टेबलावर आल्या तरी व्यवस्थित कपडे, दागिने घालून यायच्या. आम्ही त्यांना पाहिलं तेव्हा त्या नव्वदीच्या होत्या. त्या श्रीमंत होत्या व ऐशआरामात एकट्या राहत होत्या. त्या गप्पा छान मारायच्या. तरुण वयात न्यूयॉर्कला त्यांनी शेतं पाहिली होती. गॅसचे दिवे पाहिले होते. त्यांच्या आईबापांच्या कडक शिस्तीत त्या वाढल्या होत्या. आम्ही जोनआजीच्या न्यूयॉर्कच्या घरातही गेलो होतो. उत्तम फर्निचर, व्हेनिशिअन रेड उत्तम क्रोकरी त्यांच्या घरी होती. जॉश म्हणायचा, "आजीला तिच्या घरात पाहणं फार आनंददायी असतं. तिच्या घरात ती राणीसारखी असते."

कल्पनाचा नेथन गोपाळ चारपाच वर्षांचा झाला, तेव्हा तिला दुसरं मूल हवंसं वाटू लागलं. त्या बाबतीत काही अडचण होती व तिला दुसरं मूल झालं नाही. तेव्हा तिनं एक मूल दत्तक घ्यायचं ठरवलं. आता दत्तकच घ्यायचं तर मुलगी घ्यावी असं जॉशनं ठरवलं. ऑगस्टमध्ये आम्ही बॉस्टनमध्ये होतो, तेव्हा तिनं हा विचार मला सांगितला व चांगली मुलगी शोधून द्यायची जबाबदारी माझ्यावर सोपवली.

मुंबईला आल्यावर मी अनेक संस्थांमध्ये गेले. माहिती काढली. काही ठिकाणी व्यवस्था चांगली होती, तर काही ठिकाणी त्या संस्थेला भरपूर दक्षिणा हवी होती.

चारपाच ठिकाणी मी मुंबईत शोध घेतला, पण मनासारखी संस्था व मुलगी सापडली नाही. मग पुण्याच्या एका संस्थेविषयी कोणीतरी सांगितलं, तेव्हा ती संस्था जाऊन पाहिली.

बॉस्टनहून कल्पनाने त्या संस्थेशी संपर्क साधला होता व मुंबईहून मीही त्यांच्या संपर्कात होते. अमेरिकेत परदेशातून मूल दत्तक घ्यायचे कायदे होते व अनेक सोपस्कार करावे लागत होते. इथंही काही कायदेशीर बाबी पुऱ्या करायच्या होत्या. कल्पनाने वॉशिंग्टनहून परवानगी घेतली व कायदेशीर बाबी पूर्ण केल्या. त्याप्रमाणे कागदपत्रंही जमवली.

ती नोव्हेंबरच्या तिसऱ्या आठवड्यात मुंबईला आली व आम्ही दोघी पुण्याला गेलो. तिला मुलगीच दत्तक घ्यायची असल्याने मुलगे त्यातून बाद झाले. आम्ही हॉस्पिटलमध्ये असलेल्या काही मुली पाहिल्या, पण त्या थोड्या मोठ्या होत्या. कल्पनाला अगदी लहान मुलगी पाहिजे होती. परदेशी व्यक्तींना तीन महिन्यांच्या आतली मुलं दत्तक घेता येत नव्हती. मग आम्ही कँपात गेलो. तिथं काही मुली तात्पुरत्या सांभाळायला दिल्या होत्या. त्या आम्ही पाहिल्या. त्यांतली एक मुलगी तीन ते चार महिन्यांची होती. तिचे डोळे मोठे होते व ती आमच्याकडे टक लावून पाहत होती.

कल्पनाला ती मुलगी पसंत पडली व तीच मुलगी दत्तक घ्यायची असं तिनं ठरवलं. मुलीची वैद्यकीय तपासणी आम्ही लहान मुलांच्या डॉक्टरकडे नेऊन केली. मुलगी तशी निरोगी होती, पण अशक्त होती. पुण्याला येताना कल्पनाने कपडे, दुधाच्या बाटल्या, नॅपी वगैरे सगळं आणलं होतं. दुधाचा फॉर्म्युलाही आणला होता. आम्ही संध्याकाळी मुलीला घेऊन मुंबईला निघालो. त्या संस्थेने समारंभपूर्वक मुलगी आम्हांला दिली. रांगोळ्या, पाट, हळदीकुंकू, फुलं व आरती असं सामान त्यांच्याकडे जय्यत तयार होतं. बाकीच्या कायदेशीर बाबी नंतर करणार होते.

मुलीला घेऊन आगगाडीनं आम्ही मुंबईला निघालो. मुलगी गाडीत शांत होती व आमच्याकडे टुकटुक बघत होती. पण घरी रात्री तिनं रडायला सुरुवात केली. मुळीच रडायची थांबेना. आम्ही दोघींनी तिला हातावर घेऊन जोजवलं. पण ती गप्प काही होईना. गाडगीळही जागे झाले व तिला शांत करायचा प्रयत्न करू लागले. कदाचित जागा बदली झाल्यामुळे असेल किंवा आपल्या जीवनात होणाऱ्या मोठ्या स्थित्यंतराची चाहूल तिला लागली असेल. ती रडतच होती. पहाटे आम्ही एका स्त्री डॉक्टरला आणलं. त्यांनी मुलीला काही औषधं दिली व ती गप्प झाली.

तिला खाली फिरवायला प्रॅम आणली. तिला न्हाऊमाखू घालायला आमची भिकू होतीच. पण आता प्रश्न होता इथल्या कायदेशीर बाबी पूर्ण करायचा. शिवाय तिचा पासपोर्ट व्हिसा वगैरेही करायचा होता. संस्थेला त्याबद्दल बरीच मोठी रक्कम द्यावी लागली होती. गाडगीळांनी त्यांच्या माहितीचा एक वकील नेमला, पण तो कारसेवेला

अयोध्येला निघून गेला. मग दुसरा वकील शोधला. हा वकील गुजराती होता. पण लगेच तो जज्ज म्हणून नेमला गेला आणि बाद झाला. आता इजा-बिजा-तिजा होतं की काय अशी भीती वाटली. पण सुदैवानं तसं काही झालं नाही. एक स्त्री-वकील ठाण्याची होती. तिला नेमलं. सुदैवानं ती टिकली. शिवाय तिनंही एक दत्तक मूल नुकतंच घेतलं होतं. तिनं काम समाधानकारक व चांगलं केलं.

कल्पना दिल्लीच्या अमेरिकन एम्बसीशी सतत संपर्क ठेवून होती. तिला बऱ्याच परवानग्या लागणार होत्या. ते लोक खूपच मदत करीत होते. अगदी तत्परतेनं. तिला व्हिसा व पासपोर्टही लागणार होता. कल्पनानं त्या मुलीचं नाव माया ॲलीस असं ठेवलं. ती अमेरिकन नागरीक होणार होती.

हायकोर्टात तिला तारीख मिळाली ती नेमकी ७ डिसेंबर १९९२ ची. ६ डिसेंबरला बाबरी मशीद पडली होती व दंगल सुरू होती. तरीही गाडगीळ व कल्पना हायकोर्टात गेले. छोटी माया माझ्याकडेच होती. वाटेत काचांचा ढीग पडला होता, तरी ते कसेबसे हायकोर्टात गेले. पाहतात तो तिथं कोणीच नव्हतं. ना जज्ज, ना वकील, ना शिपाई. दुपारी दंगल वाढली. त्यांना परत घरी येता येईना. गाडगीळांनी मला फोन करून परिस्थिती सांगितली. सर्व विचार करून त्यांना फोर्टमध्येच हॉटेलात राहायला सांगितलं. मी मायाला सांभाळेन, म्हटलं. पण आमचा ड्रायव्हर खंबीर होता. तो म्हणाला, "मी नेतो गाडी परत."

वीर सावरकर मार्गाने न येता ते लेडी जमशेदजी मार्गाने कसेबसे संध्याकाळी घरी पोचले.

आता सगळीकडे दंगल व जाळपोळ सुरू झाली होती. कर्फ्यू लागला होता. यातून आता आमचं कोर्टाचं काम कसं होतं याचीच चिंता लागून राहिली. पण थोड्याच दिवसांत वातावरण निवळलं. हायकोर्टाचं काम वकीलबाईंनी पूर्ण केलं. मायाचा पासपोर्ट आला. आता प्रश्न होता मायाच्या ग्रीनकार्डचा. दिल्लीहून अमेरिकन एम्बसीचे सगळे पेपर्स आले होते. मी, माया व कल्पना अमेरिकन कॉन्सुलेटमध्ये व्हिसा घ्यायला गेलो.

कल्पना व मायाला तिथं खास प्रवेश मिळाला व दत्तक मुलगी म्हणून मायाचं खूप कौतुक केलं. सगळे पेपर्स बरोबर होते, पण मायाचा डाव्या कानाच्या बाजूचा तीन चतुर्थांश चेहऱ्याचा फोटो नव्हता. पण त्यांनी पेपर्स ठेवून घेतले व दुपारी तसा फोटो काढून आणायला सांगितलं. आम्हांला पुन्हा खेटे घालायला लागले नाहीत. मग धावाधाव करून तसा फोटो काढला व दुपारी नेऊन दिला.

फोटो मिळाल्यावर मायाचे दोन्ही हातांचे ठसे घेऊन मायाला रीतसर ग्रीनकार्ड मिळालं एकदाचं. कसंही करून मायाला घेऊन कल्पनाला २५ डिसेंबरच्या आत बॉस्टनला जायचं होतं. तिथं ख्रिसमस कुटुंबासह साजरा करायचा होता. त्याप्रमाणे

दोघीही २४ डिसेंबर १९९२ ला बॉस्टनला जायला निघाल्या व २४ डिसेंबरलाच अमेरिकेत पोचल्या. हाती घेतलेली जबाबदारी मी पूर्ण केली म्हणून मी हुश्श केलं.

तिथं बॉस्टनला जॉश, नेथन व जॉशची आई जीन यांनी तर मायाच्या स्वागताची जंगी तयारी केलीच, पण त्यांच्या शेजाऱ्यापाजाऱ्यांनीही तिचं स्वागत 'वेलकम माया' अशा पाट्या रस्त्यावर लावून केलं. भेटवस्तूंची खैरात केली.

नेथन तेव्हा सात वर्षांचा होता. अमेरिकेतल्या पद्धतीप्रमाणे सरकारने नेमलेल्या सोशल वर्करने जॉशची तर कसून तपासणी केली, त्यांच्या आर्थिक व्यवहारांची नीट चौकशी केलीच, पण छोट्या नेथनचीदेखील चौकशी केली. तो मायाचा बहीण म्हणून स्वीकार करील का ? तिला कशी वागणूक देईल ?

यानंतर दोन वर्षं सोशल वर्करच्या भेटी होत व ते मायाच्या प्रगतीची चौकशी करीत. मला वाटतं की, गटमन कुटुंबाच्या संपत्तीतही तिला कायदेशीर हक्क होता. दत्तक मुलाची अमेरिकेत चांगली काळजी घेतली जाईल यासाठी सरकार नेहमी दक्ष असतं. मायाला जॉश, कल्पना, नेथन यांनी फार मायेनं वागवलं.

जॉश नेथनशी जरा कडक वागे. जेवताना त्यानं इथंतिथं काही सांडलं लवंडलं, पानातलं काही खाल्लं नाही तर जॉश नेथनला रागवे. पण मायानं टेबलावर सांडलवंड केली तरी तो तिला काही बोलत नसे. माया तर तिला नको असलेला जिन्नस सरळ शेजारी बसलेल्या जॉशच्या पानात टाकत असे.

एकदा त्याला मी याबद्दल हटकलं. तेव्हा तो हसून म्हणाला, "काय करणार, आई ? आता माझं वय वाढलं ना, त्यामुळे सगळा राग कमी झाला आहे."

आता माया चौदा वर्षांची झाली आहे व हायस्कूलला आहे. अनेक खेळांत ती जोमानं भाग घेते. घरीदारी तिचं खूप कौतुक चाललेलं असतं. ग्रॅमा जीनबरोबर तर मायाची विशेष गट्टी आहे.

कल्पना-जॉशच्या लग्नाला आता पंचवीस वर्षं पूर्ण झाली आहेत.

❖❖

८.

अभिजितनं राईस युनिव्हर्सिटीत एम. एस. पुरं केलं. त्यानंतर जवळच असलेल्या नासा या स्पेस रिसर्च सेंटरमध्ये नोकरी केली. तिथं त्याला बलूनमधून अवकाशात पाठवत असत. वजनरहित अवस्थेत राहण्याचा सरावही तो करीत होता. ऑरेंज ड्रेसमध्ये तो तरंगत असलेल्या अवस्थेतले त्याचे फोटो त्यानं आम्हाला पाठवले होते. आम्हांला ते फोटो पाहून खूप आनंद झाला. नासानेच त्याला ग्रीनकार्ड दिलं होतं. पण त्याच्या केमिकल इंजिनीअरिंगचा तिथं फारसा उपयोग नव्हता. वाव नव्हता.

इतक्यात त्याला डलासमध्ये मॉबिल ऑईल या त्याच्या तंत्रकुशलतेच्या दृष्टीनं योग्य अशा कंपनीत नोकरी मिळाली. नव्या नोकरीत दाखल होण्यापूर्वी थोडा वेळ मागून घेता येतो व त्यानंतर हजर राहता येतं. अभिजितनं दोन महिन्यांची मुदत मागून घेतली व तो मुंबईला आला. जवळजवळ साडेतीन वर्षांनी तो मुंबईला येणार होता. मी त्याच्याकडे तो शिकत असताना गेले होते, पण गाडगीळांनी त्याला बरेच दिवस पाहिलं नव्हतं.

इथं आल्यावर त्याला आता लग्न करूनच जा असं सगळे लोक सांगत होते. आणि आता त्याला पंचविसावं वर्ष लागलं होतं. आम्हांलाही त्यानं आता लग्न करून जावं असं वाटत होतं. त्यानं तिथं काही कोणा मुलीबरोबर मैत्री केली नव्हती. शिवाय अभिजित येणार हे कळल्यावर बऱ्याच मुली सांगून येत होत्या. पण आम्ही काही तो येण्याअगोदर मुली पाहिल्या नव्हत्या. तो म्हणायचा, 'मला सारस्वत मुलगी पाहिजे.' मासेखाऊ होता ना!

काही दिवस मुली पाहणं चाललं होतं. त्याच्या मुलीबद्दल काही अटी होत्या. मुलीचे कोणीतरी नातेवाईक अमेरिकेत असावेत, म्हणजे तिला अमेरिकन जीवनाची थोडीतरी माहिती असेल. नाहीतर अमेरिकेत राहणं म्हणजे स्वर्गात राहणं, अशी बऱ्याच जणांची कल्पना असते. अमेरिकेत जीवन कष्टाचं असतं. सगळी कामं आपली आपल्यालाच करावी लागतात. तिथं नोकरचाकर नसतात. त्याची कल्पना मुलीला

असायला हवी. शिवाय मुलगी श्रीमंताची नसावी. तिसरी गोष्ट म्हणजे ती प्रोफेशनल असावी. तिथं जाऊन तिला नोकरी करता आली पाहिजे. नाहीतर घरी बसून मुली कंटाळतात.

अनेक मुलींमधून त्यानं स्मिताची निवड केली. स्मिता आर्किटेक्ट होती. सुंदर होती. हुशार होती व बुद्धिमानही होती. मुंबईत होस्टेलमध्ये राहून तिनं जे. जे. स्कूल मधून आर्किटेक्चरची पदवी घेतली होती.

अभिजित व स्मिताचं लग्न थाटात झालं. फार डामडौल नव्हता. लग्नाचं डेकोरेशन स्मितानंच पसंत केलं होतं. ते उच्च दर्जाचं होतं. फार भडक, दिखाऊ नव्हतं. तिची अभिरुची चांगली होती.

लग्न झाल्यावर नवीन जोडप्यानं आमच्या छोट्या जागेत प्रथम राहण्यापेक्षा ताजमहाल हॉटेलमध्ये दोन दिवस राहावं, अशी व्यवस्था आम्ही केली होती व तिथूनच ती तिसऱ्या दिवशी उटीला हनिमूनला जाणार होती.

उटीहून आल्यावर अभिजितची डलासला नोकरीवर रुजू होण्याची वेळ आली. तो अमेरिकेला गेला. त्यानं स्मिताला ग्रीन कार्डाकरिता स्पॉन्सर केलं. धावाधाव करून अनेक आवश्यक बाबींची पूर्तता केली आणि स्मिता माहेरी कलकत्त्याला गेली. दीड महिन्यात स्मिताला ग्रीनकार्डाच्या इंटरव्ह्यूकरता बोलावणं आलं आणि काही कटकट न होता तिला ग्रीनकार्ड मिळालं. ती डलासला गेली. पण तिथं नोकरी करायची म्हणजे मुंबईतील तिची डिग्री चालत नव्हती. तिला पुन्हा तिथं कोर्स करावा लागला.

डलासला गेल्यागेल्या अभिजितनं अपार्टमेंट घेतलं होतं. तिथं ती राहत होती. अभिजित स्मिताला दररोज कामाच्या ठिकाणी सोडायचा व पुढं आपल्या कामावर जायचा. स्मिताला तो ड्रायव्हिंग करायला देत नसे, पण ती हळूहळू ड्रायव्हिंग शिकली. पुढच्या वर्षाच्या सुट्टीत चित्रा कल्पनाकडे शिकागोला गेली व काही दिवसांनी गाडगीळपण अमेरिकेला गेले. तेव्हा अभिजितने एक तीन बेडरूम हॉल, स्वयंपाकघर व डायनिंग एरिया असलेलं घर खरेदी केलं. त्यामुळे चित्रा व गाडगीळांना तिथं मोकळेपणानं राहता आलं. अभिजितने त्या दोघांना ग्रँड कॅनियन, लास वेगास, कॅलिफोर्निया इथली सफर घडवून आणली.

तीन वर्षांनी स्मिताला तारा झाली. तेव्हा घरात कोणीच नव्हतं म्हणून कल्पना त्यांच्याकडे येऊन राहिली आणि नंतर तिची बहीण अमेरिकेत होती ती येऊन राहिली. लगेचच अभीची लंडनला बदली झाली. छोट्या ताराला घेऊन लंडनच्या थंडीत जाणं जरा जड गेलं. पण लवकरच त्यांचा तिथं जम बसला. विम्बल्डनला त्यांनी एक दोन मजली फ्लॅट घेतला. तो फार सुरेख होता व टेनिसच्या मॅचेस होत असलेल्या विम्बल्डन स्टेडियमच्या जवळच होता. अभी टेनिसचा फॅन होता. त्यामुळे त्यानं ती जागा घेतली.

आम्ही साधारण जुलैला लंडनला दरवर्षी जात असू. तेव्हा टेनिसचा सीझन असे.

आमच्या घराच्या समोरच्या फूटपाथवर सकाळी सहापासून मॅचेस पाहायला रांग लागलेली असे. ती रांग तिकिटासाठी व प्रवेशासाठी असे. वर्तमानपत्रवाले, चहावाले, सँडविचेस देणारे वगैरे नाना लोक रांगेतल्या माणसांना ह्या गोष्टी उपलब्ध करून देत असत. मला ही गंमत गॅलरीत बसून पाहायला फार मजा यायची.

लंडनला गेल्यावर दोन वर्षांनी स्मिताला निशा झाली. तेव्हा त्यांना स्वतंत्र घर घ्यावं लागलं. पण तेही अभिजितने विम्बल्डनलाच घेतलं. पण हे घर आतल्या गल्लीत होतं. आम्ही जेव्हा जेव्हा लंडनला जात असू तेव्हा अभिजितचा विम्बल्डनचा पत्ता पाहून इमिग्रेशनचे लोक आम्हांला म्हणायचे, 'हॅव अ गुड टाइम.'

अमेरिकेतल्या मुख्य ऑफिसमधून लंडनला बदली झाल्यानं अभिजितला खूप सवलती मिळत होत्या. वर्षातून एकदा त्यांना होम कंट्रीमध्ये अमेरिकेला जाता येत असे. त्यामुळे स्मिता अमेरिकेला तर जात होतीच, पण भारतातही दोन दोन महिने मुलांना घेऊन राहत होती.

स्मिताला सगळ्या गोष्टींची हौस होती. अनेकदा ऑक्शनला जाऊन तिनं एकोणिसाव्या शतकातले एडवर्डीयन अँटिक फर्निचर हळूहळू जमवलं होतं. व्हिक्टोरियन पद्धतीचा एका बाजूने रेलून बसायचा सोफा, रायटिंग ब्युरो, लिकरचं त्रिकोणी कोनात ठेवायचं कपाट, जेडचं मोठं साईड टेबल, टीकवूडचं काळंभोर भलंमोठं गोल टेबल, कार्ड टेबल वगैरे पीरियड फर्निचर तिनं जमवलं होतं. घरात त्याची सुबक मांडणी केली होती. तशीच काही पेन्टिंग्ज तिनं गोळा केली होती.

सुंदर कटलरीचीही तिला हौस होती. लंडनला हॅरॉड्स म्हणून प्रख्यात स्टोअर आहे. हे दुकान महागडं आहे. प्रिन्सेस डायनामुळे ते जगभर सर्वांना माहीत झालं. त्या दुकानाच्या मालकाच्या मुलाबरोबर डोदीबरोबर असताना डायनाचा ॲक्सिडेंटमध्ये अंत झाला होता. हॅरॉड्सची हिरवी पिशवी घेऊन फिरणं प्रतिष्ठेचं लक्षण समजलं जायचं. त्या स्टोअरचा माशांचा मोठा स्टॉल अतिशय प्रेक्षणीय होता. त्या ठिकाणी मधूनमधून खास रचना करून मासे मांडलेले असत.

हॅरॉड्सचा एक वार्षिक सेल असतो. त्या सेलला जगभरातून लोक येत असतात. युरोप व अमेरिकेतूनसुद्धा हौशी लोक खास खरेदीसाठी तिथं हजेरी लावतात. ह्या सेलचा माल काही दिवस तिथं लोकांना पाहायला मांडून ठेवतात. स्मिता तिथं जाऊन आपल्याला हव्या असलेल्या वस्तू कुठे मांडून ठेवल्या आहेत, त्या कुठल्या मजल्यावर आहेत ते अगोदर जाऊन नीट पाहून ठेवत असे. म्हणजे पटापट तो माल घेता येत असे.

सेलच्या दिवशी स्टोअर उघडण्याआधीच पहाटेपासून तिथं भली मोठी रांग असते. स्मिता आपल्या एका मैत्रिणीला घेऊन भल्या पहाटे तिथं रांग लावायला हजर झाली.

मैत्रिणीला एका बाजूला बसवून ठेवलं व धावत धावत जाऊन आपल्याला हव्या असलेल्या वस्तूंचा ढीग तिच्यापुढे ठेवला.

तिला वेजवूड या प्रसिद्ध ब्रँडचा सोन्याची नक्षी असलेला डिनर सेट हवा होता. तिनं आदल्या दिवशी जाऊन तो कुठे ठेवला आहे ते पाहून ठेवलं होतं. तो वरच्या मजल्यावर होता. धांदलीत स्मिता वरच्या मजल्यावर जाणाऱ्या एस्कलेटरऐवजी खाली येणाऱ्या एस्कलेटरवरून वर जाऊं लागली. ह्या सेलची बातमी द्यायला अनेक व्हिडिओ कॅमेरे सज्ज असतात. अशाच एका कॅमेऱ्यानं स्मिताचा हा उलटा प्रवास कॅमेऱ्यात टिपला व टिव्हीवर दाखवला. पण स्मिताला त्याची पर्वा नव्हती. दोनतीन हजार पौंडांचा डिनरसेट तिला बाराशे पौंडाला पडणार होता. त्याच आनंदात ती होती.

आम्ही अभिजितकडे गेलो की आम्ही परत यायच्या शेवटच्या दिवशी स्मिता तो सेट काढीत असे. "खऱ्या सोन्याची नक्षी असणाऱ्या त्या सुरेख प्लेटीवर काट्या चमच्याचे चरे पडतील," असं गाडगीळ थट्टेनं म्हणत असत, "तू त्या प्लेटी समोर मांडून ठेव. आम्ही साध्याच प्लेटीत जेवतो." अगोदरच चवदार असलेलं जेवण त्या प्लेटमधे आणखीन चविष्ट लागायचं.

स्मिताला भारतात राहायला खूप आवडायचं. तिचं जरी ग्रीन कार्ड असलं तरी तिचा पासपोर्ट भारतीय होता. लंडन-अमेरिका या फेरीत एकदा तिला एअरपोर्टवर त्यामुळे अडकून पडावं लागलं. नंतर काही वर्षांनी तिनं ब्रिटिश पासपोर्ट घेतला.

तारा-निशा यांच्या शिक्षणावर तिनं खूप मेहनत घेतली. त्या दोघींना उत्कृष्ट प्रायव्हेट स्कूलमध्ये घातलं, भारी फी देऊन. त्याचा पुढं चांगला परिणाम झाला.

स्मिताला सर्व गोष्टींची भारी हौस होती. स्वयंपाकात तिला रस होता. अनेक देशांच्या पाककृती ती बनवत असे. प्रवासाची तिला हौस होती. चांदीची भांडी-दागिनेही तिनं हौसेनं केले होते. घर तर तिनं सुरेख सजवलं होतं.

मुलींना शाळेत पोचवून ती अनेक स्टोअर्समध्ये जात असे व सुंदर सुंदर वस्तू टेहळून ठेवत असे. ऑक्शनचा तर तिला नादच लागला होता. अनेक ऑक्शनला जाऊन ती अगोदर वस्तू हेरून ठेवत असे. त्यांची किंमत मनात ठरवत असे व त्या दरम्यान बिड करत असे आणि स्वस्तात चांगल्या वस्तू आणत असे. पण कधी तिचा अंदाज चुकायचाही.

मला घेऊन ती एकदा ऑक्शनला गेली होती. अनेक ठिकाणी ती मला घेऊन खरेदीला जात असे. मग मॉलमध्ये मोकळ्या जागेत बसून आम्ही लंच घेत असू. कधी कधी ती नुसतीच विंडो शॉपिंग करीत असे. दिवस मजेत जायचा.

दुपारी मला घेऊन ती रेस्टॉरंटमध्ये जात असे. इंग्लंडला दुपारचा चहा रेस्टॉरंटमध्ये आरामशीर बसून घ्यायची जुनी पद्धत अजून आहे. अनेक इंग्रजी कादंबऱ्यांत 'हाय टी' ची वर्णनं आहेत. चहासोबत निरनिराळे केक्स, पेस्ट्रीज, कोन्स खायची पद्धत

आहे. अशा प्रकारे एखादा तास आरामशीर दुपारचा चहा होतो. इंग्लंडमध्ये चहा जास्त प्यायला जातो, तर अमेरिकेत कॉफी जास्त घेतली जाते.

इंग्लंडच्या एका फेरीत गाडगीळांचं 'क्रेझी बॉंबे' हे इंग्रजी पुस्तक प्रकाशित झालं. त्या वेळचे भारताचे हाय कमिशनर असलेले डॉ. एल. एन. संघवी यांच्या हस्ते त्याचं शानदार प्रकाशन झालं. त्या समारंभानंतर स्मिताने संघवी दंपतीला घरी जेवायला बोलावलं होतं व सुरेख, लज्जतदार पदार्थ करून त्यांना जेवू घालून खूश केलं होतं. स्मिता स्वयंपाक तर छान करायचीच, पण त्याची मांडणीही सुरेख करायची. लोक तिच्यावर खूष व्हायचे.

अशी आठनऊ वर्षं त्या दोघांनी लंडनला आनंदात काढली. त्यानंतर अभिजितची बदली पुन्हा डलासला हेड ऑफिसात झाली. तिथं त्यांनी स्विमिंग पूल असलेलं एक सुरेख घर खरेदी केलं. पण जेमतेम वर्षानं त्याची बदली जर्मनीला झाली.

पुन्हा मुलींची शाळा बदलणं, राहायला जागा बघणं, हे सोपस्कार झाले. दोघंही जर्मनीत रुळली. मुली बसने वा ट्रेनने एकट्याच शाळेत जाऊ लागल्या.

एकदा आम्ही जर्मनीला असताना अभिजितच्या बॉसनं आम्हांला घरी जेवायला बोलावलं होतं. तिथला बाबा आपला आमच्याबरोबर हॉलमध्ये ढिम्म बसून पीत होता. त्याची बायको सारखी स्वयंपाकघरातून जेवायच्या खोलीत खाण्याचे पदार्थ आणून ठेवत होती. प्रत्येक वेळी ती स्वयंपाकघराचा दिवा बंद करीत असे. अभिजितचा बॉस उन्हाळ्यात सायकलीवरून ऑफिसला जात असे. तो फक्त थंडीत गाडी वापरायचा. पेट्रोल व वीज ही राष्ट्रीय संपत्ती. त्याची बचत केली पाहिजे ही जाणीव.

अभिजितची मालकीणबाई तर भांडी विसळलेलं पाणी टबात साठवून झाडांना घालायची. बहुतेक लोक सायकलवर छोटा कॅरियर लावून त्यातून सामान आणायचे. सगळ्यांकडे कापडी पिशव्या असायच्या. दुकानात पिशव्या मिळायच्या नाहीत. इथंही दूध आपल्याकडच्या सारखं दररोज ताजं आणायचं. त्यात प्रिझर्वेटिव्ह घालायची नाहीत असा तिथं रिवाज होता. दुकानं बरोबर साडेपाचला बंद होत असत. तिथं पुरुषांना कामातून वॉश डे ची सुट्टी असायची, बायकोला घरकामात व कपडे धुण्यासाठी मदत करण्यासाठी.

अभिजितचा व स्मिताचा जर्मनीत छान जम बसला होता. मुलंही शाळेत रमली होती. नेहमीप्रमाणे उन्हाळ्याच्या सुट्टीत स्मिता व मुलं अमेरिकेत गेली. स्मिताच्या बहिणीनं मोठं घर बांधलं होतं. त्या घराच्या वास्तुशांतीसाठी सर्व कुटुंब एकत्र बॉस्टनला जमलं होतं. स्मिताची पाठ अलीकडे दुखत असे. अमेरिकेला व जर्मनीत अनेक डॉक्टर करून झाले. पण तिला बरं वाटेना.

एके दिवशी चित्राची मैत्रीण ज्योती फोन करून संध्याकाळी माझ्याकडे आली. ज्योती बहुधा दुपारी येत असे. एवढ्यात अभिजितचा फोन आला. त्यानं ती भयंकर बातमी मला सांगितली. स्मिताला कॅन्सर झाला होता. मेलोनेमा नावाचा त्वचेचा कर्करोग. पुन्हा तो मांडीतही पसरला होता. हा धक्का मला अनपेक्षित होता. मला एकदम रडू कोसळलं. कोणाची दृष्ट त्यांच्या संसाराला लागली! सगळं कसं छान चाललं होतं त्यांचं जर्मनीत. त्यानंच ज्योतीला माझं सांत्वन करायला व धीर द्यायला मुद्दाम बोलावून सांगितलं होतं. मी अगदी सुन्न झाले.

स्मिताचे उपचार आता बॉस्टनला राहूनच करायचं ठरलं. जर्मनीत आमची कोणीच माणसं नव्हती. बॉस्टनला कल्पना व स्मिताची बहीण नीता राहत होती. शाळेचं नवीन वर्ष सुरू झालं आणि मुलींची नावं बॉस्टनच्या प्रायव्हेट शाळेत घातली. अभिजितच्या आणि स्मिताच्या बहिणींनी सर्व जबाबदारी घेतली. अभिजितला जर्मनीला जाऊन बदलीची खटपट करायची होती. शाळेचे पाच दिवस मुलं व स्मिता नीताकडे राहणार होते. नीताची मुलंही त्याच शाळेत जात होती. त्यामुळं ते सोपं गेलं असतं. शुक्रवार ते सोमवार सकाळपर्यंत ती मंडळी कल्पनाकडे राहणार होती. बदली मिळेपर्यंत अभिजित जर्मनी-अमेरिका वारी करीत होता. जॉशुआ व स्मिताच्या बहिणीचा नवरा स्मिताला ट्रीटमेंटकरिता हॉस्पिटलमध्ये ने आण करीत होते. कधी अभिजित बॉस्टनला असला तर तो स्मिताला हॉस्पिटलमध्ये नेत होता.

मुलांना या सगळ्याचा धक्काच बसला. पण त्यांनी दाखवलं नाही. दर आठवड्याला ती सामान घेऊन इकडून तिकडे जात होती. अभिजित व स्मिता मुलांचा अभ्यास घेत होती. त्यांचं शिक्षण त्यांना महत्त्वाचं वाटत होतं. स्मिताला जो मेलोनेमा हा कॅन्सरचा प्रकार झाला तो सूर्यप्रकाशामुळे होतो व बहुधा गोऱ्या लोकांना होतो. तो स्मिताला कसा काय झाला कोण जाणे!

त्या रोगावर अमेरिकेत जिथं जिथं उपचार होण्यासारखे होते तिथं तिथं अभिजित तिला घेऊन जात होता. उभी आडवी अमेरिका त्याने तिच्यासाठी पालथी घातली. लाखो रुपये खर्च केले.

अभिजितने डलासला बदली करून घेतली. जर्मनीतलं सर्व सामान अमेरिकेला पाठवलं. सप्टेंबर ते डिसेंबर ही मुलांच्या शाळेची टर्म बॉस्टनला पुरी केली व दुसऱ्या टर्मला डलासला जायचं ठरवलं. जर्मनीला जायच्या आधी डलासला ज्या शाळेत ती जात होती तिथं प्रवेश मिळविण्याचा प्रयत्न केला. दुसऱ्या टर्ममध्ये कधी प्रवेश दिला जात नाही. पण अनुकंपेमुळे स्मिताला पाहून मुलींना शाळेत प्रवेश मिळाला. स्मिताने मुलांच्या शाळेसाठी खूप खटपट केली. तेव्हा नियम बाजूला ठेवून त्याच शाळेत मुलींना प्रवेश मिळाला.

जानेवारीत मी डलासला गेले. तेव्हा ते सर्वजण एका हॉटेलात राहत होते. दोनचार

खोल्या त्यांच्याकडे होत्या व एक स्वयंपाकघरही होतं. स्मिताला पाहून मला रडूच कोसळलं. अभिजित तर हबकून गेला होता. मला पाहून त्यांना रडू कोसळलं. आता कसं होणार, काय होणार हेच तो सारखं म्हणत होता. अर्ध्या संसारावर असा प्रचंड आघात झाला होता. दहा व बारा वर्षांच्या मुली होत्या. त्यांना कसं काय वाढवणार? स्मितावर कोणते उपचार करायचे? ती यातून बरी होईल का?

स्मिता खूप धीराची होती. तिनं आपल्या रोगावर खूप वाचन केलं होतं. डॉक्टरांशी ती सारखी विचारविनिमय करीत होती. ह्या रोगावर कुठं संशोधन चाललं आहे ते शोधून काढीत होती. अगदी प्रायोगिक संशोधन चाललेलं होतं त्या ठिकाणीही उपचाराला जायची तिची तयारी होती.

त्यातच नव्या घराचा शोध चालू होता. घराबद्दल स्मिताच्या काही कल्पना होत्या. तिनं खूप घरं पाहिली व नंतर एक मोठं घर पसंत केलं. घर खूप मोठं होतंच, खेरीज त्याला मागंपुढं बाग होती. स्विमिंग पूल होता. मोठ्या बेडरूम होत्या व एक बंदिस्त कोर्ट यार्ड होतं. हे घर स्मिताच्या पसंतीस पडलं. मग त्याला रंगरंगोटी केली व आम्ही त्या घरात राहायचं ठरवलं आणि त्याच दिवशी जर्मनीहून संसाराचं सामान व फर्निचर आलं. सामान यायच्या वेळी स्मिताची आठदहा मित्रमंडळी सामान लावायला आली. अभिजितने सामानाची यादी केली होती. सर्व बॉक्सेसमध्ये ते कुठच्या खोल्यांत टाकायचं याची चिठ्ठी होती. त्यांचं भलंमोठं सामान यादीनुसार त्या त्या खोलीत ठेवलं गेलं. भराभर बॉक्स उघडून मंडळींनी सामान कपाटात लावलं. फर्निचर आपापल्या जागी गेलं. गॅरेजमध्ये रिकाम्या बॉक्सेसचा डोंगर झाला. इतके बॉक्स उघडून उघडून मंडळींचे हात दुखू लागले. पण एका दिवसात सर्व सामान लागलं हे विशेष.

स्मिताच मुलींना शाळेत पोचवणं आणणं करीत होती. त्याकरिता त्यांना दुसऱ्या गाडीची आवश्यकता होती. अगोदरची त्यांची मोठी व्हॅन होतीच. स्मिता डॉक्टरांना फोन करून उपचाराची माहिती घेत होती व मला घेऊन हॉस्पिटलमध्ये जात होती, शॉपिंगला जात होती, ग्रोसरी आणत होती. बॉस्टनला असतानाच केमोथेरपीनं तिचे केस गेले होते, पण आता ते दोनेक इंच वाढले होते.

अभिजित ऑफिस सांभाळून घरचं काम करीतच होता. आणि स्मिताचा उत्साहदेखील पूर्वीसारखाच होता. ती कधी कुरकूर करीत नसे. उलट पुढचे पुढचे बेत रचत असे. हॉस्पिटलमधून येताना मला घेऊन ती रेस्टॉरंटमध्ये जात असे. मला मात्र तिथं काही खाववत नसे. इच्छाच नसे काही खाण्याची.

तिचे केमोथेरपीनं गेलेले केस आता थोडे आले होते. ते तिला चांगलेही दिसत होते. एकदा ताराची मैत्रीण तिला म्हणाली, "तुझ्या आईची हेअरस्टाईल मला आवडली."

तारा म्हणाली, "तिला कॅन्सर आहे."

मुलांपासून त्यांनी काही लपवलं नव्हतं.

हॉस्पिटलमध्ये केमोथेरपी घेताना ती अगदी ग्लानीत असे. पण आपली औषधं बरोबर देतात की नाही यावर तिचं बारीक लक्ष असे. एकदा तिला चुकीचं औषध नर्सनं दिलं. तेव्हा तिनं खूप आरडाओरडा करून योग्य औषध द्यायला लावलं. स्मितानं मुळीच धीर सोडला नव्हता. माझ्यानं होईल तितकं मी करीत होते. पण मला कोणीतरी न्यावं आणावं लागत असे. हॉस्पिटलमध्ये बसायला मधूनमधून तिच्या बहिणी, कल्पना वगैरेची डलासला ये जा होतीच.

दोन महिन्यांनी मी मुंबईला आले. गाडगीळ तिथं एकटेच होते. त्यांना आमच्या भिकूनं सांभाळलं होतं. ती आमच्याकडे अनेक वर्षं होती. अतिशय प्रामाणिक होती. व आमच्यावर तिचं फार प्रेम होतं. दरवर्षी आम्ही अमेरिकेला जात होतो व दोन दोन महिने ती घर सांभाळत असे व आम्ही यायच्या वेळेला घरात सर्व सामान भरलेलं असे. दूध, भाजी, थोडीफार फळं, नारळ वगैरे तर तयार असेच. पण पोळीचं पीठही भिजवलेलं असे.

मी मुंबईला आल्यावर स्मिताचे आईवडील अमेरिकेला येऊन राहिले. इतर नातेवाइकांची ये जा होतीच.

अजून स्मिताला चाळिसावं लागलं नव्हतं. पुढच्या वर्षी तिला चाळीस वर्षं पूर्ण होणार होती व त्याबद्दलचे बेत ती करीत होती. वाढदिवस कसा साजरा करणार, कोणाकोणाला बोलावणार, इंग्लंड जर्मनी या ठिकाणच्या तिच्या मैत्रिणींना तिनं आमंत्रणं दिली होती.

पण सगळे प्रयत्न संपले व जून दोनला ती गेली. आपल्याकडे तो दिवस तीन जूनचा होता. त्यानंतर आम्ही दोघं डलासला गेलो. घर होतं तसंच नीटनेटकं होतं. तिची आठवण सर्वत्र भरून राहिली होती. अभिजित मुळीच सावरला नव्हता. अर्ध्या वयाच्या दोन मुलींची जबाबदारी पेलणं ही काही सोपी गोष्ट नव्हती. आम्ही जरी गेलो होतो तरी कायम तिथं राहणं शक्य नव्हतं. कल्पना तेव्हा आली होती व तिनं एक बाई पाहिली होती. तिची नीट चौकशी केली व तिला कामावर ठेवली. बाई चांगली वाटली. शमा नावाची पाकिस्तानी बाई होती. तिची स्वत:ची गाडी होती. तीन वाजता ती येत असे, स्वयंपाक करीत असे व नंतर मुलींना शाळेतून आणत असे. अमेरिकेच्या मानाने शाळा दोन-तीन मैलांवरच होती. ती कपडे वगैरे धुवून जागच्या जागी लावत असे. जाताना टेबल मांडून ठेवत होती. पैसे भरपूर घेत असे, पण काम करायची.

अभिजित मुलींना शाळेत नेत असे. कधी शेजारची बाई आपल्या मुलाबरोबर ह्या मुलींनाही शाळेत नेत असे. शमा त्यांना संध्याकाळी परत आणत असे. मुली आपला डबा तयार करायच्या. मी होते तेव्हा मी त्यांचे डबे व ब्रेकफास्टची तयारी करीत होते. एक स्पॅनिश बाई घर साफ करायला, बाथरूम्स धुवायला येत असे. माळी बागेचं काम

करायचा. स्विमिंग पूल साफ करणाराही एक माणूस होता. अशी अभिजित घराची घडी बसवत होता.

पण अभिजितला खूपच डिप्रेशन आले होते. मुली लहान होत्या व या वयातच त्यांना आईची गरज होती. अभिजित त्यांना नीट सांभाळत होता. तरीही त्याच्या प्रकृतीवर फार परिणाम झाला. तो गप्प बसून राहू लागला. मनातलं काही बोलेनाच. आम्हांला काही करता येत नव्हतं. त्याच्याजवळ राहताही येत नव्हतं. तरी त्या वर्षात मी तीन वेळा डलासला गेले. जमलं तसं केलं त्यांचं.

नववी ते बारावीपर्यंत तारा बॉस्टनला बोर्डिंग स्कूलमध्ये राहिली. बॉस्टनला कल्पना व तिची मावशी तिला मदत करायला होत्या. पण निशा मात्र बोर्डिंग स्कूलमध्ये गेली नाही. अभिजितला एकटं सोडून जायचं तिनं नाकारलं. ती अभिजितबरोबर डलासला राहिली.

पण एवढं पुरे झालं नाही म्हणून की काय मोबिल ऑईल ही जगातली दुसऱ्या नंबरची ऑईल कंपनी एक्झॉन ऑईल कंपनीनं विकत घेतली. कंपनीची मालकी दुसरीकडे गेली की अमेरिकेत जुन्या कंपनीतल्या माणसांना नोकरीची शाश्वती नसते. त्यांना पैसे वगैरे देऊन जायला सांगतात. एक्झॉन ऑईलचं ऑफिस ह्यूस्टनला होतं. त्यात नोकरी मिळाली असती तर डलास सोडावं लागणार होते.

सहा महिने आपण ह्या कंपनीत राहू की पैसे घेऊन (गोल्डन हँडशेक) घरी बसावं लागेल याची अभिजितला मुळीच कल्पना नव्हती. शिवाय अभिजित मोबिल ऑईलमध्ये जे काम करत होता तशा प्रकारची जागा एक्झॉन ऑईलमध्ये नव्हती. वयाच्या बेचाळिसाव्या वर्षी दुसरीकडे कुठं नोकरी मिळणार ? आणि पैसे घेऊन घरी तरी कसं बसणार ? शिवाय मुलींची शिक्षणंही झाली नव्हती. घरच्या स्थितीचा ताण त्याला होताच, पण आता नोकरीचीही शाश्वती नाही. ह्या दोलायमान अवस्थेत सहा महिने गेले. पण शेवटी अभिजितचं मोबिलमधलं काम पाहून एक्झॉन कंपनीनं त्याच्यासाठी तसं पद निर्माण करून त्याला ह्यूस्टनला बोलावलं. तो मोबिलमध्ये करत होता तशाच प्रकारचं काम त्याला एक्झॉन ऑईलमध्ये मिळालं.

निशाला घेऊन तो ह्यूस्टनमध्ये अपार्टमेंट घेऊन राहिला व निशाला चांगल्या प्रायव्हेट शाळेत घातले. डलासचं सर्व फर्निचर वगैरे सामान त्याने गोडाऊनमध्ये ठेवलं.

नंतर वर्षानं अभिजितने नवीन घर घेतलं. पूर्वीपेक्षा खूप मोठं. त्याला मोठं आवारही आहे व स्विमिंग पूलही आहे. आम्ही त्या घरी जाऊ शकलो नाही. कारण लगेचच्या उन्हाळ्यात गाडगीळांचा आजार सुरू झाला. गेली साडेचार वर्षं हा आजार चालूच आहे. त्यामुळे आमची अमेरिकेची वार्षिक फेरी बंद झाली.

अभिजित शिकायला ह्यूस्टनमध्ये होता व आता नोकरीनिमित्त पुन्हा तो ह्यूस्टनमध्ये राहतो आहे.

स्मिताच्या शेवटच्या आजारात ती मला म्हणायची, "आई, अभिजित साधा आहे, त्याला चांगली मुलगी बघून तुम्ही त्याचं लग्न करून द्या."

काय वाटलं असेल मला तिचं हे बोलणं ऐकून... !

स्मिता गेल्यावर अभिजितला पुष्कळ मुली सांगून आल्या. त्यांना मी परस्पर नकार दिला. मला खात्री होती की अभिजितला त्याच्याजोगती चांगली मुलगी मिळेल आणि झालंही तसंच. आपल्या दोन्ही मुली मोठ्या होऊन त्यांना समज येईपर्यंत अभिजितनं लग्न केलं नाही आणि मनासारखी डॉ. अंजली निवडली व सावकाशीनं तिच्याशी लग्न केलं. अंजली सारस्वत आहे.

अंजलीशी त्याचा संसार सुखानं चालू आहे. तारा आता हार्वर्ड युनिव्हर्सिटीत चौथ्या वर्षाला शिकत आहे. निशा स्टॅनफर्ड युनिव्हर्सिटीत दुसऱ्या वर्षाला आहे. पुढं डॉक्टर व्हायचा विचार ती करते आहे. १९५७ साली गाडगीळ ह्या दोन्ही युनिव्हर्सिटीत राहिले होते. आता आमच्या नाती तिथं गेल्यामुळे आणखी एक वर्तुळ पुरं झालं.

चित्रलेखाला ॲमहर्स्ट युनिव्हर्सिटीत ॲडमिशन मिळाली. हे कॉलेज बॉस्टनपासून फार लांब नव्हतं. शिवाय तिथून बॉस्टनला बसेस होत्या. कल्पना तेव्हा नेथनच्या वेळी गरोदर होती. अगदी तिच्या नवव्या महिन्यात चित्रा बॉस्टनला येऊन पोचली. कल्पनाने तिची सगळी व्यवस्था ॲमहर्स्टला लावून दिली. तिला काय हवं नको ते घेऊन दिलं. थोडी भांडीकुंडी स्वयंपाकाचं सामान, अंथरूण-पांघरूण वगैरे तिनं मोठ्या प्रेमानं घेऊन दिलं. चित्रात व कल्पनात बारा वर्षांचं अंतर असल्यानं ती चित्राला 'किड सिस्टर' म्हणून तिचे लाड करत होती. तिनं कँपसजवळच चित्राला एक अपार्टमेंटही शोधून दिलं. तिथं दुसऱ्या दोन मुलींबरोबर ती राहत होती. एक मुलगी होती पंजाबी व एक मुलगी होती अमेरिकन. त्या प्रत्येकीला वेगळी खोली होती, पण स्वंयपाकघर एक होतं. प्रत्येकजण आपापलं जेवणखाण करीत असे.

चित्रलेखाला स्कॉलरशिप नव्हती, कारण मॅनेजमेंटला ती देत नसत. त्यामुळे रिझर्व्ह बँकेनं चित्राकरिता वर्षाला दहा हजार डॉलर्सचं परमिट दिलं होतं. प्रत्येक सेमिस्टरला मला पैसे पाठवता येत होते. विमानाचं तिकीट व पहिल्या सेमिस्टरची फी एवढंच तिनं बरोबर नेलं. ॲमहर्स्ट युनिव्हर्सिटीत ही स्टेट युनिव्हर्सिटी होती, त्यामुळे तिथं फी कमी होती. अभिजितची राईस युनिव्हर्सिटी प्रायव्हेट होती म्हणून तिथली फी जास्त होती. पण त्याला फेलोशिप मिळाल्यामुळे ती माफ झाली होती.

चित्राचं अपार्टमेंट व कॉलेजामध्ये अंतर जवळ जवळ नव्हतंच. ती पायीच कॉलेजला जात येत होती. त्यामुळे तिला मोटारीची फारशी गरज भासली नाही. बॉस्टनच्या बसेस तिथूनच सुटायच्या, त्यामुळे कल्पनाकडे जाणं येणं सोपं झालं होतं.

पण तिनं काटकसर करून एक जुनी गाडी घेतली. अभिजितनं पण तिच्या शिक्षणासाठी थोडी मदत केली. दुसऱ्या सेमिस्टरला तिनं आमच्याकडून पैसे घ्यायचं नाकारलं व असिस्टंटशिप मिळवून आपला खर्च भागवू लागली.

चित्रा बॉस्टनला गेल्यागेल्याच सप्टेंबरमध्ये कल्पनाला नेथन झाला. तिचं सिझेरियन करावं लागलं. तिच्या सासूसासऱ्यांनी तिला मदतीचा हात दिला. नेथनच्या संगोपनात कल्पना बुडून गेली. कल्पनाच्या बेसमेंटमध्ये मोठी पँट्री होती व ती सामानानं भरली होती. अनेकदा बेसमेंटमध्ये काय आहे नाही याची पाहणी न करताच दोघंही वाणसामान आणत होते. आता चित्रा आल्यामुळे त्या वाणसामानाला पाय फुटले. चित्रा पिशव्या भरूनभरून डाळ, तांदूळ, साखर, चहा, निरनिराळी पिठं वगैरे घेत होती. ती कल्पनाला म्हणायची, "कल्पना, मी हे सामान नेते."

कल्पनाही तिला काय हवं नको ते घ्यायला देत असे. चित्रा नुसतंच वाणसामान घेत नसे तर उश्या, चादरी, टॉवेल वगैरेही बिनदिक्कत ॲमहर्स्टला नेत असे. कधी कधी कल्पना तिला थट्टेनं म्हणायची, "माझं बेसमेंट म्हणजे काय वाण्याचं दुकान आहे का ?"

चित्रा सप्टेंबर महिन्यात अमेरिकेला गेली व डिसेंबरला थंडी पडू लागली. चित्रा कल्पनाला म्हणाली, "नाहीतरी माझ्या वाढदिवसाला तू काहीतरी मला देणार आहेसच ना ? मला सध्या इलेक्ट्रिक ब्लँकेट हवं आहे, ते तू आताच दे."

कल्पना हसली, पण जॉशने तिला ते ब्लँकेट घेऊन दिलं. खरं म्हणजे तिचा वाढदिवस होता एप्रिलमध्ये सहा महिन्यांनंतर. पण तिनं अगोदरच गिफ्ट वसूल केलं.

ॲमहर्स्टला चित्राने एम. बी. ए. तर केलंच, पण एम. एस.सुद्धा केलं. ते कमी झालं म्हणून की काय तिनं सी. पी. ए.च्या परीक्षेची तयारी केली. ही डिग्री आपल्याकडच्या सी. ए. सारखी असते व ती कठीण असते. त्याचा रिझल्ट दहाबारा टक्के लागतो. इथून सी. ए. करून गेलेल्यांनादेखील ती कठीण जाते. तिच्याबरोबर शिकणारे बहुतेकजण पस्तीस- चाळिशीचे होते. तिथं बहुधा नोकरी करून ही परीक्षा देत असत. पण त्याही परीक्षेत चित्रा पहिल्याच प्रयत्नात उत्तीर्ण तर झालीच, शिवाय तिला शेफर प्राईज मिळालं. त्या परीक्षेत यशस्वी झालेली ती सर्वांत लहान होती. हे बक्षीस स्वीकारताना तिला पाहायची संधी आम्हांला मिळाली.

नंतरच्या उन्हाळ्याच्या सुट्टीत तिनं दोन रिसर्च असिस्टंटशिप मिळवल्या. मुंबईला असताना लाडावलेली चित्रा अमेरिकेत इतकी मेहनत करते हे पाहून मी चकित झाले. ती ॲमहर्स्टला शिकत असताना तिच्याकडे मी दोन वेळा राहिले होते.

चित्रा गटमन कुटुंबात पूर्णपणे सामावली गेली होती. जॉशचे आईवडील जीन व ॲलन यांनी तर तिला दत्तकच घेतली होती. न्यूयॉर्कला जाता येता वाटेत थांबून ते तिला चांगल्या हॉटेलात नेऊन जेवूखाऊ घालत होतेच. पण त्यांचा मित्रही तिला भेटून

जायला लागला व रेस्टॉरंटमध्ये नेऊ लागला. भावंडांत जॉश सर्वांत लहान होता. त्याला ज्यूडी व एरिका अशा दोन बहिणी होत्या. पण जॉशला ही लहान बहीण आवडली असावी. तो तिची खूप काळजी घेत असे, अगदी कल्पनाइतकीच.

जॉशची बहीण ज्यूडी त्यांच्या जवळच राहत होती. तिचा नवरा केन मोठा गमत्या माणूस होता. तो नेहमी थट्टेनं तिरकं बोलत असे. ज्यूडी व केन दोघंही वकील होते व युनिव्हर्सिटीत शिकवत होते.

गटमन कुटुंब एकमेकांना धरून होतं. जीन व ॲलन गटमन यांनी ते संबंध अधिक घट्ट व्हायला मदत केली होती. त्यांच्या दोन मुली व मुलगा ही तीनही कुटुंबं व त्यांची मुलं दरवर्षी उन्हाळ्यात आठ दिवस एकत्र राहत असत. चित्राचाही त्यांनी आपल्या कुटुंबात समावेश केला. डिसेंबरमध्ये ख्रिसमसला ती सर्व कुटुंबं जीन-ॲलनच्या घरी एकत्र येत असत. त्यातही चित्रा होतीच. जॉशचे मामा मामी व्हिक्टर व गॅब्रियल हेही चित्राला बोलावत असत. त्यामुळे तिला एकटं वाटत नसे. मलाही तिची काळजी वाटत नसे.

गटमन कुटुंबाच्या मित्रमंडळींनीही चित्राला सामावून घेतलं. ॲलनचा बेन नावाचा मित्र होता. बहुधा एकटाच होता. पण त्याचे मित्र सगळ्या वयाचे होते व त्यांच्याशी तो फोनने व पत्राने संपर्क ठेवत असे. त्याचा जनसंपर्क अफाट होता. सगळ्यांचे वाढदिवस, लग्नदिवस त्याच्या आठवणीत असत. तो म्हणे की, मी अमेरिकेत कुठंही गेलो तरी मला हॉटेलमध्ये राहावं लागत नाही. ॲमहर्स्टला थांबून चित्रालाही बेन रेस्टॉरंटमध्ये नेऊन जेवायला घालत असे. तशीच जीनची मैत्रीण एरिका लॉस एंजलीसला होती व पुढे चित्राही लॉस एंजलीसला राहायला गेली. तिला अंजली झाली, तेव्हा एरिकानं चित्राला खूप मदत केली.

ॲमहर्स्टला असताना चित्राची ओळख तिच्या एका वर्गमित्राबरोबर झाली. राकेश गुप्ता हा दिल्लीचा राहणारा मुलगा चित्राबरोबर एम. बी. ए. करीत होता. त्याचे वडील ओंकारनाथ गुप्ता हे दिल्लीला जिंदालमध्ये कामाला होते. ते पूर्वीचे सी. ए. होते. कामाला ते वाघ होते. काम करणं हेच त्यांचं मनोरंजनाचं साधन होतं. त्यांना वाचनाची, टीव्ही बघण्याची आवड नव्हती. मन लावून ते काम करीत होते. त्यांना दोन मुलगे व एक मुलगी. दोन्ही मुलगे अमेरिकेत स्थायिक. मुलीचं मिलिटरीतील माणसाशी लग्न झालेलं होतं. जावई फलटणीत असल्याने त्याची ठिकठिकाणी बदली होत असे. आता ते दिल्लीजवळच्या गोधुली या ज्येष्ठ नागरिकांच्या वसाहतीत जागा घेऊन राहतात. त्यांनी आपली गाडी व ड्रायव्हरही ठेवला आहे. पण तिथंही त्यांना कामाशिवाय चैन पडत नाही. ते त्या वसाहतीचं हिशेबाचं काम विनावेतन करतात.

राकेश गुप्ता हा भारतात सी. ए. झाला होता आणि एका मोठ्या कंपनीत नोकरीला होता. त्याला अमेरिकेत जाऊन पुढं शिकायचं होतं, म्हणून तो आपली चांगली नोकरी

सोडून ॲमहर्स्टला मॅनेजमेंटची पदवी घ्यायला गेला होता. राकेश हा गोरा, उंचापुरा व अतिशय देखणा मुलगा आहे. चित्राचं व राकेशचं लग्न ठरलं. पण दोघांकडेही ग्रीन कार्ड नव्हतं. दोन वर्षांत एम. बी. ए. करून राकेश लॉस एंजलीसला नोकरी करून राहू लागला. तो स्थिरस्थावर होईपर्यंत एका वर्षांत चित्रानं एम. एस. व सी. पी. ए. केलं.

अभिजित व कल्पनानं विचारविनिमय करून ठरवलं की चित्राला जर ग्रीन कार्ड लवकर मिळायला हवं असेल, तर मी किंवा गाडगीळांनी ग्रीन कार्ड घेऊन मग तिला स्पॉन्सर करायचं. चित्राला आमची अविवाहित मुलगी म्हणून लवकरच ग्रीन कार्ड मिळालं असतं. गाडगीळांनी ग्रीन कार्ड घेतलं नाही. मी आपली कुठंही गृहीत धरलेली आहेच. तेव्हा मी ग्रीन कार्ड घ्यावयाचं असं ठरलं.

मला ग्रीन कार्डाकरिता कल्पनानं स्पॉन्सर केलं व सहा महिन्यांत मला ग्रीन कार्ड मिळालं. लगेच अमेरिकेला जाऊन मी चित्राला स्पॉन्सर केलं. ह्या भानगडीत मला तीनचार वेळा अमेरिकेची वारी करावी लागली. सहासात महिन्यांत चित्राचा नंबर आला व तिला ग्रीन कार्ड मिळालं.

ग्रीन कार्ड मिळाल्यावर आठच दिवसांत चित्राने राकेशबरोबर लग्न केलं. खरं म्हणजे चित्रामुळे राकेशलाही ग्रीन कार्ड मिळालं असतं, पण त्याला ते मान्य नव्हतं. राकेशला स्वत:च्या हिमतीवर ग्रीन कार्ड मिळवायचं होतं आणि त्याला ते मिळालं ते अनेक वर्षांनी. राकेश व चित्रा आता अमेरिकन नागरिक आहेत.

चित्राचं लग्न बॉस्टनला कल्पनाकडे झालं. लाडू, चिवडा, शेव, शंकरपाळ्या करून डबे भरून आम्ही तिघंही कल्पनाकडे गेलो. राकेशचे वडील ओमभाई दिल्लीवरून आले होते. पण आल्या आल्या त्यांचं सामान हरवलं होतं. पण दुसऱ्या दिवशी ते विमान कंपनीच्या लोकांनी घरी आणून दिलं.

कल्पनाने चित्राच्या लग्नाची जोरदार तयारी केली होती. गटमन कुटुंब त्यात सामील होतंच. राकेश व चित्रा यांची मित्रमंडळी होती. लंडनहून अभिजितही आला होता. घरी रजिस्ट्रार बोलावून त्याने दोघांनाही शपथ दिली. पण शपथ पूर्ण व्हायच्या आतच चित्रा "आय डू, आय डू..." म्हणाली व सर्वत्र हशा पिकला. चित्रानं लग्नानंतर आपलं आडनाव बदललं नाही. ती गाडगीळ आडनाव लावते.

गुप्ता कुटुंबानं बेव्हर्ली हिलवर अपार्टमेंट घेतलं होतं. बेव्हर्ली हिल हा श्रीमंत लोकांचा नटनट्यांचा रहिवास असलेला भाग. एकेका रस्त्याला त्या रस्त्यावर दुतर्फा लावलेल्या झाडांच्या नावानं ओळखलं जातं. ब्रीच स्ट्रीट, पाईन स्ट्रीट वगैरे मैल न् मैल एकसारखी तीच झाडं दिसतात. तसंच जगातलं सर्वात महाग रोडिओ ड्राइव्ह हा बाजारपेठेचा भाग तर चित्राच्या घरापासून चालण्याच्या अंतरावर होता. आम्ही तिथं जायचो, पण विंडो शॉपिंगला. काचेतून तिथल्या वस्तूंच्या किंमती पाहूनच छाती दडपायची.

तिथं श्रीमंत लोक, नटनट्या व जपानी टुरिस्टच जायचे, या रोडिओ ड्राइव्हची एक टूर होती व टुरिस्ट बसमधून तो पाहता यायचा.

लवकरच चित्रा व राकेशनं स्वत:चं घर विकत घेतलं. घर विकणं व विकत घेणं किती किचकट काम होतं ते आम्ही पाहिलं. एजंट तर दोन्ही बाजूचे असतात. विकणाऱ्याचे व विकत घेणाऱ्याचे. ते निरनिराळ्या एजन्सीजच्या तज्ज्ञ लोकांना घर तपासायला बोलावतात व ते तज्ज्ञ त्यांना त्यातील दोषांची लांबलचक यादी देतो. ते दोष दूर झाल्यावर घराची खरेदी होते. अभिजितचं घर विकतानाही आम्ही पाहिलं होतं. घर नेहमी घासूनपुसून लख्ख ठेवायला लागायचं.

घर घेतल्यावर त्यांनी मुलाचा विचार केला. चित्रा एका बँकेत नोकरीला होती. चित्राने तिची नियोजित बाळंतपणाची तारीख मला कळवली होती व त्याप्रमाणे मी माझं तिकीट काढलं होतं. पण चित्रा पंधरा दिवस आधीच बाळंत झाली. मला तिकीट बदलता येईना. तिथं बाळंत झाल्यावर एक दोन दिवसच हॉस्पिटलात ठेवतात. मग फुलं-केक वगैरे देऊन त्यांची घरी रवानगी करतात. चित्रा छोट्या अंजलीला घेऊन घरी आली. पण तिला व राकेशला ह्या एवढ्याशा मुलीला कसं सांभाळायचं ते कळेना. मग जीनची मैत्रीण एरिका मदतीला आली. कल्पना मायाला घेऊन आठ दिवस लॉस एंजलीसला आली.

यथावकाश मी येऊन पोचले आणि जमेल तशी तिला मदत केली. तिथं प्री नेटल ट्रेनिंग देतात. त्यामुळे मुलाची काळजी कशी घ्यायची हे बाहुली देऊन शिकवलं जातं. चित्राला जास्त रजा नव्हती व मीही महिन्या दीड महिन्यांत मुंबईला आले.

अर्जुन झाला तेव्हा स्मिताचं दुखणं शेवटच्या अवस्थेत होतं व मी मुंबईला होते. चित्रा ज्या बँकेत होती, ती छोटी बँक डलासच्या मोठ्या बँकेनं घेतली. त्यामुळे चित्राला डलासला यायचं होतं. राकेश डलासला नोकरी शोधत होता.

स्मिताच्या मृत्यूनंतर चित्रा तिथं आल्यानं अभिजितला थोडी मदतच झाली असती. डेलॉईट ह्या मोठ्या कंपनीत राकेशला नोकरी मिळाली व त्यांनी डलासमध्ये स्वत:चं मोठं घर घेतलं. मुलं लहान होती म्हणून चित्रानं लहान बँकेत छोट्या पदावर नोकरी घेतली होती. पण गंमत अशी की हीही बँक सीटी बँकेनं घेतली आणि सुदैवानं चित्राच्या डिग्र्या व काम पाहून तिला सीटी बँकेत अधिक जबाबदारीची नोकरी मिळाली.

राकेशची नोकरी ही फिरतीची आहे. जिथं काम असेल तिथं त्याला जावं लागतं. सोमवारी सकाळी तो बाहेरगावी जातो व शुक्रवारी संध्याकाळी परत येतो. असा तो विकएंड नवरा आहे.

डेलॉइटमध्ये राकेश आता डायरेक्टर झाला आहे. त्यामुळे त्याला युरोप व रशिया इथंही जावं लागतं व कधी दोन तीन आठवडे राहावं लागतं. चित्रा आता सीटी बँकेत

मॅनेजर झाली आहे. तिलाही महिन्यातून निदान एकदातरी बाहेरगावी जावं लागतं. एरवीही तिच्या घरी नॅनी असते. ती मुलांना घरी आणते व त्यांना जेवूखाऊ घालते, अभ्यासाला बसवते. आई आणि बाप घरी नसताना ती मुलं नॅनीबरोबर एवढ्या मोठ्या घरात राहतात, हे ऐकूनच मला वाईट वाटतं. पण मुलं आता ह्या प्रकाराला तयार झाली आहेत. फार समजूतदार मुलं आहेत. अंजली बारा वर्षांची आहे व अर्जुन नऊ वर्षांचा आहे. दोघांचीही शाळेतील प्रगती समाधानकारक आहे. मुलं आपली कामं तुरुतुरु करत असतात. आपला ब्रेकफास्टही स्वतःच करून घेतात. एकंदरीत चित्रा-राकेशचा संसारही मार्गाला लागला आहे.

❖❖

९.

आमच्या लग्नाला आता अठ्ठावन्न वर्षे झाली आहेत.

माझ्या आयुष्यात अनेक चांगले लोक आले. त्यांनी माझं आयुष्य समृद्ध केलं आणि माझ्या आयुष्याला अर्थ दिला.

नागपाड्याला बेहेरे कुटुंब आणि आम्ही काही वर्षं जवळ राहिलो. कल्पना व अभिजित त्यांच्या मुलांत सहज मिसळले व त्यांनी आमच्या दोन्ही मुलांचं कौतुक केलं. त्यांची मोठी मुलगी वीणा तर माझी तिसरी मुलगीच झाली. अभिजितच्या बरोबरीच्या बेहेऱ्यांच्या जुळ्या मुली होत्या. वीणाला बेहेऱ्यांनी अगदी कडक शिस्तीत वाढवलं. शाळेचा युनिफॉर्म गुडघ्याच्या खाली दोन इंच असलाच पाहिजे असं तिच्यावर बंधन होतं. त्यांच्या अनेक ठिकाणी बदल्या झाल्या व वीणाच्या शाळा-कॉलेजात त्याप्रमाणे बदल झाले. कधी ह्यूम हायस्कूल तर कधी सेंट कोलंबो, कधी विल्सन कॉलेज, तर कधी पाटकर कॉलेज. वीणा बी. ए. ला बसली आणि त्यांनी तिचं लग्न ठरवलं. श्रीपाद जोशी तसा इंजिनीअरिंगचा केवळ डिप्लोमा होल्डर होता, पण हुशार होता. वीणाच्या मानानं त्याचं शिक्षण जरा कमीच वाटत होतं. पण तो फार कर्तबगार निघाला. वीणाचं लग्न ठरल्यावर त्यांना एकमेकांना भेटावं, फिरायला जावं असं वाटायचं पण नाना बेहेऱ्यांना असले चाळे पसंत नव्हते. आम्ही त्या वेळी पार्ल्याला राहत होतो. दोघंही आमच्याकडे यायचे व जुहूला फिरायला जायचे. नानांना याचा पत्ताच नव्हता. पुढं वीणाचं लग्न झालं व ती दोघं पार्ला पूर्वेला जयविजय सोसायटीत राहू लागली.

वीणा ही जिद्दीची, कर्तबगार, महत्त्वाकांक्षी मुलगी होती. तिनं आपल्या नवऱ्याला श्रीपादला त्याची छोटी नोकरी सोडायला लावली व घरीच मेन्टेनन्सची कामं त्यांनी घेतली. शिवाय घरी एक मुलगा ठेवून छोटे मोठे स्पेअरपार्ट करू लागली. पुढं त्यांनी कारखाना काढला, गाडी घेतली. त्यांचं चांगलं चाललं होतं. तिला सहा मुलगे झाले,

पण त्यांतले तीन लहानपणीच गेले.

वीणा पार्ल्याला होती तेव्हा आम्ही वांद्र्याला साहित्य सहवासमध्ये राहायला आलो होतो. नानांनी रिटायरमेंट घेतल्यावर बेहेरे कुटुंब पुण्याला राहायला गेले होते. त्यामुळे मी वीणाची लोकल गार्डियन झाले. ती माझ्याकडे वारंवार येऊ लागली. मला ती आपल्या गाडीतून कुठंकुठं न्यायची.

एकदा श्रीपाद व वीणा संध्याकाळी गाडी घेऊन आले व मला पुण्याला जायचा आग्रह करू लागले. संध्याकाळी सहा वाजता ते येणार होते. पण आठ वाजता उगवले. रात्री दीड वाजता आम्ही पुण्याला पोहोचलो. तेव्हा हायवे झाला नव्हता. मी वीणाबरोबर एक दिवस पुण्याला जाऊन आले. पण त्यानंतर मला त्यांच्याबरोबर पुण्याला जायला गाडगीळांनी बंदी केली. वीणा गाडी चालवायची पण मला गाडीत बसायची नेहमी धास्ती वाटायची. गाडगीळ एकदाच त्यांच्याबरोबर गाडीतून आरे कॉलनीत गेले. पुन्हा म्हणून त्यांच्या गाडीत ते बसले नाहीत.

वीणा अफाट होती. तिचं करणंही अचाट होतं. साबुदाण्याचे वडे करायचे म्हणजे छोट्या बादलीतच साबुदाणे भिजवायचे. आईस्क्रीम आणलं तर दोन तीन किलो, बटाटवडे केले तर शंभर दीडशे करायची. करणंही जबरदस्त आणि खाणंही. सगळ्या गोष्टींत तिला रस होता. कुठेही जायला तयार. मग ते वर्ल्ड ट्रेड सेंटरमध्ये पैठणीचा सेल बघायचा असो की दीनानाथमध्ये नाटक बघायचं.असो. तिचं वाचनही अफाट होतं.

एकदा तिचा फोन आला की, श्रीपाद वापीला कामासाठी जाणार आहे. मी तुमच्याकडे येते. मग आपण शॉपिंगला जाऊ. माझे काही किरकोळ दागिनेही तिच्याकडे दुरुस्तीला दिले होते. इतक्यात तिचा परत फोन आला की वापीला कोणाचे तरी बरेच पैसे द्यायचे आहेत तेव्हा श्रीपाद म्हणतो की, "तू माझ्याबरोबर ये. आपला आजचा बेत उद्या करू."

पण दुसरा दिवस उगवलाचा नाही. पहाटे मला तिच्या पुतणीचा फोन आला की, वीणा आणि तिचा नवरा दोघंही हायवेवर अपघातात गेले. माझा माझ्या कानांवर विश्वास बसला नाही. मी तिला पुन्हापुन्हा तेच विचारीत होते. मला रडू आवरेना. वीणा मला माझ्या मुलीसारखी होती. मी जयविजय सोसायटीत गेले. पोलिसांचे सर्व सोपस्कार होऊन ते मृतदेह पांढऱ्या चादरीत नखशिखान्त गुंडाळून आणले होते. कारण ते छिन्नविछिन्न झाले होते. त्यांच्यासोबतचे पैसे तर कोणी काढून घेतलेच, पण तिची व श्रीपादची पर्स देखील बेपत्ता होती. तिच्या अंगावरचे दागिने लंपास केले होतेच, पण माझे दुरुस्तीचे दागिनेही गेले होते. दोघांच्या मृतदेहांचं आम्हांला दर्शनही झालं नाही.

मी वीणाची दुःखद बातमी अमेरिकेला मुलांना कळवली. त्यांना कल्पना होती की मला किती दुःख झालं असेल याची. वीणाचा अध्याय अशा दुःखद रीतीने संपला.

चित्राची कॉलेजची मैत्रीण ज्योती ही पण माझी मुलगीच झाली होती. तीही आता माझ्या इतर दोन मुलींसारखी अमेरिकेत स्थायिक झाली आहे.

एकदा गिरिजाबाई कीर यांच्या संस्थेत माझी मुलाखत होती. ती रवींद्र पाटकरांनी घेतली होती. त्यांनी खोदून खोदून मला प्रश्न विचारले होते व मी त्यांची सडेतोडपणे उत्तरं दिली. दुसऱ्या दिवशी ऊर्मिला कुलकर्णी हिचा मला फोन आला, "मी तुमची कालची मुलाखत ऐकली. तुम्हांला भेटायचं आहे. येऊ का आज संध्याकाळी ?"

मी म्हटलं, "या."

त्याप्रमाणे ऊर्मिला कुलकर्णी माझ्याकडे आली आणि दोन तीन तास बोलत बसली. आम्ही काय बोललो ते आता आठवत नाही. बहुधा आपापल्या नवऱ्यांच्या कागाळ्या सांगितल्या असणार. ऊर्मिला व तिचा आर्किटेक्ट नवरा अनिल हे दोघेही अनेक वर्षं गाडगीळांचे फॅन होते. त्यानंतर आमचे धागे जुळले व आता तर चांगलीच घट्ट मैत्री झाली आहे. त्या दोघांनाही साहित्याची खूप आवड. पुस्तकं विकत घेऊन त्यांचा संग्रह करतात. त्यांचा पुस्तकांचा संग्रह बऱ्यापैकी आहे.

त्यांनी एका पावसाळी संध्याकाळी त्यांच्या घरी लोखंडवाला कॉम्प्लेक्समध्ये जेवायला बोलावलं. आम्हांला न्यायला त्यांची मुलगी जाई व जावई अभिजित आले होते. खूप गप्पा, जेवणखाण झालं. अनिल कुलकर्णींचं घर तर सुरेख सजवलेलं आहे. नाना वस्तू व पेंटिंग्ज त्यांनी गोळा केली आहेतच, पण त्यांची मांडणीही सुरेख केली आहे.

त्यानंतर जाई-अभिजित ऑस्ट्रेलियाला शिकायला गेले व आता तर तिथेच स्थायिक झाले आहेत. कुलकर्णी कुटुंबाशी आमचं चांगलंच मेतकूट झालं आहे. आमचं एकत्र भेटणं, हॉटेलात जाऊन जेवणं, सिनेमाला जाणं वगैरे चालू आहे. त्यामुळे आमची मुलं जरी दूर गेली असली तरी मला सुदैवानं नवीन मुलं मिळतात.

माझ्या व गाडगीळांच्या आजारपणात त्या दोघांची आम्हांला फार मदत झाली. नंतर कधी गाडगीळांना बाहेरगावी आमंत्रण आलं तर त्या दोघांची आम्हांला सोबत होते. आपला कामधंदा बाजूला ठेवून ते आम्हांला सोबत करतात. कऱ्हाडचे साहित्य संमेलन, पुण्याची अनेक आमंत्रणं, नाशिकचा भटकळांचा सेमिनार या सर्व ठिकाणी ते आमच्याबरोबर होते. आजारी पडल्यावर गाडगीळांना बाहेरगावी एकट्यानं न्यायचं धैर्य मला होत नाही. त्यामुळे बहुतेक ठिकाणी ऊर्मिला-अनिल आमच्याबरोबर असतात.

आता लोखंडवालामधला सुंदर फ्लॅट विकून ते पुण्याला स्थायिक झाले आहेत. पुण्याच्या घरीही त्यांनी वरच्या मजल्यावरचा फ्लॅट घेतला. आम्ही तिथं गेलो की ते आमची खास अगदी फाईव्ह स्टारपेक्षा राजस व्यवस्था करतात.

साहित्य सहवासमध्येही लता हर्षे व जयश्री चिंचलीकर अगदी आमच्या मुलीसारख्याच वागतात. वेळोवेळी आमच्या उपयोगी पडतातच, पण आम्हा दोघांच्या आजारपणातही त्यांची खूप मदत झाली होती.

साहित्य सहवासमध्ये आल्यापासून आमच्याकडे नोकरांच्या चोऱ्या झाल्या नाहीत. उलट चांगले नोकर मिळाले. अगदी घरच्यासारखेच ते झाले.

वांद्र्याला येताना हिराबाई ही माझ्याकडे पार्ल्याला काम करणारी बाई आणली होती. ती एक महिना राहिली. पण तिचा एकुलता एक मुलगा व नवरा पार्ल्याला होते. त्यामुळे ती परत गेली.

साहित्य सहवासमध्ये आल्यावर कामाला बाई हवी होती. थोडी चौकशी केल्यावर कोंडाबाई मिळाली. साहित्य सहवासाचं बांधकाम चाललं असताना बांधकामाला लक्ष्मण पारधे नावाचे गृहस्थ औरंगाबादहून आले होते. त्यांचं कुटुंब नवी इमारत बांधताना त्याच्या खालीच पडदे वगैरे लावून राहत होतं. एक इमारत बांधून झाली की ते नव्याने बांधल्या जाणाऱ्या इमारतीखाली झोपडं बांधून राहत होते.

लक्ष्मण पारधे हे उंचपुरे, तगडे होते. साहित्य सहवासचं बांधकाम संपल्यावर त्यांना वॉचमन म्हणून ठेवलं होतं. प्रत्येक इमारतीच्या गच्चीवर जाऊन पाणी चालू करणं, टाकी भरली की पाणी बंद करणं, अशी मेहनतीची कामं त्यांना करावी लागत. ते आपली कामं प्रामाणिकपणे करीत असत. आठ इमारतींवर सोळा वेळा त्यांना चढून जावं लागे; पण त्यांचं काम अगदी चोख होतं, टाळाटाळ त्यांना माहीतच नव्हती.

लक्ष्मणची बायको कोंडाबाई ही साहित्य सहवासमध्ये घरकाम करीत होती. ती माझ्याकडेही कामाला होती. तिच्या दोन मुली भिकू व कमल तिच्या मदतीला असत. भिकूला त्यांनी शिकवलं नाही, पण सिद्धार्थ व कमल या मुलांना शाळेत पाठवलं. कमल आठवीपर्यंत शिकली आणि सिद्धार्थ म्युनिसिपालिटीच्या शाळेतून सातवी पास झाला.

सिद्धार्थ फार चुणचुणीत मुलगा होता. साहित्य सहवासमध्ये तो सर्वांना दुधाच्या बाटल्या आणून द्यायचा, गाड्या धुवायचा व आपला शाळेचा खर्च चालवायचा. सिद्धार्थ कामसू होता. भल्या पहाटे दूध आणून बाटल्या घरपोच करायचा. साहित्य सहवासमधल्या मुलांत तो मिसळून गेला होता. त्याला इंग्रजी शाळेत घालायला मी मदत केली होती. तो चिकाटीनं शिकला व यथावकाश बी. कॉम. झाला. तो आता एल. आय. सी.चा एजंट आहे व त्यानं स्वत:चा ब्लॉक आमच्या सोसायटीच्या समोरच घेतला आहे. शिवाय त्याची गाडीही आहे. त्याला बायकोही चांगली मिळाली आहे. आमच्या अभंगच्या गच्चीत तो अभ्यास करायचा. त्याला साहित्य सहवासचं फार प्रेम आहे.

एकदा नोकरीकरिता त्याला जातीचा दाखला पाहिजे होता. तो बौद्ध असल्याने जातीच्या दाखल्यावर त्याला लगेच नोकरी मिळाली असती. पण बाणेदारपणे त्याने

जातीचा आधार घेतला नाही. स्वकष्टानं त्यानं आपली प्रगती करून घेतली. जेव्हा भलेभले लोक जातीचा दाखला देऊन नोकऱ्या मिळवतात, आपल्या मुलांना जातीचे दाखले देऊन शाळा-कॉलेजात घालतात, तेव्हा सिद्धार्थनं दाखवलेला हा बाणेदारपणा कौतुकास्पद आहे. त्याचा धाकटा भाऊही जो साहित्य सहवासच्या इमारतीखाली जन्मला, तो आता सचिन तेंडुलकरकडे त्याचा खाजगी साहाय्यक म्हणून काम करतो. सचिन व रमेश साहित्य सहवासमध्ये एकत्र वाढले होते. तोही शिकून बी. कॉम. झाला आहे. सिद्धार्थ आता एम. आय. जी. क्रिकेट क्लबच्या मॅनेजिंग कमिटीत आहे.

त्यांची आई व लक्ष्मण पारधेची बायको माझ्याकडे कामाला होती. बोलण्यात तिचं तोंड कोणी धरू शकत नाही. अगदी चपखल उदाहरणं देऊन बोलायची. काम चांगलं करायची व अतिशय प्रामाणिक होती. तिनं कधी खाण्याजेवण्याला किंवा पैशाअडक्याला हात लावला नाही. पुढं सिद्धार्थ एल. आय. सी.मध्ये चांगलं कमवायला लागला, तेव्हा तिनं साहित्य सहवासमधली कामं सोडली. मुलांच्या आधारानं ती सुखानं स्वतंत्र जागेत राहते. सिद्धार्थ तिची फार काळजी घेतो. लक्ष्मणच्या एकाएकी हृदयविकारानं झालेल्या मृत्यूमुळे सर्व साहित्य सहवासला धक्का बसला. त्याची शेवटची यात्रा साहित्य सहवासमधूनच निघाली.

कोंडाबाईची मुलगी आईबरोबर माझ्याकडे कामाला येत होती तेव्हा परकरी पोर होती. मुंबईत टीव्ही नुकताच आला होता व तो फक्त दोनच तास चालू असे. भिकू शेजारच्या इमारतीखालीच राहत होती. पोरवयाने ती माझ्याकडे टीव्ही पाहायला संध्याकाळी येत असे. पण ती बिघडेल म्हणून कोंडाबाई तिला बंदी करायची. पण तिची मुलं सर्व चांगली निघाली. भिकूचं लग्नही साहित्य सहवासच्या मोकळ्या जागेतच झालं. सबंध साहित्य सहवास त्या लग्नाला आला होता. अगदी धर्मवीर भारती देखील. लक्ष्मण पारधे यांनी सर्वांना कोकाकोला देऊन त्यांचं स्वागत केलं होतं.

भिकू खूप हौशी होती. नवीन नवीन पदार्थ शिकायची तिला हौस होती. तिला लिहावाचायला शिकवायचे मी खूप प्रयत्न केले, पण ती शिकली नाही. मला शिवणटिपण करायची खूप हौस होती. तिला मी शिवणही शिकवायचा प्रयत्न केला, पण ती शिवणकामही शिकली नाही. लिहायला शिकवायची माझी पद्धत कदाचित चुकीची असावी. ती आता आकडे वगैरे वाचू शकते.

साहित्य सहवासात ती इतर काही घरांत कामं करते. पण दुपारी सर्व कामं संपल्यावर ती माझ्याकडे येते. आमचं चहापाणी होतं. पूर्वी ती थोडा वेळ टीव्ही बघत बसायची. पण आता तिच्याकडे टीव्ही आहे. आपल्या घरच्या सुखदु:खाच्या कहाण्या मला सांगितल्याशिवाय तिला चैन पडत नाही. तिला कुठं तरी मन मोकळं करावं असं वाटतं. तिला व कोंडाबाईला पैसे साठवायची सवय मी लावली. त्यांचे बँक अकाऊंट उघडून दिले. तिच्या सर्व मुलांची बँकेत खाती उघडून दिली. पैसे त्यांनी बँकेत साठवायचे,

पण काढायचे नाहीत. अगदीच प्रसंग पडला तर मी त्यांना पैसे उसने द्यायची. माझे पैसे त्या दोघी परत करत. पण बँकेतून पैसे काढले, तर परत बँकेत पैसे भरणे त्यांना जमत नसे. म्हणून मी ही युक्ती केली होती.

भिकूचा नवरा भीमराव जाधव यांना टेलिफोन कंपनीत चांगली नोकरी आहे. अनेक वर्षं त्यांचे पैशाचे व्यवहार मी पाहत असे व ते चांगल्या कंपनीत गुंतवत असे. त्यांना घर घ्यायलाही मी मदत केली. माझे सर्व पैसे त्यांनी फेडले. आज भीमराव बऱ्यापैकी पैसे बाळगून आहेत. आता गाडगीळांच्या आजारपणामुळे मी त्यांना सल्ला देते; पण धावून त्यांची पैशाची व बँकेची कामं करत नाही. सर्व बँकबुकं आता त्यांच्याकडे दिली आहेत. त्यांची मुलंही आता सर्व सांभाळत आहेत.

भिकूचं घरकाम करून भागत नसे. मी तिला दादरहून कडधान्यं आणून देत असे. ती कडधान्यं कोंब काढून विकते. तसेच वालही सोलून विकते. इंस्टंट उपमा करायलाही मी तिला शिकवलं आहे व त्याचाही व्यवसाय ती करते. आता ती कॅटरिंग करते. लोकांकडे स्वयंपाकही करते. नवीन-नवीन पदार्थ करायला शिकायची तिला हौस आहे.

दरवर्षी आम्ही दोन महिने अमेरिकेला वा इतर देशांत जात होतो. भिकू आमचं घर सांभाळायची. माझ्याकडे काम करणाऱ्या रुक्मिणी ह्या बाईला मदतीला घेऊन घर स्वच्छ ठेवत असे. आम्ही मुंबईला यायच्या वेळी घर चालू स्थितीत असे. मी परदेशी जाताना सगळ्यांचे दोन महिन्यांचे पगार देऊन जात असे. भिकू किंवा रुक्मिणी माझ्याकडे केवळ पैशांसाठी काम करीत नाहीत, तर प्रेमाने, आपुलकीनं माझं काम करतात.

अमेरिकेहून मुलं यायची असली की माझ्यापेक्षा भिकूचाच उत्साह जास्त असतो. बाई, आपण हे करूया, ते करूया... असं तिचं चालत असतं. माझ्याकडे ती स्वयंपाक करत नाही. पण मी तिला रिटेनर असं ठेवलं आहे. घरचा स्वयंपाक मीच करते. पण मुलं आली की आग्रहानं ती आपल्या हातचं काहीतरी करून घालणारच. मुलंही तिला हक्कानं काहीबाही करायला सांगत असतात. मुख्य म्हणजे मी काय खाते, औषध घेते की नाही याची चौकशी भिकूजवळ करतात. माझ्यावर त्यांचा विश्वास नाही.

मी किंवा गाडगीळ आजारी असलो अगर हॉस्पिटलमध्ये असलो तर न सांगता ती स्वंयपाक करते. आमची काळजी घेते.

२६ जुलै २००५ च्या प्रलयंकारी पावसात तिच्या राहत्या घरात पाणी शिरलं. सर्व कपडेलत्ते, धान्यधुन्य भिजून गेलं. राहायला जागा नाही, घरात सर्व चिखल, पण सर्व कुटुंब कोंडाबाईकडे राहिलं. पुन्हा भिकूचं कुटुंब सावरलं. पंधरा दिवसांत ती कामं करू लागली. गेलं ते आपलं नव्हतंच असं समजून वागली. पुन्हापुन्हा काय गेलं काय राहिलं ते उगाळत बसली नाही.

२५ जुलै २००५ ला कल्पना, जॉश व मुलं मुंबईला आली आणि २६ जुलैचा प्रलय त्यांनी पाहिला. आमची गाडी पाण्यात बुडून निकामी झाली होती. वीज नाही, टेलिफोन नाही, कामाला दोन्ही बाया नाहीत, कधी पाणीही नाही. बाहेर सर्व पाणीच पाणी. पण गटमन कुटुंबानं काही कुरकूर केली नाही. २९ तारखेला त्यांची राजस्थानची ट्रिप मी अॅरेंज केली होती. कल्पना, जॉश व मुलं मला कामात मदत करीत होती. दादरला जाऊन भाजीपाला, फळं, दूध आणत होती. मी काय करीन ते आनंदानं खात होती. मी कपडे वाळत घालीत असे. पण त्यांना काही दांडीवर कपडे घालायला येत नव्हतं. मग नेथन स्टुलावर चढत असे व माया त्याला कपडे झटकून देत असे. त्या चौघांनीही आपली गैरसोय होते आहे असा चकार शब्दसुद्धा तोंडातून काढला नाही. आता त्यांच्या राजस्थानच्या व गोव्याच्या ट्रिप्स कशा पार पडणार याची मला काळजी वाटत होती.

राजस्थानला विमान जाईल की नाही याची जेट एअरने खात्री दिली नव्हती. पण विमान गेलं आणि तुम्ही विमानतळावर हजर नसलात, तर तुमच्या तिकिटाचे पैसे बुडाले. पण जॉश पहाटे साडेचारला उठून कलानगरहून टॅक्सी घेऊन आला व ते राजस्थानला गेले. पण येतानाचं विमान ठरलेल्या दिवशी सुटलं नाही म्हणून एक दिवस जास्त राहावं लागलं. गोव्यालाही ते पहाटेचं विमान पकडायला टॅक्सीनंच गेले. मला त्यांच्यासाठी काहीच करता आलं नव्हतं. पण पंधरा दिवसांनी भिकू कामाला आली व त्यांच्याकरता खायला काय करायचं हे ठरवू लागली.

त्याच वर्षी १२ ऑगस्टला भिकूचा नवरा भीमराव याचा पन्नासावा वाढदिवस असणार होता. त्यांचा हा वाढदिवस करायचं हे मी अगोदरच ठरवलं होतं. पण ह्या अस्मानी सुलतानी संकटामुळे वाढदिवस करावा का नाही याच्या संभ्रमात मी होते. माझी ही इच्छा मी जॉश- कल्पनाला बोलून दाखवली. त्यांना ती कल्पना फारच आवडली. त्यांनी ती उचलून धरली. आम्ही फुलं व भेटवस्तू आणल्या. कदाचित पुरामुळे ते आमच्या घरी येऊन वाढदिवस साजरा करणार नाहीत अशी शंका मला आली. म्हणून भीमरावाला सांगितलं की, "माझं महत्त्वाचं काम आहे, तेव्हा तुम्ही सकाळी नऊ वाजता दोघंही आमच्या घरी या."

ती दोघं घरी आल्यावर आम्ही सर्वांनी टाळ्या वाजवून त्यांचं स्वागत केलं. दोघंही चकित झाले. वाढदिवसाची आठवण त्यांना नव्हती. मी व कल्पनानं त्यांना ओवाळलं व केक कापायला सांगितला. मुलांनी व आम्ही सर्वांनी हॅप्पी बर्थ डेचं गाणं गायलं, केक खाल्ला. त्यांना मी व कल्पनाने भेटवस्तू दिली. भीमरावाच्या डोळ्यांतून घळघळा पाणी वाहू लागलं. आपला वाढदिवस कोणी असा साजरा करेल, याची त्यांना कल्पनाच नव्हती.

अशी ही भिकूबाई भीमराव जाधव साहित्य सहवासात लहानाची मोठी झाली होती. आता ती दोन नातवंडांची आजी झाली आहे. आपल्या कुटुंबाचा ती भक्कम आधार आहेच. कुटुंबाची ती काळजी घेते. पण साहित्य सहवासात ज्यांच्या ज्यांच्याकडे ती काम करते, त्यांच्यासाठी सुद्धा कौतुकानं काही करते. तसा साहित्य सहवास तिचाच आहे. कोणाचा वाढदिवस, कोणाचा लग्नदिवस, कोणाचं बारसं ती उत्साहानं साजरं करते. त्यांना फुलं किंवा छोटी भेट देते. माझ्याकडे ती दुपारी तीन वाजता येते. चहा करते व घेते आणि त्या दिवसात काय घडलं ते सांगते. थट्टेनं मी तिला ऑल इंडिया रेडिओ म्हणते. एखादा दिवस तिला मी येऊ नको म्हटलं तरीही ती येतेच. तिला माझा आधार वाटतो आणि मला तिचा.

❖❖

१०.

साहित्यिक म्हणून गाडगीळ उभा-आडवा महाराष्ट्र हिंडलेच, खेरीज इतर राज्यांतही त्यांनी खूप प्रवास केला. कधी सेमिनारमध्ये भाग घ्यायला, कधी इकॉनॉमिस्ट म्हणून, तर कधी चेंबर ऑफ कॉमर्सच्या कामासाठी प्रवास झाला.

गाडगीळांना प्रवासाची खूप आवड आहे. आमचं लग्न झाल्यापासून आम्ही वर्षातून एकदा तरी प्रवासाला जातच होतो. अनेक वर्षं प्रत्येक उन्हाळ्याची सुट्टी थंड हवेच्या ठिकाणी व नाताळच्या सुट्टीत माथेरानला आम्ही नियमितपणे जात होतो. पुढं पैशाच्या सोयीप्रमाणे जवळची-लांबची ठिकाणं शोधून जात होतो. सिमला, कोडाईकॅनॉल ह्या लांबच्या थंड हवेच्या ठिकाणी आम्ही महिना-महिनाभर राहिलो होतो.

केरळ हे आमचं फार आवडतं राज्य आहे. तिथं बोट भाड्यानं घेऊन आम्ही बॅक वॉटरमधून मनसोक्त हिंडलो. एका ट्रीपमध्ये मुन्नारला चहाच्या गर्द हिरव्या बागा पाहिल्या. डोंगरउतारावर मैल न् मैल टाटा टीच्या बागा होत्या. तिथं टेकडीवरच्या रमणीय हॉटेलमध्ये राहिलो. पेरियारच्या अभयारण्यात पहाटे गेलो. पण हत्तींशिवाय काही दिसलं नाही. कोचीनमध्ये चिनी पद्धतीची मासेमारी पाहिली. सर्वांत जुनं ज्यू लोकांचं सिनेगॉग व प्राचीन ज्यू वस्ती पाहिली. केरळमधली जुनी लाकडी घरं व वाडे पाहिले. अनेक देवळं पाहिली. कन्याकुमारी व तेथील विवेकानंद रॉक पाहिलं. कन्याकुमारीच्या हिंदुस्थानच्या दक्षिण टोकापासून थोड्या अंतरावर समुद्रात हा लहानसा खडक आहे. इथं बसून विवेकानंदांनी ध्यानधारणा केली होती. तिथं गेल्यावर एकदम शांत वाटत असे. प्रत्येक वेळी केरळमध्ये नवीन काहीतरी पाहिलं. एकदा आम्ही गाडी करून कोईमतूर, कन्याकुमारी, मदुराई हा त्रिकोण आठ दिवसांत पुरा केला.

एकदा वासुदेवन् नायर या प्रख्यात मल्याळी साहित्यिकाने आम्हांला केरळला बोलावलं होतं. तिथं थंचम संमेलन होतं दोनतीन दिवसांचं. तिथं छोटी छोटी कौलारू घरं होती व संमेलनाचे हॉलही कौलारू होते. सबंध गावच त्यात सामील झालं होतं.

गाडगीळ तिथं प्रमुख पाहुणे म्हणून गेले होते.

गाडगीळ तीन वर्षं ग्रिंडलेज बँकेचे डायरेक्टर होते, तेव्हा काश्मीरला आम्ही पॅलेस हॉटेलमध्ये उतरलो होतो. महाराजाच्या राजवाड्याचं रूपांतर हॉटेलात केलं होतं. परिसर प्रचंड होता. त्या वेळी श्रीनगरला हेच एक फाईव्हस्टार हॉटेल होतं. हिंदी सिनेमाची शुटिंग्ज तेव्हा काश्मीरमध्ये होत. अनेक नटनट्या तिथं उतरत. एकदा आम्ही तिथं असताना राजेश खन्ना, डिंपल, रेखा, जितेंद्र, नीतू सिंग वगैरे बऱ्याच नटनट्या होत्या. डिंपल खरंच नाजूक व सुंदर होती. राजेश खन्ना लॉनवर मोठमोठ्याने बोलत व पीत बसलेला असे. रेखा काळी व बुटकी आहे त्याचं आश्चर्य वाटलं. नीतू सिंगची आई डायनिंग हॉलमध्ये मोठमोठ्यानं बोलून 'हे आण, ते नको' असं सारखं करून आपल्याकडे लोकांचं लक्ष वेधत होती. पॅलेस हॉटेलमधले प्रवासी बहुतेक परदेशी असत. ते ह्या नटनट्यांना भाव देत नसत. पण काश्मिरी मुलं मात्र हॉटेलच्या दाराशी त्यांना पाहायला ताटकळत उभी असत. गंमत अशी की ती मुलं या नटनट्यांपेक्षा देखणी असायची.

उदयपूरचे लेक पॅलेस हेही बघण्यासारखे आहे. कृत्रिम सरोवर करून त्यांच्यामध्ये हे सुंदर हॉटेल आहे. कुठेही जायचं म्हणजे बोटीतून जावं लागे. तिथं आम्हांला एक महाराष्ट्रीय हाऊस कीपर भेटली.

एकदा आम्ही पूर्वेच्या राज्यांची सफर केली. आम्ही दोघंच होतो व तिथल्या काही लेखकांनी आमची हॉटेलची वगैरे व्यवस्था केली होती. आसाममध्ये पाऊस खूप पडतो असं आपण भूगोलात वाचतो. पण आम्ही गेलो तेव्हा तिथं पाणीच नव्हतं. शेजारी मोठं सरोवर असूनही. कारण ते पाणी नळातून गावात आणायची व्यवस्था केलेली नव्हती, असं नालायक सरकार. जंगलतोड सारखी चाललेली दिसत होती. नष्ट होणारं ते गर्द जंगल पाहून फार वाईट वाटायचं.

आसाममध्ये काझीरंगाच्या अभयारण्यात पहाटे जावं लागे. तिथं गेंडा बघायला हत्तीवरून जावं लागे. गवत इतकं उंच होतं की दुसरं वाहन जाणं शक्य नव्हतं. हत्तीवर अंबारीत न बसता हत्तीच्या दोन्ही बाजूना बाकं ठेवली होती. त्याच्यावर बसायचं व हत्ती चालताना आपण पडू नये म्हणून पुढच्या पट्टीला घट्ट धरून ठेवायचं. दोन्ही हात पुढची पट्टी धरण्यात गुंतले असल्यानं फोटो काढता आले नाहीत.

मणीपूरला तर सरोवर खूप मोठं आहे. त्यातील गवत-मातीच्या संयोगाने तयार झालेल्या तरंगत्या बेटांवर आम्ही गेलो. अशी अनेक बेटं त्या सरोवरात होती. काही इतकी मोठी होती की त्यावर घरंही होती. मणीपूरची हद्द ब्रह्मदेशाला लागून आहे. तिथं कोहिमाला नेताजी सुभाषचंद्र यांचा पुतळा उभारला आहे. नेताजींनी आपली मुक्तिसेना

घेऊन ब्रह्मदेशातून भारतात इथून प्रवेश केला होता.

अरुणाचल हे राज्य अगदी वेगळं आहे. तिथले लोक, वनस्पती, प्राणी हे सगळे अगदी वेगळे आहेत. अरुणाचल, नागालँड वगैरे सीमा प्रदेशातील राज्यांत जाण्यासाठी दिल्लीहून परवानगी काढावी लागते. दोन आठवडे तिथं तुम्हांला राहता येतं. इटानगर या अरुणाचलाच्या राजधानीत जायचं म्हणजे ब्रह्मपुत्रा नदी ओलांडावी लागते. विमानातूनसुद्धा ब्रह्मपुत्रेचं विस्तीर्ण पात्र प्रचंड मोठं दिसतं. आम्ही गेलो तेव्हा ते जवळपास कोरडं होतं. पण बर्फ वितळून उन्हाळ्यात व नंतर पावसाळ्यात त्याला प्रचंड पूर येतो. नदी अक्राळविक्राळ रूप धारण करून भोवताली हाहाकार उडवते. शिवाय ती आपलं पात्रही बदलते.

इटानगरला आम्ही गव्हर्नरांचे पाहुणे होतो. त्या वेळी राम प्रधान तिथं गव्हर्नर होते. इटानगर उंच टेकड्यांवर वसलेलं आहे. त्यातील सर्वांत उंच टेकडीवर गव्हर्नरांचा बंगला आहे व खाली पायऱ्यापायऱ्याने त्यांच्या त्यांच्या स्टेटसप्रमाणे इतर अधिकाऱ्यांची घरं आहेत. तिथं मिथुन नावाचा गाईसारखा दिसणारा पांढऱ्या रंगाचा असा प्राणी आहे. तो फार पवित्र मानला जातो. हुंड्याची रक्कम किती मिथुन दिले यावरून ठरते. तिथली राज्यभाषा आहे हिंदी. कारण तिथल्या रहिवाशांच्या अनेक बोलीभाषा आहेत. पण लिखित भाषा नाही. त्यामुळे विवेकानंद केंद्राच्या मदतीनं अनेक शाळा चालवल्या जातात. तिथं हिंदी शिकवलं जातं. अरुणाचलाची विविधता पाहून चकित व्हायला होतं.

एकदा आसामी साहित्य संमेलनाचे उद्घाटक म्हणून गाडगीळ आंसामात गेले होते. मीही बरोबर होते. संमेलन दिब्रुगडला होतं पण मंडपाजवळ आमची गाडी जाऊ शकली नाही इतकी गर्दी होती. अनेक जातीजमातींचे लोक जथ्याजथ्याने जात होते. त्यात मुसलमान होते, शीख होते, निरनिराळ्या आदिवासी शाखांचे लोक होते, मंडपाजवळचा जवळ जवळ एक मैल प्रवास आम्हांला पायी करावा लागला. महाराष्ट्रात खूप साहित्य संमेलनं मी पाहिली आहेत, पण इतकी गर्दी व इतक्या नाना प्रकारचे लोक अशा संमेलनांत मी कधी पाहिले नाहीत.

असे आमचे अनेक प्रवास झाले. खूपसे सुखद झाले, पण काही प्रवास आमचा काही दोष नसताना नासवले गेले.

एकदा दिल्लीहून आम्ही भुवनेश्वरला मोठ्या सरकारी समारंभाला जाणार होतो. पहाटे आम्ही विमानतळावर गेलो तर इंडियन एअर लाईन्सच्या कर्मचाऱ्यांचा अचानक संप पुकारला गेला. विमानतळावर गेलो तर संप. आम्ही पहाटे ताज मानसिंग हॉटेल सोडलं होतं. आम्हांला दुसऱ्या दिवशी भुवनेश्वरला जावं लागणार होतं. आम्ही पुन्हा

ताजमध्ये गेलो. खोली रिकामी नव्हती. शिवाय भुवनेश्वरचा शानदार समारंभही चुकला. असं प्रवासात विरजण घालणारे प्रकार दोन-तीनदा झाले. कधी संप, कधी विमानात तांत्रिक बिघाड, पण शेवटी नुकसान आपलंच होतं.

आपण मोटार रस्त्यावर बंद पडल्याचं पाहतो. तिला कधी धक्का मारून चालू करावी लागते. पण विमानाला धक्का मारावा लागला असा चमत्कार गाडगीळांच्या एका प्रवासात घडला. एका सेमिनारच्या निमित्तानं ते द्वारकेला गेले होते. विमानतळ छोटा व विमानही छोटं. ते धावपट्टीवरून घसरलं. विमान रिव्हर्समध्ये चालवता येत नाही, ते पुढेच जातं. त्या ठिकाणी विमान मागे जायला हवं होतं. मग सर्व प्रवासी व गाडगीळ यांनी विमानातून उतरून ते ढकलत मागे धावपट्टीवर नेलं. तेव्हा विमानतळाबाहेर जमलेला जमाव टाळ्या वाजवून हसत ओरडत होता.

मुलं अमेरिकेत गेल्यावर आम्ही दरवर्षी अमेरिकेला जात होतो. तिन्ही मुलांकडे दोन दोन आठवडे राहून एखादा आठवडा कुठेतरी नवीन ठिकाणी घालवत असू. मुलं आम्हांला हौसेनं नेत असत. सहसा फारशा लोकांनी न पाहिलेले प्रदेशांत मुलं आम्हांला नेत असत. यलोस्टोन पार्क, कॅनडातील रॉकी पर्वत, अलास्का, सिकोआ नॅशनल पार्क, प्रचंड रेडवूड फॉरेस्ट व अमेरिकेत जी पहिली वसाहत झाली तो भाग त्यांनी दोनशे वर्षांपूर्वी जसा होता तसा ठेवलेलाही पाहिला. दर आठवड्याला छोट्या मोठ्या ट्रिप्सही असत.

अभिजित इंग्लंडला होता तेव्हा स्कॉटलंड, हायलँड्स, लेक डिस्ट्रीक वगैरे ठिकाणी अभिजितने आम्हांला नेलं. पण अनेकदा एखादा आठवडा आम्ही त्यांच्याबरोबर युरोपमध्येही काढला आहे. युरोपला तर आम्ही अनेक वेळा गेलो होतो. नेहमीची ठिकाणं फ्रान्स, स्वित्झर्लंड, जर्मनी, इटली वगैरे तर पाहिलीच; पण गाडगीळांना जर्मनीतील ब्लॅक फॉरेस्टची सफर करायची होती, तीही केली.

लंडनहून बोटीनं आम्ही बेल्जममध्ये गेलो. (नंतर ती बोट काही आठवड्यातच बुडाली.) ॲमस्टरडॅमहून जर्मनीतील ब्लॅक फॉरेस्टमध्ये हिंडलो. तिथून इटलीच्या लेक कोमोला गेलो व नंतर पॅरिसला आलो. तिथंच नाईट शो बघताना गाडगीळांची प्रकृती बिघडली. त्यानंतर आम्ही गाडीने इंग्लंडला आलो. ही सफर युरोपमधल्या पाच देशांची होती.

ऑस्ट्रेलिया व न्यूझीलंडची ट्रीप आम्ही प्रवासी कंपनीतून केली. ही ट्रीप एकवीस दिवसांची होती. आम्हाला न्यूझीलंड फारच आवडलं. तिथल्या उंच उडणाऱ्या गरम झऱ्यांचं आम्हांला फारसं नावीन्य नव्हतं. कारण तसे आम्ही यलोस्टोन पार्कला मोठे मोठे उंच उडणारे गीझर्स अनेक पाहिले होते. पण ऑस्ट्रेलियात खोल गुहेत पाहिलेले बर्फाचे नाना आकाराचे सुळे अजून आठवणीत आहेत. तसंच एका गुहेतून होडीतून

जाताना लाखों काजव्यांचा जो लखलखाट आम्ही पाहिला तोही अवर्णनीय होता.

एकदा आम्ही दोघांनीच केनिया सफारीला जायचं ठरवलं. पण तेव्हा मला काही आजार झाला होता व दोघांनीच प्रवास करू शकू का याची शंका येत होती. पण केनियात अभिजितचे काही स्नेही होते. त्यांची मदत झाली असती. शिवाय आम्ही फ्लाइंग डॉक्टरचीही व्यवस्था केली होती.

आठदहा दिवस आम्ही एक कॉम्बी भाड्यानं घेतली होती. ती नेहमीच्या मिनीबसपेक्षा उंच असते व वरचा टप दोन फूट उचललेला असतो. त्यामुळे त्या गाडीतून उभं राहून वन्य प्राणी पाहता येतात. केनिया टांझानिया यातील अभयारण्यं हजारो मैल पसरलेली आहेत. आत शिरताना तेवढे गार्ड दिसले. पण आत फिरताना कोणीही गार्ड दिसला नाही. दररोज पहाटे उठून अरण्यात जायचं. पण तिथं जंगल नव्हतं तर उंच गवत आणि किरकोळ झाडं होती. जंगली प्राण्यांना लागणारी गवताळ जमीन होती. त्यातले वाघ, सिंह यांसारखे प्राणी, तिथली हरणं, ग्नू (गायीसारखा प्राणी, पण त्याला दाढी व अंगावर केस असतात.) वगैरे प्राण्यांना मारून उपजीविका करीत असत. गाडीतून जमिनीवर उतरायची परवानगी नव्हती. तुमचं संरक्षण तुम्हीच करायचं. ड्रायव्हर आम्हांला निरनिराळे प्राणी दाखवत होता. सिंह, जिराफ, गेंडे, हत्ती (हे हत्ती आपल्या हत्तींपेक्षा मोठे व काळे असतात, त्यांचे कान म्हणजे आफ्रिका खंडाचा नकाशाच जणू.) बिबळे, गेंडे, पाणघोडे, झेब्रे, रानरेडे, ग्नू हे प्राणी शेकड्यांनी अगदी जवळून पाहिले.

तिथं निरनिराळे प्राणी तर होतेच, पण नाना प्रकारचे पक्षीही होते. लेक नुकुरामध्ये तर हजारो फ्लेमिंगो पाहिले. सर्व तलाव त्यांच्या झुंडीनं गुलाबी झाला होता.

आमचा आठ दिवसांचा ड्रायव्हर आम्हांला सकाळी निघायची वेळ द्यायचा. तो म्हणाला, "तुम्ही अगदी वेळेवर येता. इतर भारतीय काही वेळ पाळत नाहीत."

तिथल्या प्रख्यात केनिया सफारी क्लबमध्ये आम्ही उतरलो होतो. हे जगप्रसिद्ध हॉटेल तर आहेच, पण त्या हॉटेलातूनच विषुववृत्ताची रेषा गेली आहे. आम्ही त्या रेषेवर उभं राहिलो. पाठ उत्तर गोलार्धात आणि पोट दक्षिण गोलार्धात. उत्तर-दक्षिण गोलार्धात उड्या मारायचा पोरकटपणाही मी केला.

त्या अभयारण्यात सुंदर हॉटेलं होती. त्यांच्या भोवतीच्या तारांत रात्री वीज खेळवली जात असे. जंगली प्राणी आवारात येऊ नये म्हणून ही व्यवस्था. एकदा दिवसभर पायपीट करून आम्ही बिछान्यात पडलो. पण मला काही झोप येईना. रात्रभर मी जागीच होते. कसली अनामिक अस्वस्थता वाटू लागली होती. मी गाडगीळांना सांगितलं की, मुलं काहीतरी अडचणीत आहेत असं मला वाटतं. मी तो दिवस लक्षात ठेवला होता आणि त्याच दिवशी स्मिताचं कॅन्सरचं निदान झालं होतं. पुन्हा एकदा मला आतून संकटाची जाणीव झाली. आपल्याला पुढे घडणाऱ्या गोष्टींची चाहूल लागते,

याचा मला पुन्हापुन्हा अनुभव आला.

साहित्य अकादमीचे व्हाईस प्रेसिडेंट झाल्यामुळे गाडगीळांना जगभर सेमिनार्सना जावं लागे. तसेच अनेक चेंबर ऑफ कॉमर्सच्या कामासाठीही परदेशी जावं लागे. रशिया भेटीत मीही गाडीगाळांबरोबर जाणार होते. पण त्याच वेळी चित्रलेखाचं ग्रीन कार्ड मिळणार होतं व मी तिची स्पॉन्सरर होते, त्यामुळे मला अमेरिकेला जावं लागलं.

रशिया, चीन, युगोस्लाव्हिया, फ्रान्स वगैरे ठिकाणी गाडगीळ सेमिनारमध्ये भाग घ्यायला गेले. चीनमध्ये मी यात्रा कंपनीबरोबर बहिणीसोबत गेले. त्या ट्रीपमध्ये साहित्य सहवासमधले भेंडे व आगाशे होते. शिवाय डॉ. ठाकूर व त्यांचे बंधू सपत्निक होते. त्यामुळे वेळ मजेत गेला.

मॉरिशसमध्ये गाडगीळांच्या "थ्रॉटल स्ट्रीट" या पुस्तकाचं प्रकाशन शीला बापू यांच्या हस्ते झालं होतं. गाडगीळांचं इंग्रजीवर प्रभुत्व होतं. शिवाय त्यांनी इंग्रजीमध्ये कथा व विनोदी लेख लिहिले होते. त्यांची सात-आठ इंग्रजी पुस्तकं प्रसिद्ध झाली आहेत व अजूनही काही होत आहेत. एकदा गाडगीळ अमेरिकेच्या द्वैवार्षिक बृहन् महाराष्ट्र संमेलनाचे अध्यक्ष झाले होते. महाराष्ट्र साहित्य संमेलनाचेही ते अध्यक्ष होते. साऊथ आफ्रिकेच्या हिंदी बांधवांच्या संमेलनाचेही ते अध्यक्ष होते.

आम्ही अलास्काला गेलो तेव्हा टायटॅनिक सिनेमा नुकताच लागला होता. त्यात ती प्रचंड बोट बुडते तेव्हा खालच्या मजल्यावरचे बहुतेक लोक बुडून मरतात, असं दाखवलं आहे. कल्पनाने अलास्काला जाताना बोटीची वरच्या मजल्याची तिकिटे काढली होती. अलास्काहून आल्यावरच मुलांनी आम्हांला टायटॅनिक सिनेमा दाखवला.

एकदा मीना प्रभूबरोबर आम्ही कॉर्नवॉल गेलो होतो. बरोबर अशोक जैनही होते. मीनानं गाडीतून आम्हांला स्थलदर्शन तर घडवलंच, पण तिथं टेट गॅलरीचं म्युझियम होतं. मीनानं तिकिटं काढली होती. पण कसलं म्युझियम? काही ठिकाणी गुंतवळ मांडून ठेवली होती, तर काही ठिकाणी जमिनीवर गाजर, सॅलड याचे चौकोन करून मांडले होते. आम्ही ते प्रदर्शन बघून वैतागलोच. मीना तिकिटं घेऊन बाहेर गेली व व्यवस्थापकांबरोबर भांडून तिनं तिकिटांचे पैसे परत मिळवले. ग्राहकशक्तीचा विजय झाला, म्हणून आम्हाला आनंद झाला.

ह्या प्रवासांमुळे आपल्या देशाबद्दल कितीतरी नव्या गोष्टी अनुभवास आल्या. आपला देश विविधतेनं नटलेला आहे. अगदी बर्फाळ प्रदेशापासून वाळवंटापर्यंत सर्व तऱ्हेचं हवामान ह्या देशात आहे. पण आपण पर्यटकांच्या दृष्टीनं सोयी केल्या नाहीत. चांगली हॉटेलं, चांगले रस्ते ह्यांची वानवाच आहे. इथं पर्यटनाचा विकास होण्यास खूप वाव आहे. निसर्गाची सुंदर, विराट, भव्य वेगळी रूपं या देशात दिसतात. पण त्याचं

मार्केटिंग नाही. त्यातल्या त्यात केरळ व गोवा या राज्यात पर्यटनाच्या सोयी आहेत.

काही प्रवास आम्ही हौसेनं सुटी घालवण्यासाठी केले, तर काही प्रवास दुसऱ्यांच्या आमंत्रणांतून झाले. पण या प्रवासांमुळे आमचं जीवन संपन्न झालं, बहुरंगी झालं. विविध, चांगल्या वाईट विचित्र अनुभवांचा खजिना आम्हांला लाभला.

❖❖

११.

कुठंही गेले तरी मी लायब्ररीची सभासद होत असे, अगदी अंधूक उजेडात, समईच्या प्रकाशात माझं वाचन चाले. नंतर मुंबईला मला चांगली वर्तमानपत्रं, साप्ताहिकं व मासिकं वाचायला मिळाली. तेव्हा 'झंकार', 'नवयुग' व 'विविधवृत्त' यांचा जोर होता.

'झंकार' मध्ये ना. सी. फडके यांची कादंबरी क्रमश: येत असे. त्यांचं व कमलाबाईचं प्रेमप्रकरण तेव्हा चाललं होतं. नंतर त्यांनी प्रथम पत्नी असूनही कमलाबाईंशी दुसरा विवाह केला. त्या वेळी त्यांच्यावर 'नवयुग', 'विविधवृत्त' यातून खूप टीका झाली होती. हे सगळं मी वाचत होते.

त्याच वेळी कुसुमावती व अनिल यांच्याबद्दलही खूप रोमँटिक वारं होतं. मला वाटायचं की, आपणही एखाद्या साहित्यिकाशी लग्न करावं व असाच काव्यशास्त्रविनोदात दिवस व्यतीत करावा.

योगायोगाने गाडगीळांशी माझी ओळख झाली व आदर्श साहित्यिक जोडपं व्हावं असं स्वप्न मी पाहू लागले. तेव्हा मी कॉलेजात थोडंफार लिहीत होते.

लेखनाची प्रक्रिया कशी चालते, कथा कशा सुचतात, याबद्दल मला फार कुतूहल होतं. शाळेत असताना फडक्यांचं 'प्रतिभासाधन' मी विकत घेऊन वाचलं होतं. लेखकाला लेखनाची स्फूर्ती कशी येते, हे मला जाणून घ्यायचं होतं. एकदा फिरायला जात असता मी गाडगीळांना विचारलं, "तुम्हांला कथा कशी सुचते ?"

त्यांच्या मनात तेव्हा 'ज्वाला' ही गोष्ट घोळत होती. त्यांनी मला त्या कथेचा प्रारंभ सांगायला सुरुवात केली आणि मी एकदम म्हटलं, "काय सुरेख रंग आहे साडीचा ?"

झालं, त्यांचा मूड बिघडला. ते एकदम गप्प झाले. त्यानंतर आजपर्यंत त्यांच्या कथेबद्दल ते कधीही माझ्याजवळ बोलले नाहीत. आपलं लेखन ते कोणाला वाचून दाखवत नाहीत, मत विचारत नाहीत किंवा दुसऱ्याच्या सांगण्यावरून लेखनात सुधारणा करीत नाहीत. खूप विचारपूर्वक लिहितात. कधी मनासारखं लिहून झालं नाही, तर

पानंच्या पानं फाडून टाकतात. एका एका सुयोग्य शब्दासाठी अडून बसतात. पण प्रकाशकाशिवाय आपलं लिखाण ते कोणालाही दाखवत नाहीत.

त्यांची कथा, लेख, कादंबरी लिहून झाली की ती मला वाचायला देतात. मी त्यांच्या लिखाणावर माझं मत कधी देत नाही व त्यांचीही तशी अपेक्षा नसते. फक्त त्यातला एखादा शब्द राहिला का, एखादा काना मात्रा राहिली का, इतकंच मी बघते. बरं वाईट मत देत नाही.

अलीकडे प्रकृती साथ देत नसल्याने त्यांनी अनेक संस्थांमधून अंग काढून घेतलं आहे. पुष्कळसा वेळ ते घरीच असतात. त्यांचा आवडता विरंगुळा म्हणजे त्यांचं लेखन, वाचन व त्या संदर्भात नोट्स काढणं हा. लेखनविषयक पुस्तकं निरनिराळ्या ठिकाणाहून जमवणं, ती वाचणं व नोट्स काढणं यात त्यांचा वेळ त्यांच्या मते मजेत जातो. लेखनाशिवाय त्यांना काहीच सुचत नाही.

लग्न झालं तेव्हा आपल्या कथेची कात्रणं ते स्वत: कापून नीट ठेवत असत. आता त्यांच्या लेखनाचा पसारा इतका वाढला आहे की कात्रणं मीच ठेवते आणि मी इतकी व्यवस्थित नसल्यानं ती कात्रणं मागं-पुढं होतात, हवी त्या वेळी सापडत नाहीत. नुसती त्यांची पुस्तकंही नीट ठेवली तरी हवी तेव्हा सापडत नाहीत. कधी कोणाला दिलेली असतात, ती पुन्हा येत नाहीत.

गाडगीळांची लिहायची खास वेळ अशी नसते. सकाळी उठून व्यायाम करणं हा पहिला कार्यक्रम असतो. लहानपणापासून नियमित व्यायाम करून त्यांनी आपली प्रकृती उत्तम ठेवली होती. नियमितपणा हा त्यांच्या रक्तातच भिनलेला आहे. सर्व कार्यक्रम ठरल्याप्रमाणे ठरल्यावेळी झाले पाहिजेत, हा त्यांचा आग्रह असतो.

नंतर चहा व ब्रेकफास्ट. ब्रेकफास्ट हा त्यांच्या दिवसभराच्या भोजनाचा मुख्य भाग आहे. निरनिराळी सीरियल्स, चीज, फळं, नट्स व थोडी मिठाई हा त्यांच्या ब्रेकफास्टचा मुख्य भाग. पेपरवाचन व अंघोळ उरकल्यावर ते आपल्या मोठ्या टेबलाशी लिहायला बसतात. बरोबर साडेअकराला दुपारचं जेवण. त्यात खास आवडीनिवडी नसतात. पण पोळीबरोबर रोज गोड हवंच. श्रीखंड, आमरस, जॅम, शिकरण यापैकी काहीही. नंतर शतपावली व थोडी वामकुक्षी. पुन्हा थोडं लेखन व बरोबर तीन वाजता चहा. पुन्हा घरातच चालणं व साडेपाच वाजता फिरायला जाणं. पूर्वी ते पायी जात, पण आता गाडीतून जाऊन मोकळ्या फूटपाथवर चालतात मैलभर. गाडी बरोबर हळूहळू चालते व सोबत मुलगी असते. घरी आल्यावर टीव्हीवरच्या बातम्या व हिस्टरी नाहीतर डिस्कव्हरी चॅनेल पाहतात. पुन्हा थोडी विश्रांती व बरोबर आठ वाजता रात्रीचं जेवण. पुन्हा टीव्हीवर टकटक करणं व साडेनऊला झोपणं. — अशी त्यांची दिवसभराची शिस्तबद्ध आखणी.

मी मुळातच बेशिस्त. मनाला येईल त्याप्रमाणे वागणं. अंघोळ, जेवणखाण जसं जमेल तसं करायचं आणि काही वाचत वगैरे असले तर त्यालाही चाट. पण आता मला सगळं वेळेवर करायला जमतं. अगदी अंगवळणीच पडलं आहे. त्यात बदल होत नाही. शिस्तीमुळे बंधनं पडतात हे खरं. पण त्यामुळं आयुष्य सोपं होतं, भरकटत नाही.

जसं गाडगीळांनी आपलं दिवसभराचं वेळापत्रक केलं, तसंच आर्थिक नियोजनही केलं. ते म्हणत, 'मला नोकरी नसली तरीही माझं राहणीमान मी बदलणार नाही, अशी वर्षभराची तरतूद मी करून ठेवीन. मनात आलं तर नोकरी सोडण्याचं धैर्य पाठीशी पैशाचं पाठबळ असलं तरच येतं व तशा स्थितीत धकवून नेता येतं.'

सुरुवातीला पैसे जपून वापरावे लागत. पण लग्नानंतर चौदा वर्षांनी त्यांची कौटुंबिक जबाबदारी संपल्यावर हळूहळू पैशांची जबाबदारी त्यांनी माझ्यावर टाकली. त्यांच्या हाताखाली राहून पैसे कसे गुंतवावे, ते सांभाळून ठेवावे, हे मला समजू लागलं होतं. मी ही जबाबदारी व्यवस्थित सांभाळते. आज पंचवीस वर्षं शिक्षण क्षेत्रात काढूनही गाडगीळांना पेन्शन नाही. पुन्हा आता वार्ध्यक्यामुळे खर्च खूप वाढला आहे. पण आमची जी जीवनराहणी पूर्वी होती तीच आताही आहे.

अलीकडच्या वीस-पंचवीस वर्षांत दिवाळी अंकांच्या मागणीमुळे त्यांचं बरंच लिखाण झालं. 'वसुधा' मासिकाच्या संपादकांनी दिवाळी अंकासाठी एक कादंबरी मागितली. तोपर्यंत गाडगीळ कथाच लिहीत होते. समीक्षाही बरीच लिहिली होती. पण तोवर कादंबरी लिहिली नव्हती. मग झपाटल्यासारखी त्यांनी 'लिलीचे फूल' ही कादंबरी लिहिली. ती कादंबरी वाचून मी भारावून गेले होते. 'वसुधा'च्या संपादकांनी त्या कादंबरीचा मोबदला सुट्या रुपयाच्या नाण्यांनी एक मोटली बांधून दिला. का ते मला कळलं नाही. कदाचित जास्त मोबदला मागितला म्हणून असेल. आजही 'लिलीचे फूल' ही कादंबरी ताजी वाटते.

मध्यंतरी निलू गवाणकरशी माझी ओळख झाली होती. ती सिनेमा काढण्याच्या नादानं साहित्य सहवासामध्ये येऊन दोन वर्षं राहिली होती. तिनं 'लिलीचे फूल' कादंबरी वाचली व ती म्हणाली, "पन्नास वर्षांपूर्वी ही कादंबरी लिहिली हे खरं वाटत नाही."

तिला त्या कादंबरीचं इंग्रजी भाषांतर करायचं होतं. पण ती अमेरिकेला गेल्यावर न्यू ऑर्लिन्स व मिसिसिपीच्या वादळग्रस्तांची पुनर्वसनाची व्यवस्था करण्यात बुडून गेली. दिवसाचे बारा बारा तास ती काम करत होती.

पार्ल्यात नरसी मोनजी कॉलेजात असताना गाडगीळांनी सुविचार प्रकाशनासाठी टिळकांच्या जीवनावरची कादंबरी लिहायचं कबूल केलं होतं. दोन तीन वर्षं खपून, त्यांनी टिळकांविषयींची सामग्री गोळा केली. अनेक लोकांना ते भेटत होते. मुलाखती घेत होते, टिपणं काढत होते. त्या कादंबरीत ते इतके गुंतले की धाकट्या चित्रलेखाला

वाटू लागलं की टिळक हे बहुधा आपले नातेवाईक असावेत.

टिळकांवरची 'दुर्दम्य' ही कादंबरी आजही वाचली जाते. तरुण मुलंही ती वाचतात. अनेक लोकांची अधूनमधून त्याविषयी पत्रंही येतात. तिच्या अनेक आवृत्त्या निघाल्या आहेत. हिंदी व कन्नडमध्ये तिचा अनुवादही झाला आहे.

रुपारेल कॉलेजात असताना त्यांना 'फोर्बस फोर्बस अँड कॅम्पबेल' ह्या ब्रिटिश कंपनीचा दोनशे वर्षांचा इतिहास लिहिण्याची संधी मिळाली. त्या निमित्ताने त्यांनी मुंबईच्या इतिहासाची माहिती गोळा केली. गाडगीळ हे जन्मापासूनचे मुंबईकर. मुंबईवर त्यांचं विलक्षण प्रेम आहे. ह्या माहितीच्या आधारे त्यांनी 'मुंबई आणि मुंबईकर' आणि 'मुंबईच्या नवलकथा' ही पुस्तकं लिहिली. मुंबई त्यांच्या मनात खोल रुतून बसली आहे. त्यातूनच मुंबईवर कादंबरी लिहायचा विचार त्यांच्या मनात आला. चारपाच वर्षं अनेक पुस्तकं वाचून व टिपणं काढून त्यांनी 'प्रारंभ' ही मुंबईवरची सुरेख कादंबरी लिहिली.

दरवर्षी आम्ही उन्हाळ्यात अमेरिकेला जात होतो. तिथं आठवड्याचे पाच दिवस मुलं कामात असत. तेव्हा गाडगीळ लिहिण्याची सामग्री व टिपणं बरोबर न्यायचे व तिथं 'प्रारंभ'चं पुष्कळसं लिखाण झालं. तीनचार वर्षं आम्ही ते लिखाण बरोबर नेत आणत असू व ते कागद सामानाच्या बॅगेत न घालता हँडबॅगेतून नेत असू. एकदा मुंबईला उतरल्यावर कस्टमच्या माणसाला ती हँडबॅग उघडून बघायची लहर आली. पण कागद पाहून त्याची निराशा झाली असणार. पण ते कागद आमच्यासाठी किती महत्त्वाचे होते ते त्याला काय कळणार? पण तेवढ्यात गाडगीळांना ओळखणारा कस्टमचा एक माणूस आला व त्याने त्याला सांगितलं की, 'गाडगीळ हे लेखक आहेत.'

'प्रारंभ' लिहीत असताना त्या काळातली कितीतरी उत्तुंग व्यक्तिमत्त्वं गाडगीळांना खुणावू लागली. मंडलीक, न्यायमूर्ती रानडे, दादाभाई नौरोजी, डॉ. भाऊ दाजी यांच्या जीवनावरही त्यांनी कादंबऱ्या लिहिल्या आहेत. त्यातच बालगंधर्वांचा काळ त्यांनी 'गंधर्वयुग' मध्ये उभा केला आहे.

उतारवयात पुष्कळ लोकांना रिकामा वेळ भरपूर असतो व करण्यासारखं काहीच नसतं. पण ह्या लेखनामुळे गाडगीळांचा वेळ मजेत जातो. लेखनात ते इतके रमून गेले आहेत की त्यांना बाहेर कुठं जावं असं फारसं वाटत नाही.

हे सर्व कमी झालं म्हणून की काय आता त्या काळावर गाडगीळ स्वतंत्र काल्पनिक कादंबरी लिहीत आहेत. इतका तो काळ त्यांच्या मनात रुतून बसला आहे. शिवाय परिकथा त्यांना भुरळ घालू लागल्या आहेत. काही साहसकथाही ते लिहीत आहेत.

वयाच्या त्र्याऐंशीव्या वर्षी इतकं ताज्या दमानं नवीन नवीन विषयांवर लेखन करणं ही गोष्ट मला नवलाची वाटते. ह्या वयात लोक हरी हरी करतात, नाहीतर घरच्यांना

किटकिट तरी करीत असतात. उतार वयात हा ताजेपणा टिकवणं फारच थोड्या लोकांना जमलं आहे.

ऐंशी वर्षांच्या माझ्या प्रदीर्घ आयुष्यात नाना गोष्टी मी पाहिल्या. ब्रिटिश लोक आपल्या देशाची लुटालूट करतात, असं स्वातंत्र्यपूर्व काळात आम्हांला वाटत असे. आमचे पुढारीही आम्हांला नेहमी सांगत असत की एकदा का ब्रिटिशांना हाकललं की देशात रामराज्य येणार. आम्हीही त्यांच्यावर विश्वास ठेवून रामराज्याची वाट पाहत होतो.

पण आता जे काही चाललं आहे ते पाहिलं की वाटतं, ब्रिटिश राज्यात निदान कायदा व सुव्यवस्था होती. न्यायसंस्थाही पुष्कळशी नि:पक्षपाती होती असं लक्षात येतं. पारतंत्र्य वाईटच, पण आता जे काही चाललं आहे त्याला काय म्हणायचं? आपल्याला मतं मिळावी म्हणून कायदा कसा वाकवला जातो ते आपण पाहत आहोत. अनेक मंत्र्यांवर कित्येक खटले असतात. तरीही ते निर्लज्जपणे मंत्रीपद मिरवत असतात. कोट्यवधी रुपयांची मालमत्ता गोळा करीत असतात. इथून तिथं जाताना गाड्यांचा ताफा मागंपुढं मिरवतात. स्वातंत्र्य जणू आपणच मिळवलं अशा थाटात वागत असतात. स्वातंत्र्यपूर्वकाली जन्मालाही न आलेले लोक आता स्वातंत्र्य सैनिकांची बिरुदं मिरवतात व सरकारी पेन्शन घेतात.

स्वातंत्र्यपूर्व काळी त्याग करणारे, देशासाठी जीव ओवाळून टाकणारे अनेक थोर देशसेवक आमच्या पिढीनं पाहिले आहेत. अंदमानच्या सेल्यूलर जेलमध्ये देशासाठी प्राण देणाऱ्या देशप्रेमींच्या फोटोंच्या रांगा पाहताना जीव गलबलून जातो. अक्षरश: हजारो लोकांनी अंदमानात कैद भोगली. त्यांना तिथं सक्तमजुरीची शिक्षा झाली. काहींना तर फासावर चढवण्यात आलं. पण त्यांची नावंही कोणाला माहीत नाहीत. भारत देश ही आपली खाजगी मालमत्ता आहे असं मानून पूर्वीच्या पेंढाऱ्यांनाही लाज आणणारे लुटारू राजकारणी आपण पाहत आहोत. मतांच्या बदल्यात वाटेल त्या सवलतींची बरसात करून देश विकायला निघालेले पुढारीही आपण आज पाहत आहोत. स्वातंत्र्यपूर्व काळ पाहिलेल्यांना याबद्दल किती दु:ख होत असेल ते मला अनुभवायला मिळत आहे.

मी दुसरं महायुद्ध पाहिलं. त्याच्या झळा युरोपसारख्या आपल्या देशाला भोगाव्या लागल्या नसल्या तरी त्याची झळ भारताला लागलीच. टंचाईचा राक्षस जीवनात थैमान घालू लागला. तांदूळ, साखर, रॉकेल याचा प्रचंड तुटवडा होताच, पण चांगलं कापड दृष्टीस पडत नव्हतं. सर्व कापड मिलिटरीकरिता जात असे. आता देशोदेशीच्या मालानं भरलेले मॉल्सही आम्ही पाहत आहोत. पूर्वी बाहेरगावी गेलो तर चहाला दूध मिळवण्याकरिता खटपट करावी लागे. आता चोवीस तास दूध उपलब्ध आहे. तेव्हा

मिळणारे कपडे एका धुण्यात रंग जाऊन पोतेरं व्हायचे आणि आता सुंदर, तलम, रंगीबेरंगी कपड्यांनी भरलेली दुकानं आपण नित्य पाहतो. आगगाड्यांची विमानांची तिकिटं मिळवण्यासाठी धावाधाव व प्रसंगी वशिले लावून तिकिटं मिळवावी लागत. आता घरबसल्या फोनवर किंवा ऑन लाईनवर तिकिटं घरपोच मिळतात.

चार-चार वर्षं पैसे पोस्टात ठेवून गाडी मोठ्या मुश्किलीने मिळवावी लागे आणि आता आपण त्यांची गाडी घ्यावी म्हणून डीलरच्या रांगा आपल्या दारात लागत आहेत. साधा टेलिफोन मिळवण्यासाठी कोण यातायात करावी लागे, आता फोन लगेच मिळू लागला. मोबाईलचं युग आलं.

साहित्यिकांच्या व्याख्यानांचे रिपोर्ट वर्तमानपत्राच्या पहिल्या पानावर आलेले पाहिले आहेत आणि आता बलात्काराच्या बातम्या व तंग कपड्यांतले नट्यांचे फोटो पहिल्या पानावर आम्ही पाहत आहेत.

पाकिस्तानबरोबरची दोन युद्धं पाहिली आणि चीननं आपल्या पाठीत खंजीर खुपसून केलेलं युद्धही पाहिलं. युद्ध सुरू झालं की सर्वांना देशप्रेमाचे पाझर फुटतात. पण अठ्ठावन्न वर्षं आपल्या देशाच्या सीमेचं प्राणपणाने रक्षण करणाऱ्या सैनिकांची एरवी आपल्याला आठवणही येत नाही. काश्मीरमध्ये लाखो सैनिकांनी देशासाठी बलिदान केलं, म्हणून त्यांच्या जीवावर आज आपण आपलं जीवन सुरक्षितपणे जगतो आहोत.

आज सर्वत्र सुबत्ता निश्चितच दिसते. हव्या त्या गोष्टी घेण्यासाठी लोकांची झुंबड उडते. दागदागिन्यांची, कपड्यांची दुकाने गिऱ्हाइकांनी भरून वाहत असतात. विमानसेवाही सामान्यांच्या आवाक्यात आली आहे. घरकामासाठी येणाऱ्या बायकांच्या अंगावर झुळझुळीत कपडे दिसतात. आपल्या मुलांना शिक्षण देण्याची त्यांची धडपड चालू असते. देश नक्कीच प्रगती करतो आहे. जगभर पसरलेली आपली तरुण मुलं आपण पाहतो. आयटीमध्ये त्यांना जी मागणी आहे त्याचा प्रचंड अभिमानही वाटतो. एका आयुष्यात मी हे सगळं पाहिलं आहे. प्रचंड स्थित्यंतराची मी साक्षी आहे.

मला आयुष्यात काही विलक्षण अनुभव आले. १९९३ साली जे बॉंबस्फोट झाले व दंगे झाले तेव्हा अभिजित लंडनहून आला होता व त्याला परत लंडनला जायचं होतं. जाणं जरुरीचं होतं. सर्वत्र जाळपोळ चालली होती. धुरांचे लोट व अग्निज्वाला घरातूनही दिसत होत्या. कर्फ्यू लागला होती व आमचा ड्रायव्हर कामावर येऊ शकला नव्हता. टॅक्सीही बंद होती. नेहमीप्रमाणे विमानउड्डाण मध्यरात्री होतं. अनेकांना फोन करून काही मदत मिळते का हे गाडगीळ पाहत होते. त्यांच्या एका संपादक मित्राने एका आमदाराच्या मदतीनं गाडीची व्यवस्था केली होती. पण आम्हांला राजकारण्यांशी संबंध नको होता. गाडगीळ राजकारण्यांपासून चार हात दूरच असतात. पण आता नाइलाज होता.

आमच्या घराजवळ एक छोटसं गॅरेज होतं. तिथं तरुण पोरं गाड्यांवर काम करताना मी जाता येता पाहत असे. सहज मी त्यांना म्हटलं की, "आज रात्री माझा मुलगा लंडनला जाणार आहे. गाडीची काही व्यवस्था होऊ शकेल का ? "

ती मुलं भलतीच उत्साही होती. म्हणाली, "हो, आंटी आम्ही गाडीची व्यवस्था करतो."

त्यांनी मला गाडी किती वाजता लागेल याची चौकशी केली. मी जरा लवकरची वेळ सांगितली. काही देणं घेणं वगैरे पैशाची बातचीत झाली नाही. रात्री गाडी येईल असं ती मुलं म्हणाली. त्यांनी पत्ता वगैरे घेतला.

रात्री आमदाराच्या मुलानं गाडी आणली, ती मोठी होती आणि त्याच वेळी त्या तरुण मुलांचीही गाडी आली, ती नेहमीसारखी होती. पण का कोण जाणे मी आमदारांची गाडी आभारपूर्वक परत पाठवली. कदाचित राजकारण्यांचे उपकार नकोत म्हणूनही असेल व त्या मुलांबरोबर अभिजितला पाठवायचं ठरवलं. अभिजितला ती मोठी गाडी आवडली होती. पण मी नको म्हटल्यावर अभिजित, स्मिता व मुलं त्या दुसऱ्या गाडीनं एअरपोर्टला गेली. त्या मुलांनी काही भाड्याचे पैसे सांगितले. त्या परिस्थितीत ते वाजवी होते. जाताना मी त्यांना दहीभात, काही खाण्याचे जिन्नस, फळं आणि पाणी भरून एक पिशवी दिली. अभिजित म्हणत होता, एकदा विमानतळावर गेल्यानंतर खाण्याजेवणाचा प्रश्न येणार नाही.

मुलांचं सामान गाडीत ठेवलं. मुलंही गाडीत बसली. मी त्यांना निरोप देऊन वर घरी आले. त्यांच्या जाण्याची व्यवस्था करण्यात सबंध दिवस धावाधाव केली होती. मनावरचा ताण तात्पुरता कमी झाला. मग मी विचार करू लागले, आपण गाडी आणणाऱ्या मुलांची नावं, पत्ता विचारला नाही, त्यांच्या गाडीचा नंबरही घेतला नाही. उतावळेपणानं त्यांना एअरपोर्टवर रवाना केलं. त्या मुलांना मंडळी लंडनला जाणार हे माहीत होतं. माझ्या मनात आलं की जर अभिजितला त्यांनी रस्त्यात लुटलं तर काय प्रसंग येईल ? सामान घेऊन त्यांना मुलाबाळांसकट रस्त्यावर सोडलं तर ? मी मटकन खाली बसले व मोठमोठ्यानं रडू लागले. स्वतःच्या मूर्खपणास दोष देत राहिले. त्या आमदाराचा ठावठिकाणा तरी आम्हांला माहीत होता, पण ही रस्त्यावरची माणसं.

मी का रडते ते गाडगीळांना कळेना. म्हणाले, "मुलं गेली ना शेवटी एअरपोर्टवर. तू का रडतेस ? "

मी म्हटलं, "माझ्या हातानं मी त्यांना संकटात लोटलं, अशी कशी मूर्ख मी ?"

पण थोड्या वेळानं विमानतळावरून अभिजितचा नीट पोचल्याचा फोन आला, तो म्हणाला, "आई, इथं उभं राहायला जागा नाही, आजच्या आणि उद्याच्याही फ्लाईटचे लोक आले आहेत. खाणं जेवणं सगळं संपलं आहे. तू दिलेले खायचे जिन्नस आणि पाणी उपयोगाला आलं. मुलं जेवलीसुद्धा."

दुसऱ्या दिवशी पेपरात बातमी आली की आम्ही नाकारलेल्या गाडीत शस्त्रं सापडली. ही बातमी अभिजितनेही नंतर वाचली. मला कोणीतरी नकळत मदत करतं किंवा दैवाचा माझ्यावर वरदहस्त असावा असं मला वाटलं.

माझ्या या आयुष्यात कल्पनाही करता येणार नाही अशी अनेक ठिकाणं व देश मी पाहिले आहेत. विमानानं शेकडो मैलांचा प्रवास केला आहे. मोठमोठ्या आलिशान हॉटेलांत आम्ही राहिलो आहोत. स्वप्नातही न आलेल्या गोष्टी अनुभवल्या आहेत. अर्ध्या खोलीत संसार केला आहे आणि आता पाच खोल्याही अपुऱ्या वाटत आहेत.

माझ्या अठ्ठावन वर्षांच्या वैवाहिक जीवनात अनेक चढउतार पाहिले आहेत. अकारण द्वेष करणारी माणसं पाहिली तशी अनपेक्षितपणे प्रेमाचा वर्षाव करणारी माणसंही भेटली आहेत. अनेकदा ज्यांच्याकरिता जीव तोडून केलं त्यांनी पाठ फिरवली आणि दुसरेच लोक अनपेक्षितपणे मदतीला उभे राहिले. ज्यांच्यावर भरवसा ठेवला त्यांनी तोंड फिरवलं, पण दुसरेच लोक धावून आले. साध्यासुध्या गोष्टींचा बाऊ करण्यात आला. आशानिराशेचे खेळ चालूच राहिले. आता संपलो, बुडालो असं वाटत असताना सुदैवानं तरलो. पैशांची अडचण अनेकदा आली, पण स्वत:च्या हिमतीवर त्यावर मात केली. आपण कमनशिबी आहोत असं वाटत असतानाच नशिबानं साथ दिली. सर्व वाटा बंद झाल्या असं वाटत असताना नवीन पायवाट दिसली. संधी हातची गेली असं वाटत असताना त्याच्यापेक्षा चांगली संधी चालून आली. कोणाकरिता काही केलं तर तो जाणीव ठेवतोच असं नाही. पण ते फुकट जात नाही. आशा निराशेचे अनेक खेळ रंगले.

वयाची पन्नास वर्षं झाल्यावर मला एकाएकी दमा लागला. डॉक्टर म्हणाले की या वयात दमा लागत नाही, पण मला दमा असा विलक्षण लागला की मला रात्र रात्र बसून राहावं लागे. रंगाचा वास, धूळ, पेस्टीसाईडचा वास यानं मला दमा तत्काळ लागे. डोक्यावरून अंघोळ केली तरी गुदमरायला व्हायचं. अंघोळ करताना बाथरूमच्या दाराची कडी मी लावत नसे.

अनेक डॉक्टरांचे उपाय केले. कोणी म्हणालं की होमिओपॅथीनं दमा बरा होतो. होमिओपॅथीचं औषध सहा-आठ महिने घेतलं. पण गुण काही आला नाही. कोणी काय उपचार सांगितले की मी ते करत असे. कोणी असा सल्ला दिला की के. ई. एम. मध्ये श्वसनाच्या विकारावर डॉ. सुधाकर कामत हे तज्ज्ञ आहेत. डॉ. कामत हे गाडगीळांचा मित्र ग. रा. कामत यांचे बंधू होते.

के. ई. एम. मध्ये आम्ही दोघं गेलो. दिवसभर नाना यंत्रांच्याद्वारे डॉ. कामतांनी माझी कसून तपासणी केली. नंतर मला खोलीबाहेर जायला सांगून ते गाडगीळांशी

बोलू लागले. ते म्हणाले, "का हो, गाडगीळ, तुम्ही बायकोला छळता का ?"

गाडगीळ अवाक् झाले. कोणी डॉक्टर आपल्याला असा प्रश्न विचारेल यावर त्यांचा विश्वास बसेना. गडबडीनं ते म्हणाले, "नाही बुवा ! सगळे नवरे आपल्या बायकांना जितके छळतात तितकाच मी छळतो. तिच्यावर काही जुलूम जबरदस्ती करीत नाही."

नंतर मला आत बोलावून त्यांनी काही औषधं लिहून दिली व ते म्हणाले, "भरपूर पाणी प्या. दम्यामुळे श्वासाद्वारे शरीरातलं पाणी कमी होतं. तुम्ही भरपूर पाणी प्या."

अशा स्थितीत दररोजची कामं, प्रवास वगैरे चालू होते. एकदा 'महाराष्ट्र टाइम्स' मध्ये मी एक बातमी वाचली. शिवाजी पार्कला विवेकानंद सोसायटीत दम्यावर एक महिन्याचे एक शिबीर आयोजित केले होते. बंगलोरच्या दमा संशोधन संस्थेचे डॉ. नागार्जुन हा कोर्स शिकवणार होते. दररोज संध्याकाळी मला शिवाजी पार्कला जावं लागे. ते तासभर निरनिराळी आसनं शिकवत असत. महिना झाल्यावर त्यांनी आम्हांला लोणावळ्याला एक दिवस नेलं व धौती वगैरे शिकवलं. जेवणात आंबट, तिखट न खाण्याचं पथ्य होतं. संध्याकाळी सात वाजता जेवण घ्यायला सांगितलं होतं. आंबट तिखट खायचं नाही म्हणजे खायला काही उरतच नसे. मी नेटाने दररोज योगासनं व पथ्यपाणी मोठ्या निश्चयानं केलं. दररोज संध्याकाळी सात वाजता भाजीपोळी कशीबशी खात होते. असं सहा महिने नियमित केलं. दमा थोडा थोडा कमी झाला. शिवाय अनेक डॉक्टरांचे उपचार चालूच होते व योगासनांचा परिणाम होऊन वर्षभरानं माझा दमा गेला, पण मला तो सहा-सात वर्षं त्रास देऊन गेला.

अनेक वर्षं आर्थिक विवंचना गाडगीळांच्या मागे होत्याच. त्या परिस्थितीचा व पुढे मुलं परदेशी गेली याचा परिणाम त्यांच्या पकृत्तीवर नकळत होत होता. त्याच्या सूचना मुंबईत दोनदा गाडगीळांना आल्या होत्याच. पण एकदा पॅरिसमध्ये आम्ही नाईट शोला गेलो होतो. तिथं ड्रिंक्स व स्नॅक्स होते. शो बघता बघता गाडगीळ थरथर कापू लागले. कसेबसे टॅक्सी करून आम्ही आमच्या हॉटेलात गेलो. पण पुन्हा दुसऱ्या दिवशी गाडगीळ आपल्या रोजच्या दिनचर्येत गुंतून गेले. व्यायाम, नियमित आहार व भरपूर चालणं याद्वारे गाडगीळांनी आपल्या आजाराला थोपवून धरलं होतं.

गाडगीळांना त्यानंतरही दोनतीनदा अंग थरथरून अस्वस्थ वाटण्याचा त्रास झाला. पण नंतर ते आपल्या नेहमीच्या उद्योगाला लागले. अनेक संस्थांत त्यांचं काम चालूच होतं. त्यामुळे त्यांना काही आजार झाला आहे, हे लक्षात आलं नाही.

आमचे जगभराचे प्रवास होत होतेच. गाडगीळ आठवड्यातून तीन दिवस ऑफिसात जात होते. मध्ये मी बहिणीबरोबर कोस्टल कर्नाटकाला गेले होते व नंतर आम्ही दोघी चीनला एकवीस दिवसांची सहल केली.

चीनवरून घरी आल्यावर दोनच दिवसात माझ्या पोटात खूप दुखू लागलं. गाडगीळांनी

आमच्या वरती राहणाऱ्या डॉ. श्रीरंग पुरोहितला फोन केला. त्याने डॉ. अनिरुद्ध फडके यांना फोन करून मला तपासायला सांगितलं. अनिरुद्ध पोटाच्या विकारांचा तज्ज्ञ डॉक्टर होता. त्याने मला हॉस्पिटलमध्ये जाण्यास सांगितलं. मी म्हटलं, "पोटात दुखतं म्हणून कोणी हॉस्पिटलमध्ये अॅडमिट होतं का ?"

संध्याकाळपर्यंत मी तसंच ढकललं. नंतर नंतर फारच दुखू लागलं. शेजारची जयश्री चिंचलीवर माझ्याजवळ रात्री पुष्कळ वेळ बसून होती. मग कळा असह्य झाल्यावर पहाटे अनिरुद्धला उठवलं व त्याने मला लगेच हॉस्पिटलमध्ये हलवायला सांगितलं.

सकाळी हॉस्पिटलमध्ये बऱ्याच टेस्ट झाल्या. तात्पुरते उपाय करून कळा कमी केल्या. मला पॅंक्रीआयटीस झाला होता. पंधरा दिवसांनी ऑपरेशन करायचं ठरवलं. अनिरुद्धच्या साहाय्याने डॉ. कोप्पीकर ऑपरेशन करणार होते.

पहिल्याने मी हॉस्पिटलला गेले तेव्हा गाडगीळांशिवाय घरी कोणी नव्हतं. मुलांना लगेच कळवलं होतं. त्यांची सारखी फोनवरून चौकशी चालली होती व ऑपरेशनच्या दोन दिवस अगोदर कल्पना अमेरिकेतून आली. तोपर्यंत साहित्य सहवासातल्या शेजाऱ्यांनी माझी चांगली काळजी घेतली. कल्पना हॉस्पिटलमध्ये सारखी माझ्याबरोबर होती. माझ्या ऑपरेशनच्या वेळी डॉ. बाळ भालेराव ऑपरेशन रूममध्ये हजर होते. त्यामुळे गाडगीळांना खूप धीर आला.

मी घरी आल्यावर कल्पना अमेरिकेला गेली. पण गाडगीळांना लगेच ग्राहक संघाच्या कॉन्फरन्ससाठी फ्रान्सला जायचं होतं. मला कुशीवरही वळता येत नव्हतं. पण आमची भिकू व इतर शेजाऱ्यांनी मला मदत केली.

नंतरच्या उन्हाळ्यात आम्ही नेहमीप्रमाणे अमेरिकेला डलासला गेलो. त्या वर्षी २००१ साली मला ७५ वर्षे पूर्ण झाली व त्या निमित्ताने चित्राने माझा वाढदिवस साजरा केला. कल्पना, तिची मुलं, अभिजित व त्याच्या मुली डलासला आल्या होत्या. शिवाय डलासची मित्रमंडळी होतीच.

अभिजितनं माझ्या वाढदिवसानिमित्त आम्हा दोघांना कॅनडात रॉकी पर्वतावरच्या बॅम्फला नेलं. तारा व निशाही बरोबर होत्या. मला फार चालता येत नसे. मग कधी मी थांबत असे. कधी गाडगीळ माझ्याबरोबर थांबत होते. प्रवास छान झाला. तिथं कार भाड्यानं घेऊन अभिजितने आम्हांला खूप फिरवलं.

गटमन कुटुंबाकडून स्फूर्ती घेऊन आमची मुलं वर्षातून एक दोनदा कुठंतरी जागा घेऊन एकत्र राहतात. वर्षातून तीन वेळा ती सहकुटुंब एकमेकांकडे एकत्र राहतात. सगळी नातवंडं वर्षातून तीनचार वेळा एकत्र जमतात, त्यामुळे त्यांच्यात चांगली मैत्री झाली आहे. मोठी नातवंडं आपल्या छोट्या भावंडांची काळजी घेत असतात.

आम्ही दररोज संध्याकाळी बाहेर फिरत असू व रात्री जेवण झाल्यावर साहित्य सहवासात फेऱ्या मारत असू. अशी बत्तीस वर्षं आमची साहित्य सहवासात रात्रीची शतपावली होती. रात्री आम्हांला अनेक लोक भेटत व थोड्याफार गप्पा होत. गाडगीळ आजारी पडल्यापासून रात्रीचं फिरणं बंद झालं. पण संध्याकाळी आम्ही दररोज फिरत होतो. नंतरच्या काळात माझे पाय खूप दुखू लागले, तेव्हा त्यांच्याबरोबर फिरायला मी एक मुलगी ठेवली. दररोज फिरणं मला कष्टाचं होतं. इतर कामं मी गाडीमधून जाऊन करीत असे, पण आजकाल मात्र मला थोडंही अंतर चालता येत नाही.

अभिजितनं मला अनेक डॉक्टरांकडे नेऊन पाय दाखवला. अभिजितची बायको डॉ. अंजलीदेखील सर्व रिपोर्ट कॉम्प्युटरवर पाहून सल्ला देऊ लागली. पायाच्या मुख्य शिरेत गाठी आल्यामुळे चालताना त्रास होतो असं निदान झालं व त्यावर उपाय म्हणजे चालणं. थोडं चाललं की बसावं लागतं, पण तरी मी चालते. आता मी पाचसहा फेऱ्या साहित्य सहवासात घालू शकते. माझ्या जिद्दी स्वभावानं मी माझा दमा बरा केला, तसंच माझं चालणंही मी पुन्हा सुरू करून दाखवेन.

गाडगीळ आजारी पडल्यापासून आमची तिन्ही मुलं दर तीन महिन्यांनी पाळीपाळीनं मुंबईला येत असतात.

साहित्य सहवासातील नवीन पिढी मागच्या पिढीच्या मदतीला नेहमीच धावून येत असते. त्यांतली डॉक्टर मुलं तर निरपेक्षपणे सर्वांच्या मदतीला धावून येतात. डॉ. कौस्तुभ वैद्य, डॉ. अनिरुद्ध फडके, डॉ. श्रीरंग पुरोहित, डॉ. वैशाली फडके ही मुलं नेहमीच मदत करतात. माझ्या व गाडगीळांच्या आजारपणात ह्या सर्व डॉक्टर मंडळीची आम्हांला फार मदत झाली आणि आताही होत असते.

आमच्या अठ्ठावन वर्षांच्या सहजीवनात बरेच चढउतार आले. दोघंही जिद्दी. आता तुटतं की नंतर तुटतं अशाही अवस्था आल्या होत्या. पण परस्पर विश्वासाच्या चिवट धाग्यानं पुन्हा बांधले गेलो. सर्व आयुष्य काही पायघड्या घालून त्यावर चालत जाता आलं नाही. वेळोवेळी काटेही बोचले. पण या सगळ्या गोष्टींना किती महत्त्व द्यायचं याचंही भान आलं होतं. काही वेळा मानसिक ताणतणाव असह्य होता, पण प्रेमाच्या अस्तराने मऊपणा येई. सामान्यपणे आमचा संसार सुखाचा झाला.

आमच्या लग्नाचा रौप्यमहोत्सव आम्ही प्रभा अत्रे यांच्या गाण्याचा कार्यक्रम ठेवून साजरा केला व सुवर्णमहोत्सव वीणा सहस्रबुद्धे यांच्या गायनानं झाला.

मुलंबाळं चांगली निघाली. आपापल्या घरात, आपापल्या मुलांमध्ये रमून सुखाने राहतात. आम्ही आर्थिक मदत घेत नाही म्हणून नाराज असतात. मुलं कर्तृत्वानं आणि जिद्दीनं यशस्वी झाली. आम्हांस धरून असतात. वारंवार येत असतात.

जेव्हा गाडगीळांशी लग्न करायचं मी ठरवलं, तेव्हा आपला मार्ग सोपा नाही हे मला

माहीत होतं. माझ्या मनाची तयारीही मी करीत होते. मागे फिरायचं नाही, कोणाकडे कुरकूर करायची नाही, हे मी ठरवलं होतं. जी बरीवाईट फळं भोगायची ती मी भोगीन, तक्रार करणार नाही. माझी सर्व शक्ती पणाला लावून मी आमचा संसार यशस्वी केला. माझं स्वत:चं अस्तित्व विसरून. अगदी कोणालाही हेवा वाटावा असा आमचा संसार झाला.

हे सर्व करताना त्याच्या मागच्या प्रेरणा माझ्या वडिलांच्या होत्या. त्यांनी आपलं छोटसं आयुष्य नेहमी दुसऱ्याकरिता वेचलं होतं. देशाकरिता वेचलं होतं. माझ्या वडिलांनी १९३० सालच्या मिठाच्या सत्याग्रहात दोनदा तुरुंगवास भोगला होता. त्यांच्या त्यागाचा व लोकांच्या मदतीला धावण्याच्या प्रवृत्तीचा माझ्या मनावर खोल परिणाम झाला होता. मुलांच्या शिक्षणाची, त्यांच्या भवितव्याची स्वप्नं त्यांनी पाहिली होती. त्या दिशेनं काही पावलं टाकण्याचा प्रयत्न त्यांनी केला होता. शिक्षणाचं महत्त्व त्यांना पटलेलं होतं. त्यांच्या अकाली निधनानं त्यांचा प्रयत्न पुरा झाला नाही, पण आमच्या आईनं तो पुरा केला. आम्हा सर्व भावंडांना उच्च शिक्षण दिलं. खूप कष्ट सोसले, पण सर्व मुलं चांगली शिकलेली व आपापल्या मार्गाला लागलेली तिनं पाहिली.

माझ्या वडिलांच्या त्यागमय जीवनाचा जसा माझ्यावर खोल परिणाम झाला तसाच कुमारवयात केलेल्या वाचनाचाही परिणाम झाला. खांडेकरांची ध्येयनिष्ठा व सानेगुरुजींची त्यागमय शिकवणूक माझ्यावर कायम ठसली होती. आपण शारीरिक व मानसिक कष्ट केल्याशिवाय आपलं प्रेम सिद्ध होत नाही, असं मला वाटत होतं. स्वत:ला नाकारत राहणं, स्वत:ला कष्ट देणं माझ्या स्वभावाचा एक भाग झालं आहे. बहुधा आत्मक्लेशात मला आनंद होत असावा. मुलं व गाडगीळांनी माझं नाव 'नको-नको' ठेवलं आहे. मी नेहमीच बारीकसारीक त्याग आपल्या लोकांसाठी करीत असते. स्वत:ला त्रास करून घेत असते.

साधं उदाहरण. गाडगीळांना चॉकलेट फार आवडतं. अजूनसुद्धा. मुलांना ते नेहमी चॉकलेट द्यायचे. मलाही देऊ करायचे, पण मी 'नको' म्हणायची. मुलं व गाडगीळ नेहमी चॉकलेट खात. एकदा मी मलाही चॉकलेट चालेल असं म्हटलं याचं सर्वांना फार आश्चर्य वाटलं.

दुसरा आत्मक्लेशाचा मार्ग म्हणजे उपास. धार्मिक गोष्टींकरिता मी उपास करीत नाही. पण केव्हातरी मला साक्षात्कार झाला की आपल्या माणसांच्या जन्मदिवशी आपण उपास करायचा. त्यांना माझं आत्मिक बळ द्यायचा तो भाबडा प्रयत्न होता. गाडगीळ, कल्पना व अभिजित, तिघांचा जन्मदिवस शनिवार होता. म्हणून दर शनिवारी मी उपास करायची.

केव्हातरी चित्राच्या लक्षात आलं की आई आपल्या जन्म दिवसाचा उपास करीत नाही. ती रागावली व म्हणाली, "हे बरं आहे... तू माझ्या जन्मदिनाचा उपास करीत

नाहीस, म्हणून माझा नंबर वर येत नाही."

मग तिंच्याही जन्मदिवशी उपास करायला सुरुवात केली, तो होता गुरुवार. माझ्या उपासानं तिचं काय भलं झालं माहीत नाही, पण तिचा तिनंच अभ्यास करून कायम चांगला क्लास मिळवला.

घरातलं कोणी आजारी पडलं की मी उपास करायची. पाच वार किंवा एकवीस वार असा तो काळ असायचा. असे उपास मी तारासाठी व स्मितासाठी केले. माझी आपली भाबडी समजूत की आपण आपल्याला जितका त्रास करून घेतो तितका त्याचा फायदा आपल्या कुटुंबाला होतो. खरं म्हणजे ही आपलीच भावनिक समजूत, त्याला तसा काही अर्थ नाही हे मला समजतं, पण तरीही मी उपास करते. खरं म्हणजे जो तो आपल्या गुणानं, प्रयत्नानं किंवा नशिबानं पुढं जातो; पण आपण त्यांना आत्मिक बळ देतो असं त्या त्या वेळी मला उगीचच वाटत असतं.

अभिजितला मासे-मटण खूप आवडतं. अजूनही ती आवड कायम आहे. आमच्या दोघी मुली मात्र शाकाहारी आहेत. आपण कोणा प्राण्याची हत्या करून त्यांचं मांस खाणं त्यांना मुळीच रुचत नाही. पण अभिजित अमेरिकेला गेला तेव्हापासून गेली तीस वर्षं मी मांसाहार सोडून दिला आहे. कधी पाहुणे आले तर किंवा अभिजित आला तरच मी घरी मासे मटण शिजवते. पण अभिजितला हे आवडत नाही. तो म्हणतो की, "तू मासे खाल्लेस तर मला जास्त आनंद होईल."

माझ्या आजीला लहानपणी जेवण्याखाण्याच्या बाबतीत मी खूप त्रास दिला होता. ऑगस्ट १९८१ मध्ये ती वारली. तेव्हापासून मला अत्यंत प्रिय असणारं वांग्याचं भरीत खाणं मी सोडून दिलं.

आमच्या दोघांच्या स्वभावात असे अनेक फरक आहेत.

माझ्या तत्त्वात मी गाडगीळांना कशी पाहते ? त्यांचं स्वच्छ चारित्र्य हा मी मोलाचा गुण मानते.

आजवर कधीही गाडगीळांनी सार्वजनिक पैशाला स्पर्शही केला नाही. अनेक संस्थांमध्ये त्यांनी काम केलं पण त्यात पैशांच्या व्यवहारात ते नसतात. तसंच स्त्रियांविषयी गाडगीळांचं नाव कुणीही घेत नाही. जिन्यातून जाताना कोणी बाई, अगदी मोलकरीणही वर येत असली तर गाडगीळ मागे जातात. कोणाही बाईशी त्यांचं नाव कधीही जोडलं गेलं नव्हतं. अनेक लेखकांची प्रेमप्रकरणं मी ऐकलेली, पाहिलेली आहेत. त्यांना बायकांच्या बाबतीत सैल वागताना पाहिलं आहे. गाडगीळांची ही वागणूक मी आदर्श मानते. गाडगीळांचा कट्टर वैरीदेखील या दोन बाबतींत त्यांच्यावर काही आरोप करायला धजणार नाही.

आपल्याजवळील पैशाचा काही भाग तरी सार्वजनिक कामी खर्च करायचा आमचा

विचार चालला होता. सार्वजनिक जीवनात काहीतरी करून समाजाचं अल्पसं ऋण फेडावं असं वाटत होतं. गाडगीळांना पगार फारसा नव्हताच कधी, पण आहे त्या पैशांचं आर्थिक नियोजन पद्धतशीरपणे करून त्यांनी काही पैसे बाजूला काढून ठेवले होते. त्यांच्या साठाव्या वाढदिवशी आम्ही एक ट्रस्ट स्थापन केला. गाडगीळांनी तो ट्रस्ट माझ्या नावानं 'वासंती गंगाधर गाडगीळ सार्वजनिक विश्वस्तनिधी' या नावानं केला. मला माझं नाव ट्रस्टला द्यायला नको होतं. कारण मी कधी काही पैसे मिळवले नव्हते, पण गाडगीळांनी हट्टानं ट्रस्टला माझं नाव दिलं.

ह्या ट्रस्टद्वारे गेली तेवीस वर्षं आम्ही साहित्यिक व इतर सार्वजनिक कार्याला बक्षिसं व अनुदानं देतो. काही सेमिनारना देखील देणगी देतो. मुख्य करून साहित्यिक कार्याला बक्षिसं देतो. दरवर्षी ११ हजारांची दोन बक्षिसं व दर तीन वर्षांनी २५ हजारांचं एक अशी बक्षिसं ट्रस्टतर्फे दिली जातात. त्या बक्षिसांची सर्व व्यवस्था पाहण्याचं काम पॉप्युलर प्रकाशन करतं. ही बहुमोल मदत रामदास भटकळ गाडगीळांवरच्या प्रेमानं करतात. ह्या बक्षिसांकरिता कोणाही लेखकाकडून वा प्रकाशकाकडून पुस्तकं मागवली जात नाहीत. अर्जविनंत्या कराव्या लागत नाहीत. परीक्षक मंडळी एकमतानं निवड करतात व पॉप्युलर प्रकाशनच्या व्यवस्थापनाखाली ती बक्षिसं दिली जातात.

गाडगीळ गेली पंचवीसहून जास्त वर्षं मुंबई ग्राहक पंचायतीचे अध्यक्ष आहेत. ही सेवाभावी संस्था ग्राहक हितासाठी झटत असते. त्यांच्या कार्याला गाडगीळांनी नवी दिशा दिली. त्या संस्थेच्या कार्यकर्त्यांना त्यांच्या चांगल्या कामाची पावती आमच्या ट्रस्टच्याद्वारे आम्ही देतो व तीन बक्षिसांद्वारे त्यांच्या कार्याची दखल घेतो.

तसंच ग्रंथसंग्रहालयावरही गाडगीळांचं फार प्रेम आहे. मुंबई मराठी ग्रंथसंग्रहालय या संस्थेतर्फे दरवर्षी तीन बक्षिसं असतात. महाराष्ट्राचे सहा विभाग पाडून ही तीन बक्षिसं दिली जातात. ही बक्षिस ग्रंथविषयक कार्य करणाऱ्या कार्यकर्त्यांना दिली जातात. साधारणपणे असे कार्यकर्ते दुर्लक्षित असतात. त्यांना उत्तेजन देणं व त्यांच्या कार्याची दखल घेणं हा उद्देश याच्या मागे आहे.

पहिल्याने आम्ही हजार दोन हजारांची किरकोळ बक्षिसं काही संस्था व शाळांना काही वर्षे नेमानं दिली. पण ही बक्षिसं पाठवणं कटकटीचं काम होतं, म्हणून मालवणच्या शाळेला, नेवऱ्याच्या शाळेला व पार्ल्याची लोकमान्य सेवा संघ या व काही इतर संस्थांना वीस वीस हजार रुपये देऊन ही व्यवस्था त्यांच्याकडेच सोपवली.

हा ट्रस्ट आम्ही आमच्या पैशानं स्थापन केला आणि त्यातून काही कार्य करू शकलो, याचा आम्हांला सार्थ अभिमान वाटतो.

इतकं असलं तरी माझ्या मनात एक खंत आहे. आयुष्यात आपण नाव घेण्याजोगं,

आपल्या मनासारखं काही काम केलं नाही. संसार तर बरा वाईट कोणीही करतो किंवा संसार होतो. त्यात मी काही विशेष केलं असं मला वाटत नाही. पण ह्याबद्दल मी कोणाला दोष देत नाही की जबाबदार धरत नाही. मी काही करायचं ठरवलं असतं तर कोणी माझा हात धरला नसता. आपलं ध्येय गाठण्यासाठी कितीतरी बायकांनी संसारात राहून, त्यांच्या कुटुंबीयाच्या मदतीनं कार्य केलं आहे. मी तसं का केलं नाही? कोणत्या गोष्टींना आयुष्यात महत्त्व दिलं? का दिलं?

माझ्या साहित्यावरील प्रेमानंच मी हे केलं. माझ्या संसाराला मी महत्त्वाचं स्थान दिलं. गाडगीळांना आस्ते आस्ते सांसारिक व्यापातून मुक्त केलं. त्यांना लेखन-वाचन करायला भरपूर वेळ मिळाला. संस्थांची कार्यं करायला मोकळं केलं. मुलांचीही जबाबदारी मी उचलली. आता घरचा सर्व कारभार व पैशाअडक्याचे व्यवहार मीच करते.

अनेक ठिकाणी मी पाहिलं आहे की कर्तबगार वडिलांच्या दबदब्यामुळे मुलं नीट फुलत नाहीत, खुरटून जातात. मोठ्या वृक्षांच्या छायेखाली लहान झाडं वाढत नाहीत. वरवर पाहता ती त्या छायेखाली सुरक्षित वाटत असली तरी त्यांची नीट वाढ होत नाही. त्या प्रमाणे गाडगीळांसारख्या प्रभावी प्रखर व्यक्तिमत्त्वाखाली कोणीही दबून गेलं असतं. पण सुदैवानं आमच्याकडे तसं झालं नाही. प्रत्येक मुलानं आपलं स्वतंत्र व्यक्तित्व घडवलं व गाडगीळांनी ते घडू दिलं. प्रत्येक मुलानं आपलं क्षेत्र स्वतःच निवडलं, स्वतःचा मार्ग स्वतःच चोखाळला. त्यांचा आम्हांला अभिमान आहे.

कुटुंबसंस्था नष्ट होत आहे असं सर्व समजतात. पण आमची तिन्ही मुलं स्वतंत्र असूनही एकमेकांना धरून आहेत. एकमेकांच्या उपयोगी पडत आहेत.

गेली चार-साडेचार वर्षं गाडगीळ काहीसे अपंग झाले आहेत, ते आता अमेरिकेला पूर्वीसारखे जाऊ शकत नाहीत. पूर्वी दर दहा महिन्यांनी आम्ही अमेरिकेला जात होतो. आता तिन्ही मुलं आळीपाळीने दर दोनतीन महिन्यांनी मुंबईला येत राहतात. त्यामुळे आम्ही एकटे पडलो आहोत, दुर्लक्षित आहोत, असं आम्हांला वाटत नाही. इतके दूर असलो तरी दर आठवड्याला प्रत्येक मुलाचा फोन येत असतो. शिवाय इ मेल मुळे माझा त्यांच्याशी दररोज संपर्क असतो.

ह्या आठवणी लिहिताना काही बंधनं मी स्वतःला घालून घेतली आहेत. काही 'बिटविन द लाइन्स' असलेल्या गोष्टी जाणकार समजू शकतात. आम्हीही सामान्य माणसं आहोत; त्यांच्यासारखीच सुखदुःखं आम्हांला आहेत, राग-लोभ आहेत. पण त्यांना किती महत्त्व द्यायचं? काय काय उगाळीत बसायचं? तसं पाहिलं तर प्रत्येक माणसाला आपल्यावर अन्याय झाला असं वाटत असतंच; पण आपण कुणावर अन्याय केला का, याचा विचार फारच थोड्यांच्या मनात येतो.

काही वेळा गैरसमजुती होतात, नसत्या गोष्टींना महत्त्व दिलं जातं, आपल्याकरिता कोणी काय केलं याचा विसर पडतो. कोणाच्या गैरसमजुती झाल्या, तर त्या काढण्याचा कधी प्रयत्न करू नये; गुंता अधिकच होतो.

या माझ्या आठवणी रांगोळीच्या ठिपक्यांसारख्या आहेत. रांगोळीचे काही ठिपके जोडून आपण त्याची छान आकृती करतो. पण काही ठिपके तसेच राहतात. पण तेही त्या रांगोळीचा भाग असतात. त्या ठिपक्यांमुळेच ती रांगोळी शोभून दिसते, उठावदार दिसते.

❖❖❖